अविरतता

जीवनात्मक दृष्टीकोनाचा कथासंग्रह

अमित मेढेकर

ISBN 978-1-68554-812-4

अर्पण पत्रिका:-

माझे पहिले पुस्तक हे तुला अर्पण आई..!

आज तू असतीस तर, नक्की माझ्या पाठीवर मला पुस्तक लिहिले म्हणून शाबासकी मिळाली असती! पुस्तक हातात पडल्यावर तुझ्या डोळ्यातील समाधान पाहणे राहूनच गेले बघ ....!

तुझा आशिर्वाद कायम असू दे....

अनुक्रमणिका

अनुक्रमणिका

अनुक्रमणिका

प्रस्तावना

प्रस्तावना:-

लिहिणे ही एक कला आहे असे मी मानतो. लेखकांच्या लेखणीतून अनेक नवीन कल्पना जन्म घेतात आणि वाचकांना सुखावतात. माझी परमप्रिय आई गेली आणि त्यानंतर मला स्वतःला व्यक्त होण्यासाठी लिहायची गरज भासली. मी बहुतेक करून बोधकथा आणि सामाजिक प्रबोधन यावर काही लेख लिहिले. हे लेख सर्वप्रथम फेसबुकच्या माध्यमातून मी वाचकांपर्यंत पोचवले. अनेक जणांनी मला फोन आणि मेसेज करून सांगितले की या सगळ्यांचे एक पुस्तक काढले तर फार छान होईल. मागे आईवर मी एक पुस्तक लिहिले होते पण ते व्यावसायिक स्वरूपात नव्हते. आज जेव्हा या कथा मी तुम्हा सगळ्यांसमोर घेऊन येत आहे त्याचा मुख्य उद्देश हा निखळ आनंद आणि जीवनासाठी लागणारे मार्गदर्शन याचा दुहेरी संगम हाच आहे. हा कथासंग्रह जीवनाचे अनेक पैलू उलगडतो. आपल्या आजूबाजूला अश्या अनेक घटना घडत असतात ज्यांच्या बाबतीत आपण कधी कधी अनभिज्ञ असतो. मी प्रत्येक कथेसाठी खूप सोपी आणि सरळ भाषा वापरली आहे. यातल्या काही कथा या अफाट लोकप्रिय सुद्धा आहेत..त्या कथेंच्या बाबतीतले अभिप्रायानेच मला हे सर्व लेख पुस्तकरूपाने आणावसे वाटले. अविरतता म्हणजे न थांबणे ..सतत करत राहणे... ह्या पुस्तकामार्फत जीवनरूपी संदेश जो या सगळ्या 60 वेगवेगळ्या कथांमधून दडलेला आहे तो, तुम्हा सगळ्यांपर्यंत पोहचावा आणि माझा हा छोटासा प्रयत्न तुम्हाला अविरत आनंद देऊन जावा ह्याच माझ्या सदिच्छा!

आपलाच,

अमित सुनीला सुरेश मेढेकर

ऋणनिर्देश, पावती

मी त्या प्रत्येक माणसाचे आभार मानतो ज्याने मला लिहण्याची प्रेरणा दिली. माझे खूप जवळचे लोक जे मला सतत सांगत होते कि माझे पुस्तक लिहिणे हे त्यांच्यासाठी खूप आनंदमय आहे ज्यांनी मला कळत नकळत आधार दिला. माझी बायको सौ. निधी आणि माझी मुलगी चि. पविश्ना ह्यांचे खास करून आभार ज्यांच्यामुळे मी हे पुस्तक निर्माण करू शकलो.

1

मनसोक्त:-

मालतीबाईंनी दिव्याची वात पेटवली. दिव्यात घालायला काही विशेष तेल नव्हते. खरतंर कशासाठीच काही नव्हते. एक नजर त्यांनी पलंगावर झोपलेल्या मोहनरावांकडे टाकली..त्यांच्याकडे पाहून त्यांनाच वाईट वाटले. काय हे आयुष्य! सरकारी कंपनीमधून रिटायर्ड झालेला आपला नवरा आता अंथरुणावर खिळून आहे. आताशी त्यांना काहीच समजत नाही. किंवा समजत असेल पण त्यांना हे समजून घ्यायचे नाही. डॉक्टरांनी काहीतरी आजार आहे असे लेबल लावून दिले आहे त्यांच्या मागे.

कधीतरी माझ्याकडे नजर लावून बघतात. काय बघत असतात त्यांनाच माहिती? काय उरले आहे नक्की त्यांच्या आयुष्यात?

एकुलता एक मुलगा होता, वाईट संगतीला लागून कुठेतरी निघून गेला. कुठेतरी आपल्याच संस्कारात कमी राहिले असा विचार करत त्यांच्या डोळ्यातून पाणी चटकन खालती ओघळले.

पदराने डोळे टिपून मालतीबाईंनी त्या तसबिरी मधील गणपती समोर हात जोडले आणि त्याला रोजच्या प्रमाणे प्रार्थना केली. "तुला वाटत असेल तर जिवंत ठेव नाहीतर एकदाचे घेऊन जा आम्हाला. फक्त एकाला नको दोघांनाही ने. दररोज जेवणाचा नैवेद्य दाखवते ते उगाच का? तुला त्या जेवणाची शप्पथ आहे" क्षणभर तसबिरीमधील बाप्पाकडे रागाने पाहत त्या उठल्या.

मालतीबाई निस्सीम गणपती भक्त. विनायकी आणि संकष्टी कधी चुकल्या नाहीत. कसबा गणपतीला जाऊन जास्वंदाचा आणि दुर्वेचा हार कायम स्वतःच्या हाताने केलेला वाहणार. देवासमोर बसून सगळी स्तोत्रे म्हणणार.

घरातल्या घरी अभिषेक करणार आणि प्रेमाने केलेला स्वयंपाकाचा नेवैद्य बाप्पाला दाखवून मग उपवास सोडणार.

पण माधव घर सोडून गेल्यापासून त्या आतल्या आत खचल्या होत्या...

आता कसबा गणपतीला जाणे नाही व्हायचे तरी जे जमेल ते घरात करायच्या.

घरात असणाऱ्या एकुलत्या एक विजेच्या दिव्याला त्यांनी चालू केले. खोलीतला अंधार गुपचूप पळून गेला आणि तिथे पांढऱ्या प्रकाशाचे साम्राज्य पसरले.

आता भाकरी आणि पिठले करायला घेतले पाहिजे या विचाराने त्यांनी स्वयंपाक घराकडे मोर्चा वळवला.

स्वयंपाक घर म्हणायला. दरवाज्यापाशी सुरू झालेली खोली पुढे स्वयंपाकघरापाशी संपत होती. बाजूला न्हाणीघर आणि मागच्या व्हरांड्याला जोडणाऱ्या जागेत छोटेसे शौचालय. तिथपर्यंत कसेतरी मोहनराव चालायचे म्हणून भागत होते नाहीतर त्यांना एकटीला सगळे कितपत जमले असते कुणास ठाऊक. येणाऱ्या तुटपुंज्या पेन्शन वर ते घर चालू होते.

त्यांनी भाकरीचे पीठ परातीत घेतले तेवढ्यात बाहेरून आवाज आला,

"मालती मावशी, येऊ का?"

तेव्हढ्याश्या दिव्यात त्यांना कळले नाही की बाहेर कोण आहे. गुडघ्यांवर हात ठेवत हळूहळू चालत त्या दारवाज्यापाशी आल्या.

बाहेर एक गोरापान तरणाबांड मुलगा, खांद्याला एक बॅग घेऊन हसत उभा होता.

"ओळखले नाही का मावशी?"

मालतीबाईंनी खरंच ओळखले नव्हते. त्या नुसत्याच उभ्या राहिल्या.

"अहो मावशी, मी अथर्व. तुमच्या कोकणातील घरासमोर असायचो...काही आठवले का?"

मालतीबाईना काही आठवेना. पण तो एवढे म्हणतो आहे तर असावे हा विचार करून त्या म्हणाल्या, "ये ना रे, ये!"

तो आत आला आणि एकदम मोहनरावांनी डोळे उघडले...

"अहो, अथर्व आला आहे...आपल्या कोकणातील घरासमोर राहायचा...आठवतेय का?"

त्यांनी एक क्षणभर त्याच्याकडे पाहिले पण काहीच बोलले नाही.

" पुण्यात आलो होतो..तुम्ही काही गावी येत नाही. तुमचा पत्ता मिळाला आणि म्हणले भेटून घ्यावे तुम्हाला."

"बरे केलेस हो, नाहीतर आम्हाला भेटायला कोण येते आजकाल? आमचा माधव गेल्यापासून आम्ही दोघे म्हातारे एकटेच..त्यात यांना घराबाहेर जाता येत नाही आणि मी फारशी कुठे जात नाही. 1 तारखेला पेंशन घ्यायला जायचे तेवढे. बाकी दूधवाला, भाजीवाला, किराणा सगळे घरीच येऊन देतात. खालती राहणारा छोटू, माझे लाईट बिल भरून देतो. आता मी कुठे जात नाही... ना बाहेर, ना कोकणात..आता आम्ही इथेच...शेवटपर्यंत. मनातला हुंदका दाबत त्या म्हणाल्या.

अथर्व ने काही न बोलता फक्त त्यांच्याकडे पाहिले.

थोड्या वेळाने मालतीबाई शांत झाल्यावर त्यांनी विचारले, "अथर्व पिठलं भाकरी चालेल ना रे तुला?"

त्याने हसून मान डोलावली.

त्यांनी भाकरी चे पीठ मळायला घेतले. चूल पेटवली आणि दुसऱ्या डब्यातून डाळीचे पीठ काढले.

"मावशी, तुम्ही कोकणातील घरी आता येणार नाही का परत?"

"आता काय करू येऊन? ज्याच्यासाठी जागा घेतली तोच आम्हाला सोडून गेला. आता तिथे जाऊन काय करायचे? आमचे कोणी सुद्धा तिथे नाही"

"पण तिथे बाकीचे लोक आहेत की. पुणे सोडून या तिकडे. गावाची हवा घेतली की तुम्हा दोघांनाही बरे वाटेल"

"एकदा केला होता विचार, पण तिथे हॉस्पिटले नाहीत. रात्री बेरात्री यांना काही लागले तर कुठे धावपळ करायची? त्यामुळे इथेच पुण्यात बरं आम्हाला. इथला मालक महिन्याला फक्त 200 रुपये घेतो आमच्याकडून जागेचे. आता यांना 9000 पेन्शन आहे. यात सगळे आम्ही भागवतो. जे उरेल ते आम्हाला औषध पाण्याला लागेल म्हणून मी जपते"

"पण तुम्ही सोने विकून ती कोकणातील जागा घेतली होती ना?"

त्याचे हे बोलणे ऐकून त्यांनी चेहरा तिकडे घेऊन आपले डोळे लपवले.

"मावशी...?"

"काही नाही रे, कधीतरी हे डोळे चुलीच्या धुराला सहन करू शकत नाहीत ना...आता वय झाले...साठीला पोचले की मी." त्या हसत म्हणाल्या.

तो ही हसला...

दोन क्षण गेल्यानंतर त्या म्हणाल्या, "सगळ्या गावाला माहिती आहे हे. पुण्यात घर घेता येणार नाही म्हणून ह्यांच्या ओळखीने एक जागा कोकणात मिळाली. हे रिटायर्ड झाल्यावर आम्ही नवरा बायको तिकडे जाऊन राहणार होतो, आंब्याची शेती करणार होतो. जेवढे सोने होते तेवढे मोडून घर घेतले. मोठी जागा मागे..वाडीच बनवायची होती तिथे....

आम्ही दर सुट्टीत तिथे जाऊन राहायचो.

चांगले 2 महिने तिथे असायचो. हे कुठून कुठून आंब्याची रोपे घेऊन यायचे आणि मी त्यांची काळजी घ्यायचे... खूप स्वप्ने पाहिली होती त्या झाडांबरोबर....पण आमची सगळी स्वप्ने माधव घेऊन गेला...आता 3 वर्षे झाली त्याला जाऊन ...तो येणार नाही परत हे आता मी मान्य केले आहे"

"हे म्हणाले होते की, मालते तुझे सोने आत्ता घेतोय पण आपण गावी जाऊन एवढे आंबे पिकवू की तुला सोन्याने मढवेन बघ. कसले काय आणि कुठले काय? जे राहिले ते राहिलेच"

बोलता बोलता पिठले भाकरी तयार झाले. मालतीबाईंनी त्यातला एक भाग फोटोतल्या गणपतीसाठी काढून ठेवला. दुसरा भाग नवऱ्याच्या ताटात दिला आणि बाकीचे अथर्वला दिले.

ताटात पिठले भाकरी, लाल ठेचा आणि हिरवी मिरची असे पाहून अथर्व खुश झाला. बराच भुकेलेला दिसत होता तो. जेवणावर मनसोक्त ताव मारत होता. त्याची जेवणाची

पद्धत पाहून क्षणभर मालतीबाईना हसू आले पण मग आपले जेवण कोणीतरी मनापासून खात आहे हे पाहून त्यांनी पण भरभर भाकऱ्या केल्या.

"सकाळचा थोडा भात आहे घेणार का?" त्यांनी विचारले.

याने लगोलग मान डोलावली.

त्यांनी भाताला तव्यावर गरम केले आणि पिठल्या सोबत दिले.

मनसोक्त जेवल्यावर तृप्तीचा ढेकर देऊन

"अन्नदाता सुखी भव" असे म्हणत तो उठला.

मोरीत जाऊन तांब्याने हात धुवून तो परत त्यांच्या समोर येऊन बसला.

"खूप दिवसांनी एवढे मनसोक्त जेवलो मावशी. हाताला खूप गोडवा आहे तुमच्या"

त्याच्या बोलण्याने त्या प्रसन्न हसल्या. खूप दिवसांनी त्यांना सुद्धा अतीव समाधान वाटत होते.

"मावशी मुख्य काम सांगायचं राहूनच गेले."

"काय रे?" त्यांनी प्रश्नार्थक नजरेने विचारले.

"तुमच्या कोकणाच्या जागेमधून गावातील पाईपलाईन टाकण्याचे काम सुरू होते तेव्हा तिथे खोदकाम करत असताना एक मोठी पेटी सापडली. उघडल्यावर त्यात खूप सारे सोने सापडले. सरकारने ते त्यांच्या जवळ ठेवले पण तुमच्या जागेत सापडले म्हणून त्याचे 10 टक्के बक्षीस म्हणून तुम्हाला पैसे पाठवले आहे बघ."

असे म्हणून त्याने त्याच्या बॅगेतून एक पुडके बाहेर काढले आणि त्यांच्या हातात दिले.

मालतीबाईंनी ते पुडके घेतले आणि बघितले तर आत खूप साऱ्या नोटा होत्या. एवढ्या नोटा त्यांनी कधीच पाहिल्या नव्हत्या.

त्या निःशब्दपणे त्या नोटांकडे आणि त्याच्याकडे बघत होत्या.

"एवढे पैसे???"

""मावशी तुमचेच आहेत ते. यातून तुमचे सोने पण तुम्हाला आणता येईल आणि काकांचे योग्य उपचार पण करता येतील"

"पण मी काय करू एवढे पैसे घेऊन?"

"मावशी, तुम्हीच देवाला म्हणायच्या ना, तुला वाटत असेल तर जिवंत ठेव, मग बघा त्याने म्हणूनच हे पैसे पाठवले असतील"

"अरे पण..."

""बघा त्या देवाचीच ईच्छा असेल तुम्ही अजून जगावे. छान राहावे. गावी जाऊन शेती करावी. रिटायर्ड जीवन उत्तम जगावे."

"पण त्याने खरंच माझे ऐकले असेल..?"

"म्हणून तर तुम्हाला आत्ता हे पैसे मिळाले ना? जर तुमचा मुलगा असताना मिळाले असते तर त्याने ते सुद्धा वाया घालवले असते"

"पण हे पैसे देण्यापेक्षा त्याने आम्हा दोघांना नेले असते तर बरे नसते झाले का?"

"असे का म्हणते मावशी? अगं आपली कर्मे केल्याशिवाय, आपले भोग भोगल्याशिवाय तो नेतो का कुणाला? मग आता तूम्ही दोघे सुखाचे दिवस भोगा आता"

त्याचे हे बोलणे ऐकून मालतीबाई स्फुंदून स्फुंदून रडायला लागल्या. बऱ्याच वेळ त्या रडत होत्या शेवटी डोळे पुसून त्या मोहनरावांकडे गेल्या.

"अहो ऐकले का? आपल्या शेतात खजिना सापडला आहे. त्याचे पैसे घेऊन अथर्व आला आहे. आता आपण कोकणात जाऊ. परत शेती करु. तुम्हाला मी बरे करेन. तिथली माती, तिथली हवा सगळे तुम्हाला बरे करेल. आपण उद्याच जाऊयात. हा अथर्व घेऊन जाईल आपल्याला. चालेल ना रे अथर्व?"

त्यांनी त्याच्याकडे पाहिले तर तिथे कोणीच नव्हते. त्या इकडे तिकडे बघायला लागल्या तर आजूबाजूला कुठेच तो दिसेना. त्यांनी दारात पाहिले, जिन्यात पाहिले कुठेही तो नव्हता.

खालती छोटूला हाका मारून त्यांनी विचारले की त्याने एका मुलाला पाहिले का?

त्याने नाही म्हणले तेव्हा त्या एकदम दचकल्या.

आत जाऊन त्यांनी पाहिले तर नोटांचे पुडके तसेच होते सही सलामत. पण अथर्वचा पत्ता नव्हता.

तेवढयात त्यांना आठवले,

"मावशी, मी अथर्व. तुमच्या कोकणातील घरासमोर असायचो...!"आणि कोकणातील त्यांच्या घरासमोर तर कुठलेच घर नव्हते.

त्यांच्या भक्तीमुळे त्यांनी घरासमोर एक छोटेसे गणपतीचे मंदिर घरासमोर अंगणात बांधले होते जिथं त्या रोज नेमाने पूजा आणि अथर्वशीर्ष आवर्तन करायच्या.

"घरासमोर मंदिर..अथर्व...गणपतीचे नाव!"

मालतीबाईंच्या डोक्यात लख्ख प्रकाश पडला. त्या धावत गणपतीच्या तसबिरी समोर गेल्या. तिथल्या तसबिरीत त्यांना त्यांचा घरातील गणपती त्यांनी स्वतः केलेल्या नैवद्याने तृप्त दिसत होता.

कोकणातील त्यांचा गणपतीरुपी अथर्व आज त्यांच्या हाकेला धावून आला होता हे सांगायला की,

" अजून जिवंत राहायचे आहे तुम्हाला, 'मनसोक्त' आयुष्य जगायला!"

2

मागणी:-

"आई आपण TV घ्यायचा का?"

"नाही रे...."

"का ग आई....?

"त्याची गरज नाही आपल्याला...."

"गरज नाही का आपल्या कडे पैसे नाहीत?"

आई ने काही न बोलता त्याच्याकडे पाहिले मग हसून म्हणाली, "आपल्याला गरज असेल ना, चिनू तेव्हा आपण नक्की घेऊयात"

"मला आत्ता गरज आहे आई"

"असे तुला वाटते चिनू...आपल्याला आत्ता TV ची गरज नाही आहे..."

"आई, शाळेतल्या प्रत्येकाकडे TV आहे..काही जणांकडे मोठा आहे 50 इंची, काहींकडे तर कॉम्प्युटर वाला TV आहे आणि त्यांनी त्यावर शाळेत लागणारे कवितांचे आणि गोष्टींचे अनेक चॅनेल्स सुद्धा लावले आहेत..तो TV बोलतो सुद्धा त्यांच्याशी....रोहन सांगत होता तो TV ला ऑर्डर पण देऊ शकतो आणि त्यानुसार TV वागतो सुद्धा...."

आई नवलाईने त्याचे बोलणे ऐकत होती...

त्याला काय उत्तर द्यावे हा प्रश्न त्या माऊली ला पडला पण आपल्या नवऱ्याचा सन्मान काही झाले तरी सांभाळणाऱ्या त्या पतिव्रतेने एक ही शब्द त्यांच्या परिस्थिती बद्दल नाही काढला...

हसून आपल्या मुलाच्या प्रश्नाचे उत्तर देत म्हणाली, "आपण पण तुला एक छान TV घेऊ..."

"कधी ग आई..." चिनू चा भाबडा प्रश्न आईच्या कानावर येऊन धडकला आणि त्या माउलीने तिच्याच नकळत उत्तर दिले, "लवकरच"

मुंबईच्या कांदिवली भागातील एका छोट्या चाळीत एकाच रूम मध्ये चिनू आपल्या आई वडिलांबरोबर राहायचा..मुंबईत 2 मुले सांभाळणे परवरडणारे नाही हा विचार करून त्या

दोघांनी 'चिनू' चा जन्म झाल्यावर आपल्याला 'एकच मुलगा बास' या गोष्टीवर ठाम राहून दुसऱ्या मुलाचा विचार केला नव्हता...नवरा बायकोचे 'मुच्युअल अंडरस्टँडींग' जबरदस्त.. रोजी 600 रुपयांच्या बोलीवर बोरिवली मधील एका दुकानात त्यांना कपडे दाखवायचे काम मिळाले होते...सुट्टी कधीच नसायची...सुट्टी घेतली की पैसे गेले या हिशोबाने 'रवी भाऊ' कधीच सुट्टी घ्यायचे नाहीत..मुंबईतील खोली, किराणा, गॅस, भाजी, दूध, लाईट बिल असे करत 2-3 हजार शिल्लक राहायचे.

त्यात पैसे वाचावेत म्हणून ते कांदिवली ते बोरिवली चालत जायचे...सकाळी 9.30 ला बाहेर पडलेले ते रात्री 9.30 ला परत यायचे. घरून डबा घेऊन निघायचा आणि रात्री घरी आल्यावर जेवण. एकही पैसा बाहेर खर्च करायचा नाही. जर कधी बाहेरून चिनू साठी आणायचे असे वाटले तर एखादी 'भेळ' किंवा 'दाबेली'पार्सल आणायची...फक्त चिनूसाठीच....असे बाबांनी काही आणले की चिनू खुश असायचा...तो आवडीने खात असताना ते जोडपे मन भरून पहायचे....पण एकदाही ते दोघे त्यातले काही घ्यायचे नाहीत...आपला मुलगा जीव लावून खात आहे या विचाराने ते दोघे तृप्त व्हायचे...त्या दोघांनी परिस्थिती साठी एकमेकांना नावे ठेवली नाहीत..एकमेकांच्या सहवासात ते सुखी होते...

रवी भाऊ अधून मधून त्यांच्या बायकोला म्हणायचे, "राधा, एवढ्या गरीब माणसाशी लग्न करून काय मिळाले ग तुला?"

"तीन गोष्टी..."

"कुठल्या"

"सुख, समाधान आणि आपला चिनू"

तिचे हे बोलणे ऐकले की रवी भाऊंच्या डोळ्यात पाणी तरळायचे. आपल्याला एवढी समंजस बायको दिल्याबद्दल ते देवाचे आभार मानायचे...

मूळची कोकणातील एका छोट्या गावातून आलेली राधा, मुंबईत आल्यावर पहिल्यांदा घाबरली. मोठा रस्ता, मोठी वाहने आणि त्यावर अति मोठी गर्दी याचा धसका राधा ने घेतला होता..तिच्या गावात तासाभरात 3 ते 4 वाहने जायची...एखादी ST 6 तासाने गावातून जायची...अशी ती मुंबापुरी ला घाबरणार हे नक्कीच होते.

रवी भाऊंनी तिला घरबसल्या काही लघुउद्योग करणार का असे विचारले होते...तिने घरच्या घरी पापड लाटायला सुरुवात पण केली होती, पण लग्नानंतर काही महिन्यातच तिला दिवस गेले...तिला गरोदरपणात तेवढे काम व्हायचे नाही, जेवढे जमायचे तेवढे ती करायची....पण चिनू च्या जन्मा नंतर मात्र तिचे पूर्ण लक्ष त्याच्याकडेच असायचे.

रवी भाऊंनी सुद्धा तिला काम कर असा आग्रह कधी नाही केला, त्यांच्या दृष्टीने ती चिनू कडे लक्ष देत होती हेच सगळ्यात महत्वाचे काम होते...!

ती घरात चिनूचे सगळे करायची...त्याच्या बरोबर खेळणे, त्याला भरवणे, त्याच्या बरोबर लहान होणे...त्याला घरच्या घरी मराठी शिकवायची सुद्धा...

त्या दोघा नवरा बायकोचा एक अलिखित नियम होता की आपल्या चिनू ला कधी ओरडायचे किंवा मारायचे नाही...

आपलाच मुलगा आहे तो त्यामुळे त्याला समजावून सांगितलं की तो समजतो...आणि या गोष्टीमुळे त्या घरात शांतता नांदत होती...

आता चिनू 6 वर्षांचा झाला होता. बऱ्याच खटाटोपी नंतर त्याला कॉर्पोरेशन च्या शाळेतील जी अगदी निव्वळ फी होती ती पण माफ झाली होती..शाळेत अनेक प्रकारची मुले होती आणि त्यातील काही मुलांच्या वडिलांकडे बऱ्यापैकी पैसा सुध्दा होता. त्यातल्या एका मुलाने घरी TV वर तो काय काय लावतो हे रंगवून सांगितले होते आणि ते रंगवून सांगणे आज चिनू ला आपल्या घरात TV का नाही या विचारापर्यंत येऊन थांबवले होते.

रात्री 9.30 ला रविभाऊ आल्यावर चिनू ने डायरेक्ट विचारले, "बाबा, आपण TV घ्यायचा का?"

रविभाऊंनी क्षणभर त्याच्याकडे आणि नंतर राधाकडे पाहिले आणि "बघू पुढे " असे उत्तर देऊन ते हात पाय धुवायला गेले.

त्या दिवशीची जेवणे खूप शांततेत पार पाडली.. कोणी काही न बोलता झोपायला गेले...

चिनू आईच्या जवळ झोपायचा प्रयत्न करत होता पण त्याला झोप येत नव्हती. रविभाऊची पण चुळबूळ चालू होती आणि हे दोन्ही जाणणारी राधा दोन्ही बाजूची अस्वस्थता सांभाळण्याचा प्रयत्न करत होती.

दुसऱ्या दिवशी रविभाऊ 9 वाजताच घरून निघाले. आज आपला नवरा लवकर निघाला हे पाहून राधा चकित होती पण काही असेल तर कळेल या विश्वासाने तिने त्यांना काही विचारले नाही..

कांदिवली वरून बोरिवली ला जाताना S.V.रोड वर विजय सेल्स चे एक मोठे दुकान रविभाऊंना लागायचे... आज त्या दुकानात जाऊन मग पुढे कामाला जावे हा विचार करून ते लवकर निघालेले.

विजय सेल्स च्या आलिशान शोरूम मध्ये पाय ठेवल्यावर त्यांना इतके TV दिसले की ते भंजाळले. तिथल्या सेल्स पर्सन ने त्यांना एकसे बढकर एक TV दाखवले. शेवटी त्यांना कळले की कमीतकमी 15000 रुपये लागतील TV घ्यायला आणि आणि नंतर केबल लावली तर कमीतकमी 300-400 रुपये महिना लागेल.

सगळी माहिती घेऊन ते शोरूम च्या बाहेर पडले.

15000 रुपये EMI वर पण देता येतील हे पण त्यांना कळले होते पण तरी महिना 3000 च्या आसपास खर्च वाढणार होता.

आज दुकानात राविभाऊंचे लक्ष नव्हते. साहेबांनी 2 ते 3 दा हटकले सुद्धा पण आजचा दिवस मनातल्या सगळ्या कॅलक्युलेशन मध्ये गेला होता. रात्री चालत येत असताना परत त्यांचे लक्ष शोरूम कडे गेले. सकाळचा सेल्समन घरी जाण्यासाठी बाहेर उभा होता. रविभाऊंना पाहून त्याने हात दाखवत उद्या TV घ्यायला नक्की या असे सांगितले. त्याच्या

बोलण्यावर नुसतीच मान डोलवत ते तिथून निघाले.

घरी येऊन त्यांना दिसले की चिनू आज लवकर झोपला आहे...ते पाहून त्यांनी विषय काढला, "राधा, 3000 रुपये महिना भरून आपण TV घेऊ शकतो"

"अहो, काहीच आवश्यकता नाही आत्ता एवढे पैसे खर्च करायची...पुढे बघू आपण...आत्ता तर चिनू फक्त 6 वर्षाचा आहे...थोडे नंतर आपण घेऊ शकतो."

"अगं पण...."

"समजून घेईल तो...खूप गुणी आहे आपला बाळ"

काहीच न बोलता ते दोघे गुपचूप जेवायला लागले.

जेवण झाल्यावर रविभाऊंनी राधाचा हात पकडला आणि तिला जवळ बसवले, "कधी कधी असे वाटते राधा, तुझ्या बरोबर लग्न करून मी तुला कसे आयुष्य दिले?"

"सुखी आणि समाधानाचे" ती हसत म्हणाली.

तिच्या या बोलण्याने त्यांच्या पोटात तुटले पण काहीच न बोलता ते तसेच बसून राहिले. राधा मूकपणे त्यांच्या हातावर थोपटत राहिली.

सकाळी चिनू शाळेत गेला. आज त्याला थोडी कणकण वाटत होती. पण आईला हे न सांगता तो आवरून शाळेत गेला होता. त्याचे आज लक्ष शाळेतल्या शिक्षकांकडे नव्हते. तो आज सारखा त्या मुलाकडे बघत होता ज्याने स्वतःच्या घरच्या TV बद्दल खूप रंगवून गोष्टी सांगितल्या होत्या. याच्या घरचा TV कसा दिसत असेल हा विचार त्याच्या मनात सारखा येत होता. आज त्याच्या मनातील विचार थांबत नव्हते. तेवढ्यात शाळेत काहीतरी लगबग झाली....मुख्याध्यापक वर्गात आले.. त्यांच्या बरोबर काही लोक होते...मुख्याध्यापक त्यांना सांगत होते हा आमचा पहिलीचा वर्ग. तुम्हाला यातले कोणी योग्य वाटते आहे का बघा...ते लोक सगळीकडे पाहात असताना त्याची नजर चिनू वर पडली... चिनू कशातच नव्हता तो फक्त शून्यात नजर लावून बसला होता.

"तो मुलगा" बरोबरचे ते साहेब म्हणाले.

मुख्याध्यापक म्हणाले, " त्याचे नाव 'चिन्मय' सगळे जण लाडाने त्याला चिनू म्हणतात. चिनू ये बाळा"

"आपल्याला मुख्याध्यापक बोलावत आहेत हे त्याला कळायला 2 क्षण लागले. शेजारच्या मुलाने सांगितल्यावर तो पुढे गेला.

"आम्हाला अगदी असाच मुलगा हवा आहे"

त्यांच्या बोलण्यावर मुख्याध्यापक आनंदित झाले.

"बरं का चिनू, हे साहेब खूप मोठे दिग्दर्शक आहेत. मोठ्या सिरियल्स काढतात. TV वर यांच्या खुप प्रसिद्ध मालिका सुरू आहेत. त्यांनी त्यांच्या नवीन सिरीयल म्हणजे मालिकेसाठी आपली शाळा आणि तूझी निवड केली आहे...आता तू काही दिवसांनी TV वर दिसशील"

सरांचे बोलणे ऐकून चिनू चे डोळे पहिल्यांदा लकाकले आणि नंतर विझले..दिग्दर्शक साहेब त्याचे हावभावाचे बारीक निरीक्षण करत होते.

"करायला आवडेल का तुला काम?"

तो काहीच बोलला नाही. त्यांनी परत विचारल्यावर त्याने हलकेच मान डोलावली.

दिग्दर्शक साहेब खूप कामसू होते. त्यांना शाळेचे शूटिंग लवकर सुरू करायचे होते. त्यांनी त्याच दिवसापासून कामाला सुरुवात केली. शाळेच्या वेळेत पूर्णवेळ शूटिंग करायची त्यांची आयडिया होती. 'शूटिंग' म्हणल्यावर अख्खी शाळा ते पाहायला आली होती.

शाळेसाठी मध्यवर्ती भूमिका असलेला चिनू, त्याच्या जमेल त्या शब्दात जे त्याला सांगितले जायचे ते बोलायचा. त्याचे काही तोडके मोडके शब्द, काही बोबडे शब्द आणि त्याची देहबोली यावर दिग्दर्शक खुश होते...

संध्याकाळी चिनू घरी पोचला आणि त्याने शाळेत काय झाले ते सांगितले. त्याच्या आईला हे शूटिंग वगैरे काही माहिती नव्हते त्यांनी शाळेतील एखादा उपक्रम असे समजून 'नीट कर हो सगळे' असे चिनू ला सांगितले.

रात्री रविभाऊ आल्यावर, आपला चिनू शाळेतील काही उपक्रमात भाग घेत आहे असे राधा ने त्यांना सांगितले... यावर त्यां नीही संमती दर्शक मान डोलवत त्याला प्रोत्साहित केले.

दुसऱ्या दिवशीपासून चिनू चे शाळेतील काम सुरू झाले. घरून प्रोत्साहन मिळाल्याने चिनू मन लावून काम करत होता. त्याच्या कामाच्या पद्धतीवर दिग्दर्शक खुश झाले. 28 दिवसात संपणारे काम केवळ 14 दिवसांत पूर्ण झाले...चिनू चे काम पाहून मुख्याध्यापक सुद्धा आनंदित होते. शूटिंग मध्ये काय काय झाले हे चिनू आईला येऊन सांगायचा आणि ती भोळी भाबडी शाळेत गेले की असे वेगवेगळे उपक्रम असतात या समजुतीने त्याचे मन लावून ऐकायची.

शूटिंग चे पूर्ण स्केड्युल संपल्यावर बरोबर एक महिन्याने रविवारच्या दिवशी चिनूच्या घराचे दार सकाळी 7 वाजता वाजले. रवी भाऊंनी दार उघडले तर शाळेचे मुख्याध्यापक आणि बरोबर एक मोठे दिसणारे व्यक्ती होते.

यातल्या मुख्याध्यापकाना रविभाऊंनी ओळखले. ॲडमिशन च्या वेळेला यांना विनंती करून फी माफ करून घेतली होती.

"रवी भाऊ येऊ का?"

"या ना या...." त्यांनी आत यायला सांगितले आत मध्ये 2 माणसे बसायला सुद्धा जागा नव्हती पण झटकन एक चटई टाकत त्यांनी बसायला जागा केली. रविवार असल्याने चिनू झोपलेला होता...

"ओळख करून देतो, हे प्रसिद्ध दिग्दर्शक रघुरामन...बरेच शो आणि मालिका यांनी दिग्दर्शित केल्या आहेत"

रवी भाऊंनी त्यांना बघून हात जोडले..

"रवी भाऊ, तुमचा मुलगा सोना आहे सोना...असली सोना...काय काम करतो...अफलातून"

रवीभाऊंना त्याचे बोलणे काही कळले नाही...तेव्हा मुख्याध्यापकानी त्यांना सगळे समजावून सांगितले...

"त्याने फार मस्त काम केले आहे नवीन सिरीयल मध्ये"

आपल्या मुलाने सिरीज मध्ये काम केले हे पाहून रविभाऊंचा आनंद गगनात मावेना पण त्याबरोबरच त्यांना रडू कोसळले....

रडत रडतच ते म्हणाले, "माझ्या मुलाने एवढे मोठे मालिकेत काम केले आणि ते पाहायला आमच्याकडे साधा TV नाही हो" त्यांचे रडणे पाहून राधाला सुद्धा रडू आवरेना...

रघुरामन साहेब त्यांच्याजवळ जाऊन म्हणाले, "रवीभाऊ अजिबात रडू नका..तुमच्या मुलाला पहिल्यांदा भेटलो तेव्हा त्याच्या डोळ्यातील भाव मी वाचले...तेव्हा मला कळले की काहीतरी याला त्रास होतोय आणि 14 दिवसांत हे आम्ही शोधून काढले की याचा दुःख काय आहे....एवढ्या छोट्या मुलाला काय वाईट वाटतंय...आणि तेव्हाच आम्ही ठरवले, सिरीज चे काम बऱ्यापैकी झाले की काय करायचे ते...."

त्यांनी बाहेर मान वळवून मोठ्या आवाजात हाका मारली," या रे आत"

त्यांच्या आवाजाने 2 माणसे हातात मोठे खोके घेऊन आत शिरली. त्यावर 56" ईंचेस असे लिहिलेले होते... खोके ओपन करून त्यांनी आतला भला मोठा TV बाहेर काढला. त्या जागेच्या साईझने सगळीकडून पाहता येईल या हिशोबाने समोरच्या भिंतीला त्यांनी लावला...हे झाल्यावर अजून एक माणूस आत मध्ये आला त्याने वायर्स आणि छोट्या बॉक्स ला नीट लावून कनेक्शन लावले आणि रविभाऊंच्या हातात रिमोट दिला.

सगळे अप्रूप पणे पाहणारे रविभाऊ आणि राधा थक्क झाले होते. त्या खिळे ठोकण्याच्या आवाजाने उठलेला चिनू सगळ्यांकडे आळीपाळीने पाहत होता...

"आज आपल्या सिरीज चा प्रीमियर एपिसोड आहे, आणि उद्या पासून सिरीज सुरू...संध्याकाळी 7 वाजता, रिपीट टेलिकास्ट रात्री 11 आणि सकाळी 9 वाजता....चॅनेल नंबर सांग रे त्यांना..."

त्या माणसाने चॅनेल नंबर सांगितला आणि चिनुच्या हातात रिमोट देऊन त्यांनी TV सुरू केला.

जे हवे ते चॅनेल लावले तेव्हा त्याच वेळेला त्यांच्या नवीन सिरीयल ची जाहिरात त्या चॅनेल वर आली होती..आणि त्या जाहिरातीच्या प्रोमो मध्ये चिनू दिसला...एकदम आत्मविश्वासाने बोलणारा...कॅमेरा ला न घाबरणारा!

आपल्या चिनू ला एवढ्या मोठ्या TV वर पाहून त्या नवरा बायकोच्या डोळ्यात पाण्याच्या धारा लागल्या... रघुरामन साहेबांनी रविभाऊंच्या खांद्यावर हात ठेवला आणि सांगितले, "तुमच्या मुलाला आता TV वर नक्की बघा..."

असे म्हणत चिनूच्या कामाचा मोबदला म्हणून एक एन्वेलप सुद्धा त्यांनी राविभाऊंच्या हातात दिले.

आपल्या मुलाला TV आणून देता येईल का नाही अशी परिस्थिती असताना, त्यांनी बघितलेल्या पेक्षा मोठ्या TV मध्ये चिनूलाच पाहायची सुवर्णवेळ आज चिनू ने आणली होती.

अनेक पडणारे प्रश्न चिनू ने चुटकीसरशी सोडवले होते.

आता TV कधी घायचा अशी चिनूची कधी 'मागणी' येणार नव्हती आणि त्या नवरा बायकोची त्याला पुढे कधीतरी बघू म्हणण्याची वेळ!

3

समाधान:-

"अरे तुला काहीही दिले, तुझ्यासाठी काहीही केले तरी तू समाधानी नाहीस! मी तर वैतागले आहे आता, किती तुझ्या मागण्या पुऱ्या करायच्या? जे हवे ते मिळत गेले ना म्हणून तू आडमुठा आणि पांढरा हत्ती झाला आहेस!" डोक्याला हात लावून बसलेली दिक्षा आपल्या 16 वर्षाच्या मुलाला बोलत होती आणि तो मात्र पूर्णपणे दुर्लक्ष करत आपल्या मोबाईल मध्ये डोके खुपसून काहीतरी बघण्यात गर्क होता. तिने 3 वेळा त्याला नीरज नीरज करून हाका दिल्या पण त्याने एकदाही ओ दिली नाही. तशी चिडून उठलेल्या तिने धाडकन त्याचा मोबाईल हिसकवला आणि तो सोफ्यावर फेकला. पण तिचा अंदाज चुकला आणि तो जमिनीवर पडला. एकच 'खचक' असा आवाज झाला आणि मोबाईल फुटला.

आता मात्र नीरज जळजळीत नजरेने आईकडे बघत होता, जणू आता हिला खाऊ की गिळू! त्याचा हा अविर्भाव बघून दिक्षा शॉक झाली,आणि ती काही बोलणार तेवढ्यात त्याने तिला जोरात धक्का दिला आणि धाडकीने दरवाजा लावून त्याच्या रूम मध्ये गेला.

त्याच्या धक्क्याने ती जोरात जाऊन आपटली. शरीराला दिलेल्या धक्क्यांपेक्षा दिक्षा च्या मनाला जबरदस्त धक्का बसला आणि कसाबसा तोल सांभाळत तिने सोफ्याच्या कडेला पकडले आणि शुद्ध गेल्यासारखी कितीतरी वेळ बाजूच्या खुर्चीवर बसून होती.

किती वेळ गेले तिला कळले नाही पण बाहेर अंधारून आले आणि दाराची बेल वाजली तेव्हा कुठेतरी तिला जाणीव झाली की आपण बराच वेळ एकाच जागी आहोत.हळूच ती उठली पण चालायचे सुद्धा त्राण तिला जाणवत नव्हते, बाहेर तिची स्वयंपाक करायला येणारी नीला उभी होती.

दिक्षा ला असे बागून नीला दचकली,पटकन घरात आली पायावर पाणी घेतले आणि धावतच दीक्षा ला हाताला धरून सोफ्यावर बसवले आणि पाणी दिले.खाली मोबाईल चा झालेला चुरा पाहून काहीतरी झाले याची जाणीव झालेली ती किचन मध्ये गेली आणि 5 मिनिटात हातात कॉफीचा मग घेऊन आली.

नाही नाही म्हणत असताना तिने दीक्षाला कॉफी प्यायला लावली.

कॉफी पोटात गेल्यावर तिला जर बरे वाटले. आता भानावर येऊन तिने नीला कडे पाहिले आणि तीच्या डोळयातून घळाघळा अश्रू यायला लागले.

नीला ही जणू घराचा एक भाग होती,गेली 10 वर्षे ती या घरात येत होती. दिक्षा चा नवरा असून नसून एक सारखा होता. महिन्यातून एक वेळा शहरात येत असे, हवा तितका पैसा मुलावर उधळून नको तेवढे लाड करून निघून जाई. म्हणायला मोठ्या हुद्द्यावर होता कुठल्या तरी दुसऱ्या शहरात.

यांना दुसरीकडे न्यायचे नाही हे पक्के ठरवलेले, दिक्षा चे आणि त्याचे जणू पूर्ण बंध तुटलेले. मुलाचा बाप म्हणून ती त्याला घरात घेई त्या पलीकडे त्याचे हे असले वागणे तिला अजिबात पसंत नव्हते आणि या सगळ्याची कल्पना नीला ला होती. नीला आणि ती एक वेगळ्या बंधामध्ये बांधल्या गेल्या होत्या, एकटी असलेली नीला बरेचदा इथेच राहत असे.

"ताई, बरी नाहीस हे दिसतंय! काय झालं आहे आणि नीरज कुठे आहे?"

रडून शांत झालेली दिक्षा आता कुठे थोडी नॉर्मल येत म्हणाली, "निलू, आजवर मी सगळे सहन केले ग,पण साध्या मोबाईल च्या कारणावरून माझ्याच मुलाने मला धक्का मारून पाडले हे कसे सहन करू? त्याला रागात माझ्यावर हात उचलता नाही आला पण तसेच काहीसे त्याने केलेच ना?"

नीला शॉक झाली,पण स्वतःला सांभाळत तिने दिक्षा च्या खांद्यावर हात ठेवला आणि शांत हो असे खुणावले. दिक्षा ने तिला काय झाले हे सविस्तर सांगितले.

तिने बाजूला होऊन घरातले दिवे लावले आणि नीरज च्या रूममध्ये डोकावले तर तो रुबाबात गाणी ऐकत होता.

" नीरज, तू असे कसे वागू शकतोस? जा आईला सॉरी म्हण, ती दुखावली आहे."

" तू कोण मला सांगणारी? तिचं चुकलं आहे. तिने माझा फोन फोडला, ती सॉरी म्हणेल. आताच्या आता मला तसाच मोबाईल हवा तरच मी तिच्याशी बोलेल नाही तर मला नाही गरज कशाची! तू एक मेड आहेस तशीच वाग.

जा, मला लगेच पास्ता करून आण. "

त्याचा हा अविर्भाव निशा बघतच राहिली! त्याचे हावभाव,शब्दोच्चार, त्याचा अटीट्युड भयंकर मग्रूर वाटत होता. तो ऐकायला तयार नव्हताच पण त्याला कशाचीच जाणीव नाही हे नीट कळत होते.

नीला आता मनातून फार खवळली, "ताई, चला आपण आज बाहेर जेवायला जातो आहेत आणि हो मी तुम्हाला नेते आहे आज."

का आणि कशाला या प्रश्नचिन्हात दिक्षा बघत होती पण तेवढ्या वेळात नीलाने तिच्यासाठी वॉर्डरोबमधून ड्रेस काढून आणला हाताला धरून वॉश रूम कडे नेले.

तिला फ्रेश व्हायला सांगून तिने घरातील काही गोष्टी आवरून ठेवल्या. मुद्दामून नीरज साठी काहीही न करता ती दीक्षा बरोबर बाहेर पडली.

"नीला, अगं नीरज काय खाईल? त्याच्यासाठी तर तू पास्ता केला नाहीस"

"मुद्दामून नाही केला आहे. त्याला कळले पाहिजे"

"अगं पण, ..."

"ताई, तू एक आईच्या भावनेतून विचार करत आहेस पण आता पण आता संस्काराचा दृष्टीकोन बघितला पाहिजे"

"म्हणजे मी कमी पडले का ग?"

"अगं, कमी नाही जास्त पडली आहेस, म्हणून असे होत आहे"

दीक्षा काही न बोलता तिच्या बरोबर चालत राहिली. नीला ने रिक्षा केली आणि नव्यानेच सुरू झालेल्या एका रेस्टॉरंट मध्ये त्या आल्या.

टेबलावर बसल्यावर तिने मेनुकार्ड दीक्षा कडे गेले पण दीक्षा कसल्याच मूड मध्ये नव्हती.

शेवटी तिने एक पनीर टिक्का मसाला, दाल, 4 कडक रोटी, ग्रीन सॅलड, व्हेज बिर्याणी अशी ऑर्डर देऊन टाकली.

"हे तू एवढे का मागवत आहेस नीला?"

"आपल्याला खाण्यासाठी"

"एवढे...?"

"आज तू खायचे आहे ताई, तुझ्यासाठी"

"पण माझा मुलगा उपाशी आहे ग"

"काही उपाशी नाही राहत तो. घरात फ्रुटस आहेत. मॅगीची 4 पॅकेट्स आहेत. सोया स्टिक्स आणि भुजिया शेव आहे. लागले तर चुरमुरे आणि फरसाण आहे. तू जेव छानपैकी"

दीक्षा काहीच बोलली नाही. जेवण समोर आले.

नीला ने पुढाकार घेऊन तिला आणले होते त्यामुळे ती जेवायला लागली.

नीला काही वेगवेगळ्या विषयांवर बोलायला सुरुवात केली आणि दीक्षा त्यात इंटरेस्ट आहे असे दाखवत होती.

"ताई लहानपणी तुझ्या घरी बाग होती का ग?"

"हो होती, आणि मी झाडांची खूप काळजी घायची, मला खूप आवड आहे."

"अच्छा मग तर एखादे झाड वेडेवाकडे फांद्या येत असतील तर काय करतात ग?"

"अगं अश्या वेळी जे कोवळे देठ येतात ना त्याला आधीच खुडायचे म्हणजे ते झाड पुढे वाढताना सरळ व्यवस्थित वाढते."

"हो का? बरं" इतके बोलून नीला शांतपणे जेवू लागली.

काही मिनिटे शांत गेली, आणि ही असे का बोलली हा विचार करताना तिची ट्यूब पेटली, तिने सहेतुक निला कडे पाहिले आणि हसली.

जेवण करून छान फेरी मारून आईस्क्रीम खात खात त्या हसत घरी आल्या. त्यांना तसे हसत बोलत आणि हातात आईस्क्रीम घेऊन आलेल्या पाहून नीरज चरफडला. तावातावाने समोरील वस्तूंची फेकाफेक केली तसे त्या दोघी त्याच्या रूम मध्ये जाऊन त्याच्या वस्तूंची

तोडफोड करू लागल्या.

त्याचे हेड सेट तोडले, त्याचा गिटार जमिनीवर फेकला, त्याचे डियो आणि परफ्यूम अस्तावस्त फेकले.... हे पाहून तो शॉक होऊन बघत राहिला.

तरी आपला अडमुठेपणा दाखवत नीलाला म्हणाला"तुला पास्ता सांगितलं होता ना, का नाही बनवला?"

"नव्हता बनवायचा!"

"मी उपाशी आहे!"

"मला फरक नाही पडत"

"आई, बघ कामवाली असून मला बोलते आहे. लायकी नाही तिची माझ्या समोर बोलण्याची तरी तोंड वर काढून बोलत आहे" जसे तो म्हणाला तसे दिक्षाने त्याला मुस्काटात लगावली.

आपली आई मारते आणि ते सुद्धा आपल्याला या जबरदस्त शॉकने तो गाल चोळत उभा राहिला.

"खबरदार तिला कामवाली म्हणालास तर! ती माझी बहिण आहे आणि आजपासून इथे राहील, तुला नसेल राहायचे तर तू जाऊ शकतोस."

त्याला हे सगळे अनपेक्षित होते. स्वतःच्या इगोला सांभाळत तो रागारागाने बॅग घेऊन मित्राकडे निघून गेला.

2 दिवस तो आलाच नव्हता. त्यांना काळजी वाटत होती पण बरोबर त्याच्या मागावर त्या होत्या.

तिसऱ्या दिवशी मित्र त्याच्या मागे लागला की, " तुझ्या घरी जा,माझे आई बाबा तुला राहायला नाही म्हणतात, तसे त्याचे धाबे दणाणले.

कोणीच मदत करत नाही म्हणल्यावर गपगुमान तो घराकडे आला.

घरात लॅच उघडून आत येऊन बघतो तर या दोघी होत्याच शिवाय आणखी एक माणूसही तिथे होता.

"तिथेच थांब नीरज" आई कडाडली.

बॅग खाली टाकून तो उभा राहिला आणि नीलाकडे रागाने बघत होता पण तिने दुर्लक्ष केले.

" तुला जर घरात यायचे असेल तर मी सांगेन ते ऐकावे लागेल"

तो मधेच बोलायला गेला तसे दिक्षा ने हाताने थांबवले " पुढील 1 वर्ष तू या काकांसोबत त्यांच्या डेव्हलपमेंट सेंटर ला जाणार आहेस."

त्याने चमकून पाहिले, तो माणूस(काका) खूप करारी भासत होता.

"पण मला नाही जायचे"

"तुला विचारात नाही आहे मी सांगते आहे. तुझे बाबा कायमचे परदेशी निघून गेलेत. (हे ऐकून तर त्याचे हातपाय गळाले करण तेच त्याची मेन होप होते)

तुला या घरात परत यायचे असेल तर मी सांगेन ते करावे लागेल.

तिथे तुला सगळे वेगळे ट्रेनिंग मिळेल, ते पूर्ण करायचे आणि सगळे शिकायचं आहे. तिथे मोबाईल नाही, TV नाही, म्युझिक नाही पण जे आहे ते खूप अमेझिंग आहे. तिथले झाले की हे काका तुला इथे आणून सोडतील."

तिने हातातील फॉर्म त्याला दाखवला, त्यावर त्याची सही घेतली आणि पेरेंट म्हणून स्वतः हमी सही केली आणि त्या माणसाला दिले.

नीलाने त्याला गरमगरम पास्ता आणून दिला तसं त्याने तिच्याकडे केविलवाणे नजरेने पाहिले.

निला आणि दिक्षा दोघीही आपले अश्रू लपवून स्ट्रॉंग वागत होत्या.

थोड्या वेळाने नीला ने त्याची बॅग पॅक करून बाहेर आणली आणि त्याच्या हातात दिली.

त्याच्या खर्चाचे पैसे त्या माणसाच्या हाती दिले. नीरजला अगदी मोजकेच काही दिले आणि सांगितले की तिथे सगळी सोय आहे फक्त तिथून कुठेही पळून जाता येत नाही.

पहिल्यांदा रडवेल्या नजरेने त्याने आईला आणि नीला ला सुद्धा हग केले.

लगेच तो त्या माणसासोबत काहीही न बोलता निघाला.

त्याच्या जाणाऱ्या पाठमोऱ्या आकृतीला त्या नजर भरून बघत होत्या,तो नजरेआड होताच त्यांचा बांध फुटला आणि त्या दोघी एकमेकींच्या गळयात पडून बराच वेळ रडत होत्या.

त्या दोघी देवघरात गेल्या. देवापुढे दिवा लावून त्यांनी मनोभावे हात जोडले आणि प्रार्थना केली की, आपला नीरज या नवीन उपक्रमात यशस्वी होईल आणि उज्वल भविष्यासाठी वाटचाल करेल.

"ताई, आज तू ते चुकीचे कोंब मोडून काढले आहेस. बघ नक्की यश येईल तुझ्या प्रयत्नाला आणि हे झाड खूप बहरून मोठे होईल."

नवरा कायमचा परदेशी निघून गेलेला आणि मुलगा जवळ नाही या दोन्ही बाजूंनी खचणाऱ्या तिला नीला चा भक्कम आधार मिळाला होता. त्या सरांकडून नीरज ची प्रगती कळत होती. नीरज बरोबर महिन्यातून एकदा तिथल्या लॅंडलाईन वर बोलणे व्हायचे.

एका वर्षानंतर त्यांच्या घराची रात्री 2 वाजता बेल वाजली. एवढ्या रात्री कोण आले म्हणून त्या दोघीनी दबकत दार उघडले. बाहेर एक सोल्जर कट केलेला, उंच, कडक इस्त्रीचे कपडे घातलेला आणि चेहऱ्यावर हसू असलेला एक मुलगा उभा होता. एकदम न ओळखता येणारा तो कोण असे बघत असताना दीक्षा एकदम जोरात म्हणाली, "नीरज!"

हसत हसत नीरज ने आपल्या आईला आणि नीला मावशीला नमस्कार केला.

दीक्षा ने नीरज ला घट्ट पकडून ठेवले. बऱ्याच वेळ तिच्या डोळ्यातून पाणी गळत होते.

बरोबर त्याचे सर सुद्धा होते. ज्या विश्वासाने दीक्षा ने त्यांच्या कडे सोपावले होते त्या विश्वासाला जागे ठेऊन आज रूपांतरित नीरज ला ते परत सुपूर्द करायला आले होते.

"तुमचा मुलगा ऍबसोल्युटली आउटस्टँडिंग! स्टडी, स्पोर्ट्स, हॉर्स रायडिंग, रिव्हर राफ्टिंग, रायफल शूटिंग, रनिंग, कम्युनिकेशन स्किल्स, सगळ्यात जबरदस्त.

खणखणीत नाणे आहे तुमचा मुलगा! बंदा रुपयाच!

सरांच्या या बोलण्याने दीक्षाच्या डोळ्यातून आनंदाश्रू आले. तिने नीलाचा हात घट्ट पकडला. त्याला डेव्हलपमेंट सेंटर ला पाठवायची आयडिया नीला ची होती. समाधानाने आणि कृतज्ञपणे दिक्षा नीलाकडे बघत होती.

दोघींच्या चेहऱ्यावर वेगळे समाधान विलसत होते.

आपण वेळीच सावध झालो आणि मार्ग शोधला याचे समाधान दिक्षा ला सुखावत होते.

नीला एक बहिणीसारखी खंबीरपणे पाठिशी उभी होतीच त्यामुळे दोघींना एकमेकींचा प्रचंड आधार मिळाला होता आणि आपण नीरज चे आयुष्य योग्य दिशेला नेऊ शकलो याचे अतीव 'समाधान' !

4

प्रफुल्लित:-

मनोजची गाडी जोरात धावत होती. प्रचंड पाऊस...रस्ता अनोळखी... आजूबाजूला कोणी दिसत नाही..वस्तीचा नामोनिशाण कुठेही नाही...तोस्वतः गाडी चालवत होते...मागे त्याची मीरा वेदनेने कळवळत होती...तिला सहन होत नव्हते...पोटातले बाळ आता बाहेर येण्यासाठी धडपडत होते....धावणाऱ्या गाडी बरोबर पोटातल्या कळांची पण धावण्याची तेवढीच चढा ओढ सुरू होती.

आतल्या एसी मध्ये सुद्धा मनोज घामाने निखळत होता.

तरी आईने सांगितले होते, पावसाचे चिन्ह आहे सोबत मीरा 9 महिन्याची गरोदर आहे..उद्या सकाळी निघ..आज दुपारी निघू नकोस पण ऐकेल तो मनोज कुठला....!

डिलिव्हरी पुण्यातच!

माझे बाळ पुण्यातच जन्म घेणार..सगळे ठरलेले..

रात्री 10च्या आत त्याला हुबळी ला पोचायचे होते.

हुबळीला हॉटेल स्वाती मध्ये राहायचे, सकाळी उठून तिथला डोसा खायचा आणि मग पुण्याला निघायचे...दुपारी 4 वाजता पुण्यात गाडी टच....

सगळे कॅलक्युलेशन मनात फिक्स.

बरोबर 4 वाजता त्याने बेल्लारी सोडले...मागे मीराला निवांत झोपता येईल अशी सोय करून तो निवांत गाडी चालवायला बसला.

हॉस्पेट आणि कोप्पाल पर्यंत रस्ता, गाडी आणि गप्पा

सगळेच वेळेवर झाले.

कोप्पालला बरोबर साडे सहा वाजता मनोज ने गाडी कॉफी साठी थांबवली.

स्टीलच्या छोट्याशा भांड्यात मस्तपैकी साऊथ इंडियन कॉफी घेऊन त्याचे एक एक घोट सीप करायला मनोजला भारी आवडायचे. त्याचे पाहून मीरा पण साऊथ इंडियन कॉफीच्या प्रेमात. नाहीतर मीराला चहा खूप आवडायचा. आले घातलेला वाफाळत्या चहाचा कप मीरा समोर आला की झाले मीरा चे मन खुश! पण हा मनोज पक्का कॉफी प्रेमी.

लग्नानंतर यांचे चहा आणि कॉफी वरून बरेच वाद व्हायचे...पण मनोजने अनेक ठिकाणी जाऊन तिला वेगवेगळी कॉफी प्यायला लावली...त्यातून कॉफीचा निस्सीम चाहता असल्याने ही कॉफी किती छान, ह्यात काय वैशिष्ट्य आहे , अरेबिका, रोबस्टा, चिकोरी मिक्स , डार्क कॉफी, चिकमंगळूर ची कॉफी असे अनेक विषय तो कॉफी पिताना बोलायचा....त्याच्या ज्ञानाचा पगडा मिरावर पडायला लागला आणि तीही कॉफी वाली झाली.

त्यामुळे आता कॉफी पक्की होती फक्त एक कप की दोन कप घ्यायची असे विचारायचे असायचे...!

अंधार पडायला सुरुवात झाली होती ...15 मिनिटांच्या हॉल्ट नंतर ते पुढे जायला निघाले आणि अचानक पावसाने त्यांना गाठले. तिकडचा पाऊस हा धो धो वाला...रस्ता फुटावरचा ही दिसेना..पावसामुळे GPS चालत नव्हते आणि रेंज ची वांदावांद होती. हळूहळू गाडी चालवत मनोज पुढे जात होता आणि अंधारात त्याचा रस्ता चुकला.

भाणापूर वरून ‘गदग’सरळ होते आणि याची गाडी उजवीकडे वळली. अर्थात त्याला तो रस्ता चुकला आहे असे वाटले सुद्धा नाही. पावसात गाडी चालवत हा पुढे जात होता....आणि खराब रस्त्याला सुरुवात झाली.

खड्ड्यातून जाताना हा अगदी हळू चालवायला लागला आणि त्यामुळे वेळेचा अंदाज चुकत होता....

रस्ता बऱ्याच ठिकाणी खणला होता...मागच्या आठवड्यात तो गाडी घेऊन आलेला तेव्हा रस्ता खूपच उत्तम होता...एका आठवड्यात या रस्त्याला काय झाले असे विचार करत असताना त्याला ‘येलबुर्गा’चा बोर्ड दिसला.

तो बोर्ड पाहून त्याच्या लक्षात आले की तो रस्ता चुकला आहे. खड्ड्यातून परत जाण्यापेक्षा हाच रस्ता पकडून पुढे जाऊ असा विचार करत त्याने गावात गाडी घातली.

पावसामुळे रस्ते सुनसान झालेले तरी गावात एक दोन दुकाने चालू होती...त्याने गाडीतूनच विचारले, "हुबळीला कसे जायचे?"

तो माणूस तोडक्या मोडक्या हिंदीत बोलला, गजेंद्रगड वरून डावीकडे वळून तिथून पुढे जा!

त्याने पावसात गाडी चालवायला सुरुवात केली आणि 5 मिनिटात त्याला रस्त्यावर फक्त त्याचीच गाडी दिसायला लागली.

पाऊस थांबायचे नाव घेईना आणि याला रस्त्यावर कोणी दिसेना.

एका मोठ्या खड्ड्यातून गाडी धाडकीनी आपटून आली आणि मीरा जोरात ओरडली. त्याने घाबरून पाहिले तर मीराला जोरात जर्क लागला होता. त्याने गाडी थांबवली आणि तसाच पावसात मागच्या सीटवर गेला...मीराला पोटाला जोरात धक्का बसल्यामुळे तिचे ओरडणे सुरू झाले होते...तिचे कळवळणे पाहून मनोज च्या पायाखालची जमीन हादरली....

आता मागे जाता येत नव्हते आणि पुढे जाण्याशिवाय पर्याय नव्हता...

त्याने तिला धीर दिला आणि जागे राहायला सांगितले...

गाडी सुरुवात करून त्याने जसा रस्ता दिसेल तशी चालवायला सुरुवात केली....

त्याच्या आईचे बोलणे त्याला आत्ता आठवले...उद्या सकाळी निघता आले असते...अश्या स्थितीत मीरा ला घेऊन हुबळी किंवा बेळगाव पर्यंत पोचणे फार आवश्यक होते...

नेटवर्क कुठेच येत नव्हते...रस्ता कळत नव्हता...आता त्याला मोठ्या शहराशिवाय थांबायचे नव्हते... सुडी नावाच्या एका छोट्या गावाला त्याने मागे टाकले...एकदा विचार केला की इथे थांबावे पण इथे काही सोयी नसतील तर परत पुढेच जावे लागेल हा विचार करून तो गाडी चालवायला लागला...

"मीरा, तू जागी राहा...झोपू नकोस..." एकीकडे गाडी चालवत तो तिला म्हणाला...

जसे जमेल तशी ती जागी राहायचा प्रयत्न करत होती पण पोटात वेदनेचा डोंब उसळला होता...

मनोजची गाडी जोरात धावत होती...आजूबाजूला वस्ती नाही...रस्ता अनोळखी आणि अश्यातच त्याची गाडी परत एकदा एका खड्ड्यातून गेली आणि मीरा ने हंबरडा फोडला...

तिच्या आवाजाने त्याचे पाणी पाणी झाले आणि गाडी सावरत सावरत रस्त्याच्या बाजूला थोडी गवतात गाडी घुसून थांबली....

प्रचंड धडधडत त्याने स्टेयरिंग वर डोके ठेवले आणि मागून मिराचा हात त्याच्या खांद्यावर आला...

धाडकीनी उठून त्याने दरवाजा उघडला...तिच्यापाशी जाऊन तिचा हात हातात घेतला...

"आता नाही सहन होत मनोज..." ती प्रचंड खोल गेलेल्या आवाजात म्हणाली...

तिचा आवाज ऐकल्यावर मनोज नखशिखांत हादरला...

तिचा हातावर थोपटत आजूबाजूला बघत असताना त्याला 30 फुटावर एक लाईट दिसला...

नीट पाहिल्यावर त्याला ती छोटीशी झोपडी दिसली...

मीरा ला तिथेच बसवून तो धावतपळत त्या झोपडीपाशी गेला...

झोपडीचे दार त्याने जोरजोरात वाजवले, "कोणी आहे का? ..कोणी आहे?"

आतमध्ये काहीतरी हालचाल जाणवली. काही क्षणात दार उघडले..

एक गोरीपान स्त्री, कपाळावर मोठे लाल कुंकू, नऊवारी साडी घालून हसत त्याच्याकडे पाहत होती.

"अम्मा, मदद करो.. मदत करा अम्मा..माझी बायको प्रेग्नंट आहे..तिला बाळ होईल आत्ता... माझी मदत करा...तो कळवळून हात जोडून त्या स्त्रीला म्हणाला"

तिने त्याला शांत व्हायला सांगितले...

"अम्मा म्हणाला आहेस ना...मी बघते काही काळजी करू नकोस.."

ती आणि तो लगेचच गाडीपाशी गेले...मीरा जवळपास बेशुद्ध झाली होती...

त्याने तिला अलगद उचलले आणि झोपडीत आणले...

झोपडीत काही विशेष सामान नव्हते...एक पलंग, एक पिवळा दिवा, बाजूला एक चूल आणि थोडी भांडी, कपडे आणि भाजी मात्र भरपूर दिसत होती...

अम्माच्या सांगण्यावरून त्याने तिला बेड वर ठेवले...

अम्माने एका साडीने पलंग झाकून ठेवला...त्याला एका पातेल्यात पाणी गरम करायला सांगितले...

अम्माने दोन स्वच्छ कपडे घेतले आणि तिला हळूहळू जागे करायला लागली...मीरा जागे होईस्तोवर मनोज च्या जीवात जीव नव्हता...

पाणी गरम झाल्यावर त्याला मीरा ला पहायचे होते...

तशी अम्मा हसली आणि म्हणाली, "थोडे थांब, बायको आणि बाळ दोघांनाही एकत्रच बघ"

"अम्मा, मीरा ला काही होणार नाही ना?"

"होईल ना...बाळ होईल छानसे!" अम्मा हसत म्हणाली...

अम्माच्या आश्वासक बोलण्यामुळे तो थोडा शांत झाला...

पण त्याची चुळबूळ काही थांबेना...शेवटी अम्माने त्याला बाहेर वाट पाहायला सांगितले...

बाहेर कोसळणारा पाऊस आणि आतून येणाऱ्या मिराच्या किंकाळ्या याने मनोज प्रचंड घाबरला होता...मीरा किंवा बाळाला काही ,आले असते तर तो स्वतःला कधी माफ करू शकला नसता..

हातातल्या मोबाईलला रेंज अजूनही आली नव्हती.

बराच वेळ अस्वस्थेत गेल्यावर आतून एकदम बाळाच्या रडण्याचा आवाज आला...

त्याचे डोळे लकाकले...आत शिरून एकदम त्याने विचारले, "अम्मा?"

"हो हो आले आले..."

साडीरुपी पडद्याच्या आत काहीतरी हालचाल जाणवली आणि क्षणात एका मऊ कपड्यात गुंडाळलेले एक गोरे गोरे बाळ घेऊन अम्मा बाहेर आली...

"मुलगी झाली..." असे म्हणून अम्मा ने त्याच्या हातात बाळ दिले...

बाळाला हातात घेतल्यावर, एवढा वेळ संयम ठेवलेला तो मोठ्याने रडायला लागला...

आपल्या पोटच्या जीवाला पहिल्यांदा हातात घेऊन पाहत असताना त्याचे रडणे थांबत नव्हते...

अम्मा शांतपणे हसत त्याच्याकडे बघत उभी होती...

"अम्मा, मीरा कशी आहे?"

"एकदम छान आहे...दमली आहे....थोड्या वेळाने बरे वाटेल तिला"

तो बाळाला अम्मा कडे देऊन मीरा कडे गेला...मीरा डोळे उघडून त्याचीच वाट पाहात होती...

तिचा हात घट्ट पकडून तो रडायला लागला....

"सॉरी मीरा, माझ्यामुळे तुला खूप त्रास झाला... आय ऍम सॉरी मीरा..."

त्याच्या रडण्याला न अडवता तिने त्याच्या हाताला थोपटले ...तसा तिच्याही डोळ्यातून पाणी टपकलेच...

दोन क्षण असे गेल्यावर त्याने अम्माला हाक मारली...

अम्माने साडी सरकवली आणि हसत हसत बाळाला मीरा कडे दिले...

मीरा बाळाला पाहत असताना मनोजने उठून अम्माच्या पायावर डोके ठेवले...

"अम्मा,आज तुमच्या मुळे 3 जीव वाचले आहेत...किती आभार मानू मी तुमचे..."

अम्मा नुसतीच हसली आणि म्हणाली, कडक भाकरी, दही, भाजी, लोणचे चालेल ना?"

अम्माचे बोलणे ऐकून तो उठला आणि म्हणाला, "हो अम्मा खूप भूक लागली आहे."

अम्मा ने त्याची थाळी मांडली आणि तिच्यासाठी गरमागरम खिचडी टाकली...

खाता खाता तो बोलायला लागला,

"मागच्या आठवड्यात माझ्या वडिलांची तब्येत खूप बिघडली म्हणून आम्ही बेल्लारी ला आलो... मीरा ला आणायचे नव्हते पण ती म्हणाली, भेटून घेते एकदा! नंतर काही रुखरुख नको.."

येताना सगळे ठीक झाले..वडिलांची तब्येत पण बरी आहे आता. 2 दिवसांपूर्वी हिला 9 महिने पूर्ण झाले आणि मी विचार केला की आता पुण्यात जाऊन डिलिव्हरी करूयात....

आम्ही निघालो...आज रात्री हुबळीपर्यंत पोचायचे होते आणि उद्या सकाळी निघून पुण्याला...रात्री गाडी चालवणार नव्हतोच...पण कसा रस्ता चुकलो काही कळले नाही.....

"आणि इकडे आलास.."अम्मा हसत म्हणाली...

"अम्मा, तुमचे खूप उपकार आहेत आमच्यावर...कसे फेडू?"

"काही उपकार वगैरे नाहीत...हे सगळे विधिलिखित होते"

त्याचे पोटभर जेवण झाल्यावर अम्माने मिराला खिचडी खाऊ घातली...

आईचे दूध पिऊन बाळ शांत झोपले होते...पाऊस पण कमी झाला होता...

"तू पण झोप आता....इथे पलंगाच्या बाजूला मी तुझ्यासाठी चादर घालते...साडी बाहेरून लावली आहे त्यामुळे तुम्हाला तिघांनाही झोप छान येईल,गरज आहे तुम्हाला विश्रांतीची...उद्या उजाडले की, शहरातील एका हॉस्पिटलमध्ये जा"

त्याने मान डोलावली आणि अम्माने घालून दिलेल्या चादरीवर डोके ठेऊन तो झोपला...मीरा ने सुद्धा खिचडी खाल्ली होती..अतिश्रमामुळे ती पण लगेच झोपली.

...

कोणीतरी मोठमोठ्याने बोलत आहे असे आवाज त्याला ऐकू यायला लागले...त्याने डोळे उघडले तर दोन तीन अनोळखी चेहरे त्याच्या कडे पाहत होते...

बाहेर उजाडलेले दिसत होते....तो एकदम धाडकन उठून बसला...बाजूच्या पलंगावर मीरा आणि बाळ अजून झोपलेलेच होते.

"काय झाले...?" त्याने विचारले..

"कुठले पाहुणे तुम्ही......?"

"पुण्याचे..का काय झाले?"

"पुण्या सारख्या मोठ्या शहरात राहणारे तुम्ही मग माझ्या शेतात झोपडी का बांधली हो?"

"म्हणजे? काय बोलताय तुम्ही?"

"माझ्या शेतात एका रात्रीत झोपडी बांधली आणि संसार थाटला...हे बोलून राहीलो मी"

"काय वेडेपणा आहे हा?...अम्मा कुठे आहे?"

"तुमची अम्मा पण आहे का? त्या कुठे आहेत ते आम्हाला काय माहिती?"

"या झोपडीत एक अम्मा होती...त्यांनीच तर माझ्या बाळाची डिलिव्हरी केली..."

हे ऐकल्यावर तो माणूस जरा चक्रावला...

त्याने मनोजचा हात धरून त्याला बाहेर आणले...ते एक शेत होते...दूरवर नजर टाकेल असे हिरवेगार शेत...

आजूबाजूला एकही झोपडी नव्हती...रस्त्याच्या त्या बाजूला त्याची गाडी दिसत होती...

इथे अश्या ठिकाणी झोपडी कुणी बांधणे तार्किक दृष्टीने पटणारे नव्हते...

आता हे पाहून मनोज चक्रावला...

त्याने सगळी हकीकत त्या माणसांना सांगितली...ते ऐकल्यावर तो माणुस जमिनीवर बसला आणि त्या जमिनीला नमस्कार करू लागला...

मनोज अजूनही संभ्रमात होता...त्याने दुसरया माणसाला विचारले की, " हा असे का करतो आहे"

दुसऱ्या माणसाने त्याच्या खांद्यावर हात ठेवला आणि त्याला सांगितले, "तुम्हाला माहिती आहे का या गावाचे नाव काय आहे?"

"नाही.." मनोज म्हणाला...

"चोलचगुडड...!"

मनोज त्याच्याकडे प्रश्नार्थक नजरेने पाहायला लागला...

"चोलचगुडड.....बदामी"

"बदामी" म्हणल्यावर क्षणभर मनोजच्या डोळ्यासमोर आजूबाजूचे सगळे गर्रकन फिरले...

तो तसाच खालती बसला आणि जमिनीतील मातीला आपल्या आसवांचा अभिषेक करायला लागला...

"बदामीची- बनशंकरी देवी"....त्यांचे कुलदैवत...इतके वर्षे कर्नाटक मध्ये येणे व्हायचे पण बदामीला जाणे व्हयायचे नाही...आई खूप वेळा म्हणायची आपल्या कुलदेवता ला जाऊन ये पण मनोजचा काही योग आला नाही...काल या पावसात, अंधाऱ्या रात्रीत आजूबाजूला कोणी नसताना, साक्षात देवी आली...अम्मा बनून...बनशंकरी अम्मा...आपल्या मदतीला...आपल्या बाळाच्या मदतीला..."

त्या विचाराने मनोजच्या अंगावर क्षणभर शहारा आला...

देवीने आपल्या बाळाला या जगात आणले... तिने मीराला आणि आपल्याला वाचवले...

धावत जाऊन त्याने मीराला उठवले...सगळे सांगितले...मीराच्या डोळ्यातील पाणी सुद्धा थांबेना...

बाहेर जाऊन त्या लोकांच्या मदतीने त्याने गाडी झोपडीपर्यंत आणली...बाळाला आणि मीराला दोघांना गाडीत नीट बसवले...त्या लोकांचे आभार मानून तो गाडी चालवायला बसला....केवळ 9किमी वर बनशंकरी देवीचे मंदिर होते....त्याच्या डोक्यात विचार सुरू झाले....

बन म्हणजे वन आणि शंकरी म्हणजे पार्वती.... या रानावनात धावून आलेली माझी देवी...गाडी चालवताना सुद्धा त्याच्या डोळ्यातील पाणी थांबत नव्हते...

मंदिरात पोचल्यावर त्याने बाळाला हातात घेतले आणि मीराला हळूच हात धरून मंदिरात नेले....

देवीच्या तेजस्वी रूपाकडे पाहत असताना त्याला देवीच्या चेहऱ्यात अम्मा दिसायला लागली....

गाभाऱ्यात त्याचे सगळे अष्टसात्विक भाव गळून पडले आणि त्याने बाळाला देवीच्या पायावर ठेवायला गुरुजींकडे दिले....

देवीची मुद्रा प्रसन्न दिसत होती आणि बाळ सुद्धा हसत होते....

मंदिरातूनच त्याने आईला फोन लावला आणि सांगितले,

"आई, तू आजी झालीस... आपल्याकडे मुलगी आली...."

आईने सांगितले तिचे नाव "शांभवी" ठेव...शांभवी म्हणजे 'शाकंभरी'.... आपल्या बनशंकरी देवीचे रूप...!

त्याने झरकर्न वळून देवीकडे पाहिले...देवीच्या चेहऱ्यावरचे भाव त्याला अजूनच प्रसन्न भासले.

'आई' आणि 'अम्मा' दोघींचेही आशिर्वाद त्याला मंदिरात मिळाले होते. त्या क्षणी जगातील सर्वात 'प्रफुल्लित' व्यक्ती होता तो.

5

सफर:-

आपल्या दररोज च्या रुटीन ला खरंच वैतागला होता तो. काय तेच तेच ऑफिस ला जायचे, रोज तेच काम करायचे, रोज ट्रॅफिक मधून घरी यायचे , स्वतः साठी जेवण बनवायचे आणि झोपून जायचे. परत दुसऱ्या दिवशी तेच रूटीन. अक्षरशः कंटाळला होता. घरी एकटाच होता. आई वडील गावाकडं. इथे मुंबईत कोणीच नातेवाईक नाही. मुंबईत नोकरीसाठी आला आणि इथेच राहिला. पण मुंबई चा कधीच नाही होऊ शकला. जॉब उत्तम. भरपूर पगार. गावाकडे घरी सगळी सुबतत्ता. याच्या गरजा कमी. नाही म्हणायला याने एक गाडी घेतली होती. मुंबई च्या लोकलचा याचा अनुभव खास नव्हता त्यामुळे एक छान गाडी त्याने घेतलेली. संध्याकाळी नरिमन पॉईंट ला त्याच्या ऑफिस पासून ते खार ला त्याच्या फ्लॅट ला पोचेस्तोवर तो ब्लु टूथ लावून आई बाबांशी बोलायचा. घरी जाऊन परत तो एकटाच. त्याच्या या एकटेपणाचाच त्याला खरंतर वैताग यायचा. नक्की त्याच्या जगण्याचा पर्पज काय हेच त्याला कळत नव्हते. बरं लग्न करायची याची अजिबात ईच्छा नव्हती. आई वडील सांगून कंटाळलेले पण हा ठाम होता. त्यामुळे याचे "एकला चलो रे" चालू होते.

आज पण कंटाळा आल्यामुळे, संध्याकाळी ऑफिसमधून थोडा लवकरच तो निघाला. मरीन ड्राईव्ह वरून पुढे बाबूलनाथ च्या रोड वर त्याची गाडी वळली. लवकर निघाल्यामुळे त्याला ट्रॅफिक बिलकुल लागला नव्हता. तेवढ्यात त्याच्या गाडी पुढे 2 छोटी मुले आली. त्याने करकचून ब्रेक दाबला. कोणालाही लागले नव्हते तरीपण हा तावा तावाने बाहेर उतरला आणि त्या मुलांना ओरडायला लागला," काही समजते का नाही? आत्ता धक्का लागला असता तर? तुमचे आई वडील तुम्हाला रस्त्यात एकटे सोडताच कसे?"

आधीच घाबरलेली ती बिचारी मुले त्याच्या ओरडण्याने अजूनच रडायला लागली. आजूबाजूला 2-3 लोक जमली होती, ती याला म्हणाली, "जाऊ द्या ना साहेब यांचे हे असेच" "गाडीपुढे यायचे आणि पैसे मागायचे, अनाथ आहेत ना"

त्यांच्या बोलण्याने तो एकदम चमकला. त्या मुलांजवळ जाऊन म्हणाला, "कुठे राहता तुम्ही?"

त्या मुलांनी समोरच्या एका बिल्डिंग कडे बोट दाखवले. त्यावर एक पाटी होती ‘ सेठ रामचंद किसनलाल अनाथालय’

आपली गाडी बाजूला नीट पार्क करून तो त्या दोघांना समोरच्या त्यांच्या बिल्डिंग मध्ये घेऊन गेला.

बाहेर एका बाकावर एक सोडा बॉटल चा चष्मा डोळ्यावर घातलेली बाई बसली होती. या दोघांना पाहून ती जोरात म्हणाली, "क्रोसीन आणायला इतका वेळ लागतो का? काय पुण्याला गेला होता का?

तिचा असा आवाज ऐकून ती छोटी मुले भेदरली. घाबरून त्याच्याकडे पाहू लागली.

तिचे लक्ष त्याच्याकडे गेले. भुवई अजून वक्र होऊन ती याच्याकडे पाहायला लागली.

हा म्हणाला, " अहो बाई, तुम्ही एवढं ओरडताय कशाला? इथेच होती ही. समोर"

"अच्छा, तुम्ही कोण?"

मी निशांत.

"तुम्ही यांचे कोण?"

" नाही कोणीच नाही"

" मग कोण हवंय तुम्हाला?"

"मी आपला सहज....

"सहज? सहज यायला ही काय बाग आहे का? याला अनाथालय म्हणतात"

"मला चौकशी....

"ऑफिसची वेळ सकाळी 10 ते 12 असते. तेव्हा या आणि साहेबांना भेटा. आणि हो एवढंच मुलांचा पुळका आला असेल तर, जा की घेऊन घरी यांना. आम्हाला सांगताय! दररोज यांच्या मागे धावून कंबरडे मोडते आमचे! अगं आई ग...! ए जा रे पोरांनो तुम्ही आत. कोण कोण येतात अक्कल शिकवायला"

तिचा तो आवेश पाहून निशांत पण तिथून निघाला.

दुसऱ्या दिवशी ऑफिसमध्ये येत नाही असे कळवून, तो बरोबर 10 वाजता तिथे पोचला.

यावेळेस एक सदगृहस्थ तिथे बसलेले त्याला दिसले.

"नमस्कार, मी निशांत. सहज चाललो होतो इथून तर कुतूहल म्हणून इथे आलो."

"या या या. फार छान वाटले. तुमच्या वयातील मुले सहसा येत नाहीत हो......अरे चिंटू, 2 चहा आण रे"

त्यांनी भरपूर मोठं हास्य आणून विचारले, "बोला, काय करता आपण"

निशांत ला स्वतः पेक्षाही त्या मुलांच्या माहितीत जास्त उत्सुकता होती.

त्यानेच उलट प्रश्न केला, "ही मुले काय करतात? शाळेत जातात का? काय खेळ खेळतात?"

"असं बघा,हा एक मोठा ट्रस्ट आहे. आम्ही अनेक अनाथ मुलांना इथे सांभाळतो. आत्ता 48 मुले इथे आहेत. त्यांचे राहणे, खाणे, कपडे, शाळा, डॉक्टर खेळ सगळे इथेच. शिक्षक

सुदधा इथेच येतात आणि डॉक्टर सुद्धा इथेच येतात. यांना बाहेर जायचे असले तर कोणी जवाबदार व्यक्ती लागते आणि यांचे कोणीच नसल्यामुळे हे सगळे इथेच असतात."

" यांच्यासाठी मी काय करू शकतो? काही पैसे दिले तर चालेल का"

" पैसे नका देऊ. सगळे जण आम्हाला पैसेच देतात. आणि आमच्याकडे पैसा भरपूर आहे. नाही आहे ते मनुष्यबळ. तुम्हाला देता आला तर तुमचा वेळ द्या. इथे कोणी येत नाही आणि या मुलांबरोबर वेळ घालवत नाही. आम्हाला हेच जास्त गरजेचे वाटते"

निशांत शांतपणे ऐकत होता.

तिथले कार्ड घेऊन आणि त्यांचे आभार मानून तो तिथून निघाला.

त्याच्या पुढे त्या छोट्या मुलांचे चेहरे येत होते. किती निरागस, किती निष्पाप! त्यातील 2 मुलांनी तर तो आल्या आल्या त्याच्या कडेवर झेप घेतली होती जसे कोणी त्याचे सख्खे नातेवाईक आले होते. हे सगळे आठवून आणि तळमळत तो दिवसभर मुंबई भटकत होता. रात्री घरी पोचल्यावर झोपायच्या आधी त्याने काहीतरी ठरवले होते....

सकाळी ऑफिस मधून त्याने बरोब्बर 11 वाजता त्या कार्ड वर दिलेल्या नंबर वर फोन केला. कालचेच काका होते.

काका, "मी निशांत, काल आलो होतो"

"ओहोहो... बोला निशांत साहेब काय मदत करू शकतो?'

"काका, या रविवारी सकाळी 9 वाजता मी येईन, या मुलांना तयार करून ठेवा, तुम्ही आणि तुमच्या ट्रस्ट चे काही लोक असतील ते पण तयार राहा, आपल्याला सगळ्यांना जायचंय"

"पण, कुठे?"

"सरप्राईज"

" अहो पण यांचे जेवण खाण बरोबर घ्यायचे का? ....."

" काका, सगळे फक्त तयार राहा, मी बरोबर 9 वाजता येईन"

"ठीक आहे असे म्हणून त्यांनी फोन ठेवला"

निशांत चे 2 दिवस खूप तयारी करण्यात गेले.

रविवारी सकाळी 8.30 वाजता एक भली मोठी बस अनाथालाया समोर उभी राहिली. बाहेरून एकदम सजवलेली. पताका माळा लावलेली. आतून एकदम पॉश. प्रत्येक सीट वर खाऊ, पाणी आणि फुगे ठेवलेले. सगळ्या मुलांसाठी एक छोटेसे ग्रिटींग कार्ड आणि त्यात वेलकम लिहिलेले.

निशांत आणि काकांनी सगळ्या मुलांना बस मध्ये बसवले. काका आणि मुले सगळे जण हरखून गेले होते. सगळे थक्क होऊन पाहत होते. त्या मुलांच्या दाई सुद्धा प्रथमच असे काही पाहत होत्या. मुलांचे हसणे खेळणे चिवचिवाट जोरात चालू होता. निशांत ने हसत सगळ्यांना शांत केले आणि तोंडात एक शिट्टी ठेऊन जोरात वाजवली. सगळे शांत झाल्यावर तो उत्साहाने म्हणाला,

"माझ्या बाल मित्रांनो, आज आपण पिकनिक ला चाललो आहोत आणि ते सुद्धा संपूर्ण मुंबई दर्शन करायला.

मुले आनंदाने जोरात ओरडायला लागली.

गेट वे, मरीन ड्राईव्ह, राणीचा बाग, म्हातारीचा बूट, सी लिंक, बँड स्टँड, जुहू बीच आणि बरंच काही आज आपण पाहणार आहोत. भरपूर खाऊ खाणार आहोत आणि त्यापेक्षाही जास्त खेळणार आहोत, आहात ना सगळे तयार?"

मुलांनी जोरात "हो" म्हणून उत्तर दिले.

काका फक्त भारावून पाहत होते.

निशांत ने तयार करून आणलेला मोठा बॅनर बसच्या दोन्ही साईड ला लावला.

काकांच्या हस्ते नारळ फोडून बस ने गियर टाकला. एका अनोख्या 'सफरला' आज सगळेच जण निघाले होते. मुले मुंबई च्या तर निशांत त्याच्या जगण्याच्या सफर ला निघाला होता! या सफर मार्फत त्याला सुद्धा त्याच्या जीवनाचा पर्पज कळला होता. ही सफर खरंच खास होती आणि का नसावी? बॅनर वर लिहिले सुद्धा तेच होते,

' निरागस फुलांची- मुंबई सफर'

6

नाती गोती:-

'कुकर' ची शिट्टी वाजली आणि आई भानावर आली. विचारांच्या चक्रात ती पूर्णपणे स्वतःला विसरून गेली होती. तिच्या डोळ्या समोरून तिचे बालपण स्पष्ट झळकत होते. ती चार भावंडे. ह्या तीन बहिणी आणि एक भाऊ. त्यांच्या लहानपणी च्या एकत्र केलेल्या अनेक मजा, गंमती, घालवलेला अमूल्य वेळ ,काढलेल्या खोड्या, आणि न विसरता येणारे क्षण. अख्खे बालपण सुखात गेलेलं आणि त्या नंतर गेले एक 'तप' चौघांचा ही एकमेकांशी धरलेला अबोला.

यांचे वडील गेले आणि जमिनीच्या हिस्स्यावरून नाते बिघडले.

हिस्स्या करिता तो ही जो स्वतः चा नाही कमावलेला त्यासाठी घडलेला वाद आणि न भरून येणारी जखम. त्याच्या करिता सगळेजण एवढे बदलतील असे आईला कधीच वाटले नव्हते. आई सगळ्यात मोठी, मग मावशी, मग मामा आणि शेवटची छोटी मावशी..मोठी असल्या मुळे समजून घेण्याचे काम नेहमीच आईकडे. हिस्स्याच्या वेळी जी बोलणी बिघडली ती बिघडलीच. आणि आपापसातील नाती संपली. पैस्या करीता सख्खे कसे बदलतात हे तिने पाहिले. ह्याचा आईच्या मनावर खूप परिणाम झाला .त्या नंतर कोणतीही राखी पौर्णिमा झाली नाही ना भाऊबीज. सगळे सण हे भाऊ बहिणी शिवाय व्हायचे. आजच्या कुकर च्या शिट्टीने पुन्हा तिला वर्तमानात आणून सोडले. एक मोठा सुस्कारा टाकून ती पुढच्या स्वयंपाकाला लागली. कार्तिक आणि किया ह्या दोघांनाही आपल्या आईच्या मनातील वादळाची पूर्ण कल्पना होती. गेले अनेक वर्षे ते दोघे हे पाहत होते आणि म्हणूनच आता सुद्धा दोघांनी आईला डिस्टर्ब न करता तिच्या चेहऱ्यावर ची वेदना बघून घेतली. आई स्वयंपाकला लागलावर, कार्तिक किया ला म्हणाला, "ताई असे किती दिवस चालणार? काहीतरी केलं पाहिजे" किया म्हणाली, "बघ तुला काही सुचते आहे का?" आणि कार्तिक कामाला ला लागला. पहिले काय करायचे हा विचार करण्यात त्याने 3 दिवस घेतले. नंतर मनाशी खूणगाठ बांधल्यावर, त्याने अफाट कष्ट करून आपल्या मावस आणि मामे भावंडांचा नंबर शोधून काढला. आईबाबांच्या न कळत हे सगळेजण एकदा रेस्टॉरंटमध्ये

भेटले. सगळे मिळून 7 जण होते. एकमेकांना ते सुद्धा अनेक वर्षांनी भेटत होते. त्यामुळे काय बोलायाचे आणि कसे सांगायचे हे कार्तिक ने पक्के ठरवले होते. पहिल्यांदा सगळ्यांना पटवायला अवघड गेले पण त्यामगची तळमळ कार्तिक ने लक्षात आणून दिल्यावर सगळेच त्या 'सिक्रेट प्लॅन' ला तयार झाले. सगळे गुप्त ठेवायचे या अटीवर पुढची मिटिंग 7 दिवसांनी ठरवली होती. 7 दिवसात कार्तिक आणि किया ने अफलातून तयारी करून ठेवली. जेव्हा 'ब्रेकफास्ट कॅफे' ला ते परत भेटले तेव्हा प्लॅन फायनल झाला.

नरक चतुर्दशी च्या दिवशी घरात मोठ्या माणसांचा दिवाळी चा फराळ सुरू असताना फोन वाजला. 'सकाळी नवीन कपडे घालून देव दर्शनाला गेलेली मुले 'कीडनॅप' झाली आहेत आणि पोलिसांना कळवले तर अंजाम बुरा होईल असा फोन आला. चारही घरात हाच फोन आला. किडनॅपर ने आम्ही तुमच्या चारही घरातील मुलांना पळवले आहे असे सांगितले. आनंदाच्या क्षणाला दुःखाचे विरजण पडावे असे चारही घरात झाले.

कुणालाच काय करावे, कुठे जावे हे काहीच सुचत नव्हते. जवळच्या लोकांना, मित्रांना सांगून पण मार्ग निघत नव्हता. अश्या वेळेस छोट्या मावशीने हार मानली आणि ती बेशुद्ध झाली. मावशीच्या मिस्टरांना (काका) सगळे सावरणे अवघड झाले आणि त्यांनी नाईलाजाने बाबांना फोन लावला. यांच्याकडे पण आपल्यासारखीच परिस्थिती आहे हे पाहून ते सुद्धा हवालदिल झाले. इतर दोन ठिकाणी सुद्धा वातावरण काहीच वेगळे नव्हते. पोलिसांना कळवायचे नाही ही अट असल्यामुळे हे चारही घरचे लोक शेवटी एकत्र येऊन काय करता येईल हे ठरवायला बसली.

सगळे मार्ग खुंटलेले वाटत होते आणि त्यात सगळ्या स्त्रिया मोठ्याने रडत ओरडत होत्या.

दुसऱ्या दिवशी रविवारी लक्ष्मी पूजन होते. सगळे नवस मागितले गेले. मोठी पूजा ठेवली गेली. उपवास ठेवले. अनेक ठिकाणी फोन, भेटी गाठी आणि विचारणा सुरू झाली पण पत्ता कसलाच लागत नव्हता. त्या दिवशी संध्याकाळी फोन वाजला,

सगळ्या इस्टेटीचे कागदपत्रे, सोने, रोख पैसे घेऊन इगतपुरी च्या स्टेशन जवळ एका पत्यावर मंगळवारी यायला कीडनॅपर ने सांगितले होते आणि ते सुद्धा सगळ्यांना. म्हणजे घरातील प्रत्येक माणसाला. चारही घरात हेच फोन गेले होते. फोन नंतर सगळ्यांनी आपल्याकडे जे जे काही होते ते सगळे आणून मोठया बॅगेत टाकले होते.

मंगळवारी भल्या पहाटे मोठी एक टेम्पो ट्रॅव्हलर करून चारही घरच्या फॅमिली इगतपुरी ला निघाल्या होत्या. 5 मिनिटे चहा चा ब्रेक सोडला तर ती ट्रॅव्हलर अफाट वेगाने धावत होती. बरोब्बर 10 वाजता इगतपुरी च्या शहरात प्रवेश केल्यावर पूर्व दिशेस 'माउंटन हिल व्यु रिसॉर्ट' ची पाटी त्यांना दिसली. त्या पत्त्यावर जाण्यासाठी टेकडी चढून जाणे गरजेचे होते त्यांनी गाडी अगदी वरपर्यंत नेली आणि रिसॉर्ट ला पोचून पुढे काय घडतंय याची वाट पाहत बसले. सगळे च जण भेदरलेले, घाबरलेले. देवाचा धावा करत होते.

अर्धा तास असा शांततेत घालवल्यावर त्यांना कार्तिक चालत येताना दिसला. जसा तो गाडीपाशी येत होता, त्याला पाहून आई धावतपळत त्याच्या पाशी गेली. त्याला घट्ट पकडून रडायला लागली. कार्तिकने आईला शांत केले आणि तिला घेऊन तो गाडीत शिरला.

तिथे उभे राहून सगळे त्याच्या कडे पाहत असताना तो मोठ्याने म्हणाला "माझ्या मावशीनो, काका, आणि मामा मामी, 2 दिवस आम्ही तुमच्या जवळ नाही होतो तर तुमचे अस्तित्वच एकदम बदलून गेले, हो ना? खूप त्रास झाला असेल ना तुम्हाला आम्ही नसल्याचा? रडला असला, जेवला नसाल! का? कारण आपली मुले कीडनॅप झाली आहेत ना? त्यांचे काही बरे वाईट झाले तर काय होईल? आम्ही कसे जगू? वगैरे वगैरे..... पण तुम्ही हा विचार केलात का कधी, की तुम्ही स्वतःचे एक रक्ताचे नाते निभावताना दुसरे रक्ताचे नाते विरून गेलात ? ज्या पैस्यांसाठी तुम्ही भांडलात तो सगळा पैसा आज एका क्षणात द्यायला तयार झालात. का? कारण मुलांसाठी सगळे काही! हो ना? मग मला सांगा जसे तुम्हाला तुमच्या मुलांसाठी एवढे वाटते, तेवढेच तुमच्या आई वडिलांना त्यांच्या मुलांबद्दल वाटत असेल. पण तुम्ही त्यांना काय दिले? आजोबा गेल्यावर तुम्ही नात्यांपेक्षा पैस्याला महत्व दिले. स्वतःच्या हिस्याला महत्व दिले जो तुम्ही कधी मिळवलाच नव्हता. जे तुमचे नव्हते ते मिळवण्यासाठी एवढा आटापिटा! त्या नादात तुम्ही नाती तोडली, संबंध तोडले आणि आम्हा भावंडांना पण वेगळे केलेत. तुमचे बालपण तुम्ही छान जगलात पण आमचे काय?

जर तुमचीच पिढी नाते टिकवणार नसेल तर आमच्या पिढी कडून नाते टिकवणे ही अपेक्षा ठेवणे चुकीचेच असेल, नाही का?

तुम्हाला थोडीशी जाणीव व्हावी म्हणून आम्ही हा प्रयोग केला.

या करिता मी मनापासून माफी मागतो. पण आम्हाला रागावू नका कारण आम्ही सगळे तुमचीच मुले आहोत. इथेच आहोत, एकत्र आहोत आणि तेसुद्धा मजेत!"

त्याने जोरात एक शिट्टी वाजवली आणि सगळे जण धावत पळत आले.

आपली मुले सुखरूप आहेत आणि मजेत आहेत हे पाहून सगळे जण आनंदी झाले. प्रत्येकांनी आपल्या मुलांना जवळ घेतले.

कार्तिक चे एवढे परिपक्व आणि मुद्देसूद बोलणे पाहून आई थक्क होती तर बाकी सगळे प्रभावित.

त्या ट्रॅव्हलर मध्ये सगळ्या नातेवाईकांची भेट नव्याने होत होती. चेहऱ्यावर हसु, डोळ्यात पाणी आणि मनात माफी अशी भावना तिथे दाटली होती. कोणाचे लक्ष नाही पाहून कार्तिक ने हळूच बाबांना डोळा मारला. बाबांनी त्याला 'शशश' म्हणून खुणावले. त्यांच्या प्लॅन ला एक्झिक्युट करणारे पड्यामागचे खरे सूत्रधार तर तेच होते ना! म्हणून तर बाबांनी, त्यांच्या मित्राच्या हॉटेल वर सगळ्यांना 2 दिवस धमाल करण्यासाठी इगतपुरी ला पाठवले होते. आज सगळेच आनंदात होते. आई बाबा, मावशी काका, मामा मामी आणि सगळ्या भावंडाचा ग्रूप. या सुपर प्लॅन मुळे आज मंगळवारी सगळे 'मंगल' घडतंय अशी जबरदस्त भावना सगळ्यांमध्ये रुजू होत होती. आणि का नसावी, आज 'भाऊबीजेच्या' पवित्र दिवशी

एका तपा पूर्वी विस्कटलेली 'नातीगोती' नव्या धाग्यात परत गुंफत होती

7

ईच्छाशक्ती :-

'हरीश' .....आईने स्वयंपाक करत आवाज दिला.

हरीश हळूहळू आत चालत आला.

"काय?" अत्यंत संथपणे त्याने आईच्या हाकेला प्रतिसाद दिला.

आईने त्याच्याकडे पाहिले आणि म्हणाली, "काय झालंय बाळ तुला? इतका शांत शांत का राहतोस सध्या?"

"शाळेत काही झाले का? गुरुजी काही बोलले का?"

'नाही' तो अगदी कोरडे पणाने म्हणाला.

त्याच्या या उत्तराने, 'कसे होणार या मुलाचे खरंच मला तर मोठा प्रश्न पडलाय' असे आई स्वतःशीच म्हणाली.

हरीश नुसताच हसला आणि आतल्या खोलीत गेला.

शेल्फ मध्ये ठेवलेले 'चांदोबा' त्याने वाचायला घेतले.

हरीश हा एकुलता एक मुलगा. वडील क्लार्क आणि आई घडाळ्याच्या दुकानात कामाला. घरी खाऊन पिऊन सुखी. परिस्थिती बेताचीच. ईतर कशाचे नाही पण हरीश चे खाण्या पिण्याचे लाड जास्त व्हायचे. हरीश ला वाचायची जबरदस्त आवड. 'चंपक'आणि 'चांदोबा' त्याचे खास आवडीचे. बाल साहित्य वाचायला त्याला फार आवडायचे. अफाट बालसाहित्य वाचून झाल्यावर हळूहळू तो किशोर साहित्याकडे वळला. वाचण्याने तो हळू हळू परिपक्व होत होता. त्याच्या या परिपक्वपणात त्याला फार लवकर जाणीव झाली की तो शाळेतल्या इतर लोकांपेक्षा गरीब आहे. बाकीची मुलांकडे, कोणाकडे स्वतःचे घर, स्वतःची गाडी तर बऱ्याच जणांकडे खेळायची अनेक साधने होती. हरीश चे आई बाबा गरीब होते आणि त्यांना हे काही परवडत नव्हते. हे कळायला लागल्यापासून हरीश अंतर्मुख झाला. त्याचे स्वतःचे विचार त्याला एका इन्फेरीटी कॉम्प्लेक्स मध्ये घेऊन गेले. तो घुम्या सारखा शांत राहायला लागला.

आईला त्याच्यातला बदल जाणवला. पण खूप वेळेला विचारून सुद्धा हरीश काहीच बोलायचा नाही.

हरीश आतून खूप शांत झाला. खेळायला जायचा नाही, स्पर्धेत भाग घ्यायचा नाही , छंद पाळत नव्हता.

अगदी लहानपणापासूनच त्याला खूप विचार करायची सवय लागली. दुसऱ्याला समजून घेणे, त्याला बोलून देणे, स्वतः बद्दल कमी बोलणे, स्वतःचा सेल्फ डिफेन्स न करता येणे अश्या सवयी त्याने लावून घेतल्या. त्याचा स्वतःला कमी लेखण्याचा स्वभाव दिवसेंदिवस वाढत होता. आई वडील यापासून पूर्णपणे अनभिज्ञ होते. पण हरीश आतमधून तुटत होता.

10 वी पूर्ण करून तो कॉलेज ला गेला. इथे मात्र थोडा बदल त्याच्यात झाला. कॉलेज चे मोकळे वातावरण त्याला खुणावायला लागले. तो थोडासा मोकळा व्हायला लागला. मुलींशी तुटके मुटके बोलायला शिकला. कॉलेज मध्ये असताना पहिल्यांदा त्याने 'फिरोदिया' मध्ये भाग घेतला आणि त्याच्या भूमिकेमुळे तो कॉलेज मध्ये प्रसिद्ध झाला. या स्पर्धे नंतर त्याच्यात अनेक चेंजेस आले. अनेक मित्र मैत्रिणी त्याला मिळाले आणि त्यात तो रमायला लागला. असे करताना एक मुलगी त्याला आवडायला लागली. तिलाही तो आवडायचा आणि तिच्या नादात तो त्याचे शैक्षणिक वर्ष गमावून बसला. आपण नापास झालो या भावनेने जो काही कॉन्फिडन्स त्याने मिळवला होता तो परत

गमावला आणि अति लो सेल्फ कँसायसेस वर तो जगायला लागला. त्यात नापास झाल्यामुळे किंवा याच्या या स्वभावामुळे ती मुलगी त्याला सोडून गेली आणि मग मात्र पुन्हा तो अलिप्त झाला. सगळ्यांपासून दूर राहायला लागला. आई वडिलांना वाटले की हाताशी आलेला आपला तरणाताठा मुलगा वाया गेला. नातेवाईकांचे टोमणे, शेजार पाजारांच्या कुत्सित नजरा हे स्वीकारून तो अजूनच आतल्या आत बुजला.

आपले काही वेगळे होऊ शकत नाही असे विचार करत तो जगत होता आणि मग तो दिवस उजाडला....

हरीश रस्त्यावरून जात असताना त्याला एका माणसाने आवाज दिला....

"सुन युवक, तेरे मस्तिष्क की रेखा कुछ बता रही हैं, जरा इधर आओ और अपना हाथ दिखाओ"

त्याने पाहिलं तर एक ज्योतिषी फुटपाथवर एक पंचांग आणि दोन पुस्तके घेऊन बसलेला दिसला.

कुतूहलाने तो तिकडे गेला. त्या ज्योतिषाने त्याचा हात बघितला आणि म्हणाला,

"अदभुत हात आहे. धनरेषा अप्रतिम आहे. बुद्धी तल्लख आहे. पण हात खूप निराशावादी आहे. सगळे असूनही काही मिळत नाही कारण प्रयत्न काही नाहीत"

हरीश त्याचे बोलणे मन लावून ऐकत होता. ज्योतिषी पुढे म्हणाला, "तुझ्या नशिबात सगळे आहे. गाडी, बंगला, सोने, चांदी, उत्तम बायको, सगळे काही......

"जर सगळे माझ्या नशिबात आहे तर मला काहीच मिळत का नाही? का मी सगळ्यांच्या मागे राहतो? सगळे माझ्या पुढे कसे काय गेले?

"कारण तू जाऊन दिलेस. तुझ्या विचारांनी तुला काही करायचे थांबविले. तुझे विचार तुझे शत्रू बनले. त्यांनी तुझ्या प्रगती मध्ये अडसर टाकला."

"पण जर हे माझ्या नशिबात होते तर मग मला काहीच कसे नाही मिळाले अजून?"

"कारण तू हातवर हात ठेवून बसून राहिलास. जे मिळत गेले ते घेत गेलास आणि जे नव्हते याचा त्रास करून घेतलास. तुझ्या आई बाबांनी तुला कधी काही कमी पडू दिले नाहीस, पण आता तू तुझ्या विचारांनी तुला स्वतःला कमी लेखत आहे आणि कमी पडून सुद्धा देत आहेस.

ज्या क्षणाला तू नैराश्य सोडशील, असे विचार करणे सोडशील, त्या क्षणानंतर तुला कोणीच आडवू शकणार नाही ....तो देव ही तेच म्हणत असेल ना की मला द्यायचे तर आहे याला सगळे पण हा घेण्यासाठी तयारच नाही"

हरिश ते ऐकून मनातून अत्यंत समाधानी झाला. त्याला जी भीती होती ती त्याच्या मनात होती आणि प्रत्यक्षात नव्हती हे त्याला आज कळले होते.

आज त्याचा परिवर्तन दिवस होता. त्या ज्योतिषी ला दक्षिणा देऊन तो घरी आला.

घरी येऊन आई बाबांना नमस्कार करून तो कामाला लागला.

सर्वप्रथम त्याने स्वतःवर काम करायला सुरुवात केली. स्वतःवर, स्वतःच्या विचारांवर त्याने कंट्रोल ठेवण्याचा प्रयत्न केला. हळूहळू त्याला ते जमायला लागले.त्यानंतर त्याने आयुष्यात त्याला काय करता येईल याचा लेखा जोखा बनविला. न थांबता, न थकता, न दमता त्याने स्वतःच्या आयुष्याला परत ट्रॅक वर आणले. स्वतःचा ‘कमीपणा’ त्याने स्वतः मधून कमी करून टाकला. योग्य विचारांनी कॉन्फिडन्स बुस्ट केला. तो स्वतः सुध्दा कोणीतरी आहे याची जाणीव करून घ्यायला लागला. त्याच्या कोरडेपणा वर त्याने मात केली. त्याच्या इन्ट्रोव्हर्ट स्वभावाला त्याने मागे सोडले आणि तो सहज लोकांमध्ये मिसळायला लागला. नाटकाची आवड पहिल्यापासून असल्याने त्याला नाटक क्षेत्रात भरपूर संधी मिळाल्या आणि त्याचा पुरेपूर फायदा उठवत तो लवकरच एक प्रसिद्ध अभिनेता म्हणून उदयाला आला.

आज त्याच्या हस्ते एका नाट्यगृहाचे उद्घाटन होते. लाल रिबीन कापून आतमध्ये शिरल्यावर त्याने त्या ग्रॅनाईट च्या दगडावर स्वतःचे नाव वाचले. "उदघाटकः- प्रसिद्ध अभिनेते मा. हरीश मुजुमदार"

त्या पाटीकडे क्षणभर त्याने पाहिले आणि हलकेच हसला. अनेक फोटोग्राफर आणि मीडियाच्या गराड्यात स्टेज वर गेला आणि तिथे भाषण द्यायला त्याने सुरुवात केली.

" मित्रहो, वेळ सगळ्यात शक्तिमान असतो. आज मला तो हरीश आठवला की जो कुणीच नव्हता आणि फक्त वेळ वाया घालवायचा. निराश राहायचा. तो काही करेल का नाही हे त्यालाच माहिती नव्हते. पण एका प्रसंगाने त्याला आमूलाग्र बदलले. त्याच्या

झोपलेल्या मनाला जागृत केले आणि त्याला हा विश्वास दिला की तू नक्कीच काही करू शकतो. तो प्रसंग म्हणजे एका रस्त्यावर च्या ज्योतिषाने मला करून दिलेली जाणीव. आज माझ्याकडे गाडी, बंगला, सोने चांदी सगळे आहे कारण हे मिळवण्यासाठी मी योग्य विचारांची साथ घेतली. तुम्ही पण तुमच्या विचारांना निश्चित एक दिशा द्या आणि बघा काय सुंदर परिवर्तन होत आहे. तुम्हाला काही मिळवायचे असेल तर स्वतःमधील सशक्त मानसिक ताकद कायम जिवंत ठेवा कारण तीच तुमचे आयुष्य घडवेल"

टाळ्यांच्या कडकडाटात तो स्टेज वरून खाली उतरत असताना त्याच्या भाषणाने त्याने अनेक नवयुवकांच्या त्याच्या सारख्या सामान्य ते असामान्य या प्रवासातील यशस्वी बनण्याच्या "ईच्छाशक्ती " चेतवल्या होत्या!

8

संधी:-

मुक्तागिरी हे तसे खूप प्रसिद्ध. महाराष्ट्र आणि मध्य प्रदेश च्या सीमेवर असलेले हे स्थळ म्हणजे जैन लोकांचे खूप मोठे देवस्थान. महावीर स्वामींचे खूप छान मंदिर. एक नाहीतर अनेक छोटी मोठी मंदिरे ,आणि तिथेच वर गेल्यावर पावसाळ्यात दिसतो मनसोक्तपणे पणे बरसणारा नयनरम्य धबधबा. , तो जोरजोरात कोसळणारा धबधबा , तो पाण्याचा आवाज आणि ते खळाळणारे वाहणारे पाणी.....कोणालाही आवडेल असेच पवित्र आणि सुंदर वातावरण.

तिथेच झोपडीवजा छोट्या घरात एक कुटुंब राहात होते.

ज्याचा प्रमुख होता रामा , त्याची बायको सीता आणि त्यांची छोटी मुलगी कविता. रोजणदारीवर काम करून पोट भरणे हे त्यांचे दिनचक्र! असेच आयुष्याचे रहाटगाडगे सुरू होते. कविता तशी खूप चुणचुणीत मुलगी , हुशार एकदम , कोणी काही शिकविले की पटकन लक्षात राहत असे तिच्या. आपल्या मुलीचे भले व्हावे , तिने खूप शिकावे असे कायम त्या दोघांनाही वाटे . परिस्थितीत बदल घडावा म्हणून प्रयत्न केले तरी रोजणदारीवर कसे होणार हा प्रश्न रामा ला कायम पडलेला.

तसे शांत निवांत असलेले हे स्थळ मात्र भक्तांच्या येण्याजाण्याने जिवंत असे होते. कोणी देवदर्शन तर कोणी धबधबा बघायला असे लोक येत जात असत.

जाणा येण्याच्या वाटेवर झोपडी असल्यामुळे

कोणी कौतुकाने तिला काही खेळणे तर कोणी काही वस्तू देत. आपल्या गोड हसण्याने कविता कुणालाही आपलेसे करून घेत असे.

आता कविता 5 वर्षाची झाली होती. सीता शेतावर कामाला जात नसे , चहाची आणि भज्याची टपरी तिने झोपडीला लागून सुरू केली होती यामुळे तिचे काम पण होई आणि कविता कडे पण लक्ष देता येत असे.

असेच एका दिवशी, एकदा एक लाल रंगाची गाडी तिथे येऊन थांबली. त्यातून एक वयस्कर जोडपे बाहेर आले. रुबाबदार पण भेदक आणि सज्जन वाटणारे एक गृहस्थ आणि

सोज्वळ अशी साडी नेसलेली एक स्त्री आणि त्यांच्या बरोबर एक साधारण कविताच्याच वयाची गुलाबी रंगाचा छोटासा फ्रॉक घातलेली मुलगी टूणकर उडी मारून बाहेर आली.

दोघेही अगदी नवीन वाटत होती , चौकशी करायला म्हणून ते सीता च्या टपरी जवळ आले " ताई , आम्ही खूप लांबून आलोय. इथे जवळपास महावीर स्वामींचे प्रसिद्ध मंदिर असल्याचे मागच्या मुक्कामात आम्हाला कळले. कसे जायचे सांगाल का? आणि हो आमची मनू खूप लहान आहे , तिला जर थोडे दूध मिळाले तर तेही हवे आहे आम्हाला!"

आईच्या मागून मान डोकावून कविता ऐकत होती.

" या की हो आजोबा, आमच्या आईकडे खूप दूध आहे ती देईल तुमच्या मनूला आणि तुम्हाला चहा पण देईल! हो किनई ग आई?" निरागसपणे कविता बोलली आणि तिचा तो गोड आवाज आणि बोलके डोळे पाहून ते सद्गृहस्थ खूप गोड हसले.

सीता ने लगेच छोटे स्टूल आणि खुर्ची पुढे केली त्यावर ती दोघे बसली. आपल्या ड्रायव्हर ला त्यांनी हात करून बोलावून घेतले.

समवयस्क असल्याने लगेच गट्टी जमली मनू आणि कविता ची.

त्या छान खेळू लागल्या आणि ती दोघे त्यांच्या बाललीला बघण्यात गर्क झाली.

थोड्याच वेळात दुधाचा कप ,आणि चहाचे 3 कप घेऊन सीताने टेबलवर ठेवले आणि एक बिस्कीट पूडा सुद्धा घेऊन आली.

" मनू ए मनू , जर येतेस का बाळा , बघ काकू ने छान दूध आणले आहे आणि बिस्कीट सुद्धा , चला खाऊन घे बेटा तुला भूक लागली ना?"

" काय ग आजी , जरा खेळू पण देत नाहीस." गाल फुगवत मनू आली आणि आजीवळ बसली.

" अगं राणी , आपल्याला त्या बाप्पाचे दर्शन घ्यायचे आहे की नाही? मग आवरायला नको का , आणि आपले घर पण खूप लांब आहे ना !मग घाई नको का करायला? घे हे दूध"

मनूला आजी भरवत होती आणि कविता लांबून बघत होती

" चहा एकदम छान झाला आहे ग मुली आणि बाळा तू इकडे ये बघू , काय नाव तुझे?" ते सद्गृहस्थ बोलले.

हसतमुख सीता ने " धन्यवाद काका , आणि ही माझी मुलगी कविता , जा बाळा आजोबा काय म्हणतात बघ."

लाजत कविता त्यांच्या जवळ गेली आणि खुदकन हसली.

तिच्या डोक्यावरून प्रेमाने हात फिरवत "कविता का? खूप छान नाव आहे तुझे. शाळेत जातेस का बाळा?"

तिने मानेनेच नकार दिला.

"आम्हाला खूप वाटते हो काका पण इथे जवळ शाळा नाही आणि आमची तितकी परिस्थिती पण नाही. खूप वाटते की कविता ने काही करावे , आयुष्यात काही बनावे पण कसे करायचे ते मात्र कळतं नाही."

तोवर मनुचे खाऊन झाले होते ती पुन्हा कविताशी खेळायला गेली . " काय करतात हिचे बाबा ? " पहिल्यांदा काकू बोलल्या .

" शेतावर जातात कामाला , पोट भरते काकू पण इथून जाणार तरी कुठे ? कोणीच नाही आमचे. आता मी इथे चहाची टपरी पण काढली आहे की थोडे पैसे मिळतील आणि कविता वर पण लक्ष देता येईल." सीता म्हणाली.

डोळ्याला पदर लावत अश्रू टिपत त्या म्हणाल्या " मनू म्हणजे मनस्वी आमची नात आहे. मागच्या वर्षी एका विमान अपघातात तिचे आई आणि बाबा दोघेही देवाघरी गेले. ही पोर त्यांच्या सोबत नव्हती म्हणून आज आमच्या जवळ आहे. हीच खरा आमचा आधार आहे."

" आम्ही मूळचे इंदोर चे आहोत , तिथे आमचा जमीन जुमला आहे. मोठा कारभार आहे . मनूला फिरायला म्हणून घेऊन निघालो आणि इथे मुक्तागिरी ला दर्शनासाठी आलो." काका म्हणले.

"चला आम्ही येतो आता दर्शन करून."

मनू ने हट्टच धरला की आपण देवळात कविता ला पण घेऊन जाऊ.

हो नाही म्हणत सीता ने पण होकार दिला.

ती पण दुकान बंद करून त्यांच्या गाडीत बसली. उंचावर असल्याने थोडे थांबत , थोडा दम घेत सगळ्यांनी दर्शन घेतले आणि धबधब्याजवळ निवांत बसले .

मनू आणि कविता तर जणू खूप वर्षांपासून ओळख असल्यासारख्या एकमेकांमध्ये गर्क होत्या.

त्यांच्या बाललीला बघत काका काकू काही चर्चा करत आंहेत इतकेच सीता ला कळत होते.

तशी ती कामसू असली तरी साधी , सरळ आशिक्षित स्त्री . आज पहिल्यांदा कार मध्ये बसली होती. त्याच विचारात आणि आनंदात होती.

तासभर आराम झाल्यावर काका म्हणाले " तुझा नवरा कसा आहे ग? काही व्यसन वगैरे आहे का त्याला?"

" नाही हो काका, कसलेच व्यसन नाही याला.

हां पण एकच व्यसन बघा त्याचे"

"कुठले"

"माझी कविता आणि तिचे भविष्य कसे बनवायचे याचे विचार. तो बी कमी शिकला ,आमचं कोणी बी नाय बघा .इथंच राहतो आणि जे जस मिळालं तसं खातो. फकस्त एकच काळजी बघा , ती म्हणजे माझी लेक. तिला लै मोठं करायची ईच्छा आहे बघा त्याची"

काही तरी ठरवत ते दोघेही उठले , जवळ कुठे ढाबा आहे का ते विचारले आणि सगळेच तिथे गेले.

सीता ला तसे थोडे अवघडल्यासारखं वाटत होतं पण लोक चांगले आहेत हे तिने ओळखले .

मुख्य म्हणजे आज कविता आईकडे बघत ही नव्हती आणि खुश होती खूप. दंग होती मनू बरोबर खेळण्यात.

तिथे ढाब्यावर जेवण झाली तसें सीता म्हनाली "काका , इथं जवळच आहे बघा शेत जिथं हीच बा काम करतो. मी बोलावून आणते बघा ."

त्यांनी हो म्हणताच सीता, कविता ला कुठे जाऊ नकोस असे सांगून गेली शेताकडे .

अर्धा तास झाला असेल , ती आणि एक माणूस म्हणजे रामा येताना दिसले तशी टाळ्या वाजवत उड्या मारत कविता म्हणाली " आला माझा बाबा."

जवळ आल्यावर सीता ने ओळख करून दिली. रामा ने हात जोडून नमस्कार केला आणि खाली जमिनीवर बसला.

" रामा , आज आपण नव्याने भेटत आहोत पण मनू आणि कविता बघ कशा एक झाल्यात . जणू खूप वर्षांची ओळख. सीताशी बोलून तुमची कविता ची काळजी आम्हाला कळली आणि खरं सांगायचं तर आवडली सुद्धा ते. तुझ्यासारख्या बाबा असेल तर तो शिकलेला असो किंवा नसो , त्याची मूल नक्कीच काहीतरी चांगले करतील. "

रामा ला नवल वाटत होते हे ऐकून . आपण काय वेगळे करतो का असे त्याला वाटले.

" माझं काही चुकले का ?"घाबरून त्याने विचरले.

" अरे नाही , उलट तुझं शिक्षण फारसे नसून तू किती सुशिक्षत आहे ते पाहून छान वाटले. मला एक विचार येतोय , बोलू का."

" विचारता काय साहेब , सांगा की."

" आम्ही दोघे जण आणि आमची मनू इतकेच लोक आम्ही आहोत. पैसे अडका आहे पण लोक नाहीत की जे जवळचे असतील आणि काळजी घेतील. आज मनू आणि कविता ला पाहून खूप वाटले की मनूला असे कोणी हवे जे तिचे मन रमवेल , तिची काळजी घेईल आणि आंम्हाला सोबत करेल."

रामा आणि सीता कान देईन ऐकत होते.

" इंदोर जवळ आमचे घर आहे , शेती वाडी आहे .आमची स्वतःची ट्रस्ट ची शाळा आहे. व्याप खूप आहे , जर तुम्ही दोघे आलात सोबत तर आम्हाला कारभारात मदत होईल! मनूला मैत्रीण मिळेल आणि कविताच्या शिक्षण आणि संगोपना ची जवाबदारी मी घेतो. राहिले सीता चे तर ती घरात काकू ला मदत करेल आणि दोन्ही मुलींकडे लक्ष देईल."

दोघांनाही कळत नव्हते की काय बोलावं , फक्त हात जोडून आणि दंडवत घालून दोघे फक्त अश्रूवत होते.

" आज आपण भेटलो काय ,मला विचार आला काय आणि काकूला तुझ्या पटले काय हे सगळे विधिलिखित बघ. नाहीतर कोण आपण कुठचे ओळखत पण नव्हतो पण आज असा बंध जुळून येतोय . बघ विचार कर आणि सांग मला."

कविता कडे एकदा बघत आणि सीता कडे बघत रामा म्हणाला,

"साहेब, आंधळा मागतो एक डोळा आणि देव देतो दोन असे झाले बघा. माझ्या कविता चे भाग्य म्हणवून तुमच्यासारखे लोक भेटले आणि ही संधी देवाने मला दिली. ती मी वाया जाऊ देणार नाही बघा. नाहीतर चार कापडे सोडली तर काय आहे आमचे , जे आहे ते पण बाजूच्या खोलीवाल्याचे. आम्ही तयार आहे बघा आणि आमची कागदपत्र भी आहे तुम्हाला द्यायला."

" बरं बरं " हसत ते म्हणले आणि एक कटाक्ष बायकोकडे टाकला त्यांनी पण हलकेच होकार दर्शवला.

मग काय ,कपड्याचे गाठोडे तेवढे बांधले आणि शेतमालकाला भेटून कामाचे पैसे घेऊन रामा आला आणि मंडळी निघाली त्यांच्या सोबतच.

मुक्काम झाला त्या रात्री एका हॉटेल मध्ये आणि सकाळीच पुन्हा प्रवासाला निघून ते संध्याकाळपर्यंत पोहोचले त्यांच्या गावाला.

गावातील त्यांचे घर म्हणजे राजवाडाच बघून दोघे ही थक्क झाले ,आपण ज्यांच्या सोबत आलो जे बडे असामी आहेत हे त्यांच्या लक्षात आले. भीत भीतच रामा " साहेब ,आलो खरो ,पण जमेल ना तुमच्या मनासारखा मला?"

फक्त हसत त्याच्या खांद्यावर हात ठेवून ते घरात गेले.

पुढची 2 दिवस तर फक्त शेत जमीन, वाडा बघण्यात गेले. मनू आणि कविता मात्र कोणी ही येवोत आणि कोणीही जावोत , फिकीर कशाचीच नाही असे वागत होत्या. घरातील गरज निरखत सीता काम समजून घेत होती आणि स्वतःला भाग्यवान समजत दोन्ही मुलांची काळजी घेऊ लागली.

काकांनी स्वतःच्या शाळेत कवितांचे नाव घातले. चुणचुणीत कविता आता खरी हुशार बनून शिकत होती.

घरात तिला पण अगदी प्रेमाने वागणूक मिळत होती , सगळे लाड पुरत होते , हौसमौज होत होती. सीता पण अगदी कविता सारखीच मनूची काळजी घेत होती , हट्ट पुरवत होती. इकडे आपलं निर्णय चुकला नाही आणि विश्वासपात्र लोक मिळाली त्यामुळे ती दोघेही आनंदा मध्ये होती.

कामकाजात आता रामा हुषार बनून सगळे सांगितल्याप्रमाणे शिकत होता , करत होता आणि घराची जबाबदारी सीता ने घेतली त्यामुळे आता खरे आपण आजी आजोबा आहोत ही भावना त्या दोघांना सुखावत होती.

पहिल्याच वर्षी कविताने खूप छान अभ्यास केला आणि दाखवले की संधी मिळाली तर व्यक्ती काय करू शकते. मनू ही हुशार होतीच. स्वतःची शाळा असली तरी आपली ओळख दोघींनीही स्वतःच्या हुशारीने निर्माण केली होती.

बघता बघता दिवस, महिने सरले आणि वर्षे सुद्धा. दहावी मध्ये कविता अव्वल आली आणि स्कॉलरशिप मिळवुन पुढिल शिक्षणासाठी शहरात गेली. मनु सुद्धा शहरात

इंजिनिअरिंग करण्यासाठी आली.

कोणीही बहिणी म्हणाव्या असे त्यांचे सूर जुळले होते आणि आई म्हणावी अशी सीता मनूला लाभली होती.

आता वय होत चाललेले काका आणि काकू पण थोडे निश्चिन्त झाले होते. त्यांनी निवडलेली माणसे, इमानदारीने जाणीव ठेवून सगळ्याच गोष्टींची काळजी घेत होते.

बघता बघता मनू इंजिनिअर झाली आणि कविता ने BSC करून BEd केले.

तिने आधीच ठरवले होते की ज्या आजी आणि आजोबा ने आयुष्यात आपल्याला संधी दिली त्यांचाच वारसा पुढे न्यायचा ,आपली शाळा हीच आपली कर्मभूमी करून त्यांची सोबत करायची.

आई वडिलांचे कार्य सार्थक ठरवायचे आणि आयुष्य मार्गी लावायचे.

ठरल्याप्रमाणे BEd मध्ये सुद्धा अव्वल येऊन ती घरी आली.

" आजोबा आणि आजी , माझ्यासाठी तुम्ही देवापेक्षा कमी नाहीत. देव दिसत नाही पण तुम्ही प्रत्यक्षात आहेत. शिक्षण झालय पण मला कुठेच दुसरीकडे जायचे नाही. आपल्याच शाळेत मला नोकरी करायची आणि स्वतःच्या कामाने प्रगती करून पदापर्यंत पोहचायचे.तुमची नात म्हणूनच जग मला ओळखते ,पण आता कार्याने तुमची नात मला शोभायचे आहे." नमस्कार करत कविता म्हणाली.

पाणावलेल्या डोळ्यांनी त्या दोघांनीही तिला जवळ घेतले , भरभरून आशीर्वाद दिले आणि तिच्या विचाराला संमती दिली .

त्याच वेळी मनू ने धावत तिला मिठी मारली आणि तिचे कौतुक केले.

रामा म्हणाला " पोरी आम्ही अडाणी माणसे , तू शिकली मोठी झालीस यातच आले बघ सगळं. आम्ही जन्म दिला पण ह्या देव माणसांनी तुला आधार दिला. जे करते आहेस त्यापेक्षा दुसरे कोणतेच कार्य मला महत्वाचे नाही.साहेब ,तुम्हाला कितीही नमस्कार केला तरी तुमचे उपकार मी विसरू शकणार नाही बघा. पोर तुमची आहे. कविता तुझा अभिमान वाटतो बघ खुप आणि मनू तर आमची मोठी मुलगी आहे."

" रामा , सुख यालाच म्हणतात बघ. एक मूल नेले आणि प्रेमाची लोक आयुष्यात आणली . माझ्या मनूला बहीण मिळाली , आईची माया मिळाली . तुझे ही उपकार बघ."हात जोडून काकू म्हणाल्या.

देव संधी देतो , त्याचे चीज करणे हे आपल्या हाती असते असे कविता म्हणाली.

शाळेत रुजू झाल्यावर सुद्धा कविता कायम मुलांना हेच शिकवीत असायची.

तिच्या या शिकवणीतून तिला बहुतेक अजून एका छोट्या कवितेला एक मोठी ‘संधी’ द्यायची होती!

9

सर्वेसर्वा:-

"ओ ताई घ्या की, 100 ला 4 घ्या!"

"नाही...100 ला 6 देत असेल तर दे, नाहीतर राहु देत"

"अहो ताई, 10 रुपये सुटतात फक्त, तेवढ्यात तर चहा पण येत नाही"

"मार्केट मधला हाच रेट आहे, देत असेल तर ठीक "

"तुमचे माझे राहुदेत...100 ला 5 घ्या"

"सहा..!"

"ठीक आहे घ्या.." असे म्हणून तिने हातातल्या 6 डस्टबीन बॅगची पाकिटे त्या बाईच्या हातात दिली.

बाईने 100 ची निळी नोट काढून दिली आणि कशी चांगली डील मिळवली या आनंदात त्या बॅग घेऊन ती निघून गेली.

"ए, गंगू, कशाला दिली ग 100 ला 6 पाकिटे? आपले ठरले आहे ना 4 पेक्षा जास्त नाही द्यायची"

"तुझे ठीक आहे रे संत्या, तुझ्या घरात 3 लोक आहेत पैसे कमवायला. आमच्याकडे मी एकटीच. मी नाही पैसे कमवले तर माझा भाऊ आणि मी दोघेही उपाशी राहू"

गंगू च्या या बोलण्यावर संतोष काही नाही बोलता पुढे निघून गेला.

गंगू ने बाजूला जाऊन टोपलीत ठेवलेली पुढची पाकिटे उचलली आणि ती सिग्नल ला पळाली. पुढचा सिग्नल लाल होत असताना ती तिथे पोचली आणि परत डस्टबिन बॅग विकायला सुरुवात केली.

"100 ला 3 घ्या 100 ला 3"

हे काही गंगूचे आजचे रूटीन नव्हते. ती गेले कित्येक महिने हेच आयुष्य जगायची.

तिचे हे काम सकाळी सिग्नल पाशी सूरु व्हायचे आणि रात्री तिथेच थांबायचे. गल्लीमधील चिंटू दादा सगळ्यांना होलसेल मध्ये पाकिटे द्यायचा. एकदा त्याच्याकडून घेतल्यावर ज्याच्या त्याच्या जवाबदारीवर ज्याने त्याने विकायची. कितीला विकायची हा

ज्याचा त्याचा प्रश्न. सिग्नल एरिया आपापसात वाटून घ्यायचा म्हणजे 'अंतर्गत स्पर्धा' नको.

गंगू सकाळी आवरून गल्लीत शिरायची.दिवसभरात किती पाकिटे विकू शकू याचा हिशोब लावायची आणि त्याप्रमाणे ती पाकिटे टोपलीत घेऊन ठेवायची.

टोपली सिग्नल च्या जवळच्या फुटपाथच्या कॉर्नरला झाकून ठेवलेली असायची. एक लॉट संपला की पुढचा. हातात बॅगेच्या पॅकेटला पकडायचे आणि प्रत्येक सिग्नलला जाऊन मोठ्याने '100 ला 3' असे ओरडायचे.

बहुतेक लोक नाहीच घ्यायचे पण कोणीतरी घ्यायचे.

दिवसाकाठी 200 रुपये सुटायचे.

संध्याकाळी 7 ला अंधार पडल्यावर मात्र ती घरी जायची. घर म्हणजे जवळच्या टेकडीवर तिच्या 'बा' ने बांधलेली एक छोटी झोपडी. जाताना थोडे धान्य शेठ च्या दुकानातून घेऊन जायची.

घरी गेली की हात पाय धुवून लगेच स्वयंपाक.

बंडु आणि ती दोघेच घरी असायचे त्यामुळे दोघांपुरता स्वयंपाक.

वडील तिला व्यवस्थित आठवायचे. बांधकाम मजूर होते. खूप प्यायचे. आईशी सतत भांडण करायचे. बंडू 4 वर्षाचा होता तेव्हा ते गेले. गंगू सात वर्षांची तेव्हा. नंतर कळले की लिव्हर फुटून गेले ते. आई त्यांच्या जागेवर कामाला जायची पण तिला ते काम झेपायचे नाही. नाईलाजाने करत राहायची. गंगू लहान असतानाच मोठी झाली. टोपली वीण, दोरी, सुतळी हाताने तयार कर अशी कामे ती लवकर शिकली.

आई म्हणायची, आपण दोघी कामे करू आणि बंडूला शिकवू. ती पण याला तयार असायची. आई कामाला जायची तेव्हा गंगू बंडूकडे लक्ष द्यायची. तो एकदम शांत असायचा पण आई पेक्षा ताई कडे जास्त त्याचा ओढा.

एकदिवस बांधकामाच्या साईटवर काम करत असताना वरच्या मजल्यावरून पाय घसरून आई पडली आणि गेली. त्या दिवशी 13 वर्षाची गंगू खऱ्या अर्थाने मोठी झाली.

काही झाले तरी आपण बंडू ला शिकवले पाहिजे या प्रेरणेने ती कामाला लागली. सुरुवातीला छोटे छोटे काम करत ती डस्टबीन बॅग विकायच्या धंद्याला सरावली.

बंडूला मात्र ती कुठलेही काम करू द्यायची नाही. कॉर्पोरेशनच्या 3 नंबर च्या शाळेत त्याला घेतले होते. सकाळी जाताना ती स्वयंपाक करून जायची. तो जाताना डबा घेऊन जायचा. ती परत येईस्तोवर तो आलेला असायचा. दिवसभर काय काय घडले या गप्पा मारत ती भाऊ बहीण रात्री एकत्र जेवायची.

सकाळी उठून परत सिग्नलवर... दिवस भराभर चालले होते आणि पैस्याच्या गरजा पण वाढत होत्या.

आज गुरुवार होता. गंगू स्वामींना फार मानायची. तिच्याजवळ स्वतःचे असे काही नव्हते पण ती कायम स्वामींचा एक फोटो जवळ ठेवायची. त्यांचे "भिऊ नकोस मी तुझ्या

पाठीशी आहे" हे वाक्य तिच्या अंतर्मनात प्रेरणा जागवायचे. आत्मविश्वास निर्माण करायचे. आपण जे काही आहोत ते स्वामींमुळे आहोत हा विश्वास तिला कायम वाटायचा म्हणून ती गुरुवारी न चुकता मठात जायची आणि त्या दिवशी दोन्ही वेळा उपवास ठेवायची.

आज पण ती मठात गेली आणि स्वामींना नमस्कार करून निघाली.

माल टोपलीत टाकून ती सिग्नल ला पोचली तर आज 2 नवीन मुले तिला तिथे बॅग विकताना दिसली.

चेहऱ्यावरून फुल्ल टपोरी आणि आडदांड असलेली ती पोरे तिचीच वाट पाहत होते.

"ए पोरी, आजपासून तुझा इथला पत्ता कट. नवीन सिग्नल शोधायचा."

"का?"

"आम्ही म्हणतो म्हणून"

"तुम्ही कोण लागून गेले?"

"भिकू दादा ची मुले आहोत आम्ही"

"मी तुमच्या भिकू का भिकारी दादाला ओळखत नाही. हा माझा सिग्नल आहे मी इथेच विकणार"

"आम्ही बघतोच कसे विकते ते."असे म्हणून त्यांनी तिच्या हातातील टोपली काढून घेतली.

ती ओरडायला लागली. जोरजोराने त्यांना मारायला लागली. नखे सुद्धा मारून बघितली पण त्यांच्यापुढे तिचे काही चालले नाही. तिच्या मदतीला कोणी नव्हते. तिचा हात पिरगाळत, मारत, शिव्या देत तिला त्यांनी तिथून हाकलून लावले.

गंगू खूप रडली. वैतागली. आज नुकसान झाले होते तिचे. माल सगळा त्यांनी हिरावून घेतला होता. धंद्यात कोणी कोणाचे नसते हे तिला पक्के ठाऊक होते त्यामुळे संत्या पण मदतीला आलां नसता हे नक्की होते. आता दिवसभर काय करायचे. संध्याकाळी काय खायचे. उद्या मालासाठी पैसे कसे आणायचे? असे अनेक प्रश्न तिला पडले. खूप उदास होऊन ती नदीच्या जवळ जाऊन बसली. का आपले आयुष्य असे? का आपण एवढे गरीब? हतबल? अश्या ना ना प्रश्नांनी तिला भंडावून सोडले. काय चूक होती आपली? आपण तर नाही ना इतर कोणाच्या दारात जात मग या लोकांना का आपल्या सिग्नल ला यायचे होते? बराच वेळ ती तिथे बसली होती. जाऊन एकेकाला बदडले पाहिजे. हा विचार करून ती तिथून उठली. जाताना नदीकाठी एक बांबूचे झाड दिसले त्यातलात्यात छोटा 4 फुटी पोकळ बांबू तिने कष्टाने काढला आणि ती सिग्नल ला पोचली. ती मुले दिसेनात पण तिकडून संत्या धावत पळत तिच्यापाशी आला.

"गंगू चल लवकर"

"म्या नाही येणार...मला कोणाला तरी लै हणायचे आहे"

"अगं ते सगळे नंतर, तुझ्या घरी बघ जरा"

"काय झाले घरी?" तिच्या काळजाचा ठोका चुकला.

"तू चल लवकर"

त्याच्या मागोमाग ती पळत सुटली.

घरापाशी आली तर बघितले तर तिची झोपडी कुणीतरी तोडली होती.

आतले सामान बाहेर बेवारशी पडले होते आणि झोपडी पूर्णपणे तुटली होती.

ते पाहून गंगू धाय मोकलून रडायला लागली. आज काय घडले होते असे की तिच्या बाबतीत सगळे असे चालले होते.

संत्या पण तिच्या बाजूला बसला.

पाणावलेल्या डोळ्याने ती तिची उद्ध्वस्त झोपडी पाहत होती. आजूबाजूला असलेले लोक तिचे रडणे मूकपणे अनुभवत होते.

" बंडू कुठे आहे?" एकदम तिने विचारले.

तिच्या या वाक्याने संत्या पण चमकला.

ते दोघे झोपडीच्या जवळ जाऊन पाहुन आले तर तिथे बंडू नव्हता.

तिने आजूबाजूला विचारले तर कोणालाच काही माहिती नव्हते.

ती जोरजोरात ओरडून बंड्याला हाका मारायला लागली.

"बंड्या....बंड्या"

संत्या पण त्याला शोधत होता.

तेवढयात एक छोटा मुलगा पळत पळत तिच्या पाशी आला आणि त्याने एक चिट्ठी तिच्या हातात कोंबली.

त्यावर काहीतरी लिहिलेले होते.

तिला वाचता यायचे नाही म्हणून तिने संत्याकडे चिट्ठी दिली.

संत्याने ती चिट्ठी वाचली आणि त्याचा चेहऱ्यावरचा रंग उडाला.

"काय लिहिले आहे यात?"

तो काहीच बोलेना...

"संत्या, काय लिहिले आहे यात?" तिने परत विचारले.

"ते...ते...."

"बोल की मुडद्या पटकन...."

"कोणीतरी बंडू ला घेऊन गेले आहे. त्यांनीच हे घर उद्ध्वस्त केले आहे."

त्याचे बोलणे ऐकून ती मटकन खालती बसली.

श्रीमंतांच्या मुलांना पळवून नेतात हे माहिती होते पण आपल्या सारख्या अत्यंत गरीब घरच्या बंडूला का पळवून नेले असावे, हे तिच्या लक्षात येईना.

"काढुयात. आपण त्याला शोधून काढुयात." संत्या तिला उठवत म्हणाला.

बाकीचे लोक मुर्दाड बनले होते कोणी पुढे पण येत नव्हते आणि काही बोलत पण नव्हते.

ती अत्यंत हादरली होती पण तिचा बंडू तिच्या जवळ नव्हता त्यामुळे तिला थांबून चालणार नव्हते.

ते दोघे सिग्नल पाशी आले. तर ती मुले तिथे नव्हती.

"संत्या, त्या मुलांना गाठले पाहिजे. त्यांना माहिती असेल."

"कुठली मुले होती ती?"

"माहिती नाही पण भिकू दादाची मुले म्हणाली ती"

"भिकू दादा कोण?"

"नाही माहिती"

आता कोणाला विचारायचे हा प्रश्न त्या दोघांना पडला.

तेवढ्यात ट्रॅफिक सिग्नलचा पोलीस त्यांच्याकडे आला.

"काय झाले पोरांनो?"

संत्या ने सगळे त्या पोलिसाला सांगितले.

"काळजी नको करू पोरी. हा तुझा मामा आहे. आपण शोधू बंडूला"

त्याच्या या बोलण्याने तिला धीर आला.

त्यानंतर जवळच्या चौकीवर तो त्यांना घेऊन गेला.

तिथे त्यांना बसवून पाणी दिले. तिथल्या पोलिसांशी चर्चा करून काय करता येईल ह्याचा तो विचार करू लागला.

गंगू खरंच आतून हादरली होती. आज काय चालले होते तिला कळत नव्हते. माल गेला. घर गेले आणि आता बंडू पण गेला. बंडू ला काही झाले असते तर ती स्वतःला कधीच माफ करू शकली नसती.

चौकीतल्या साहेबांच्या ती जाऊन पाया पडली आणि कळवळून म्हणाली, "साहेब माझ्या बंडूला वाचवा, काहीतरी करा प्लिज"

तिच्या आर्तस्वरातील हाक त्या साहेबांच्या काळजाला हात घालून गेली. बंडूचे वर्णन घेऊन त्या साहेबांनी वायरलेस वरून सगळीकडे संपर्क साधला. योग्य त्या सूचना देऊन ते स्वतः जीप घेऊन बाहेर पडले. गंगू पण जीप मध्ये बसली. जीप शहराच्या रस्त्यांवरुन फिरायला लागली आणि गंगूचे मन सैरभैर झाले. काय घडतंय ते कळत नव्हते अगदी शून्य झाली होती आणि त्यात तिने स्वामींचा धावा सुरू केला. "श्री स्वामी समर्थ" "श्री स्वामी समर्थ" तिचा जप सतत सुरू झाला. एकदा साहेबांनी तिच्याकडे पाहिले आणि तिच्या श्रद्धेच्या आड न येता त्यांनी सूचनांची शृंखला वायरलेस वरून देण्यास सुरुवात केली.

"12 वर्षाचा मुलगा-अंगात तपकिरी रंगाचा टी शर्ट-राखाडी रंगाची अर्धी चड्डी आणि हातावर बंडू असे गोंदले आहे. शोधा लवकर"

एकीकडे ते संत्याला फटाफट प्रश्न विचारत होते आणि तो त्याला जसे सुचेल तशी उत्तरे देत होता. त्यानुसार साहेब फटाफट विचार करत होते.

तेवढयात गंगू ओरडली, " एक पांढरी रंगाची बिल्डिंग आहे त्यात तो आहे"

साहेबांनी चमकून तिच्याकडे पाहिले. तिचे डोळे बंदच होते. "पांढऱ्या रंगाची बिल्डिंग" एवढेच ती बोलत होती.

शहरात मॅक्सिमम बिल्डींग तर पांढऱ्या रंगाच्याच होत्या त्यात कुठंली बिल्डिंग शोधायची हे त्यांना कळेना.

"तिथेच आहे तो, तिथेच आहे..." बिल्डिंगच्या इथे मोठा खड्डा आहे आणि जायला एक छोटा रस्ता आहे तिथे एक ट्रक आणि व्हॅन ठेवली आहे. त्यावर कव्हर घातलंय त्यामुळे नंबर दिसत नाही आहे" गंगू बोलतच होती.

साहेब आणि संत्या चकित नजरेने तिच्याकडे पाहत होते. हिला नक्की काय दिसत आहे आणि कसे दिसत आहे हे त्यांनाच कळत नव्हते.

"हे ही अशी नेहमी करते का?"

"नाही हो साहेब, मी तर पहिल्यांदा पाहतोय हे.

गंगू, ए गंगू..." संत्या तिला हलवत म्हणाला.

तिचे डोळे मिटलेलेच होते आणि त्यातच ती एकदम म्हणाली,

"पुढून डावीकडे घ्या."

तसे साहेबांनी ड्रायव्हर ला सांगितले, "गाडी डावीकडे घे आणि ती जसे सांगेल तसे गाडी चालव"

गाडी डावीकडे वळली. एक डांबरी रस्ता सुरू होत होता.

तिथून गाडी चालली.

गंगूचे डोळे बंदच होते आणि ती रस्ता सांगत होती.

"पुढून उजवीकडे.

आता सरळ. मग डावीकडे. परत सरळ आणि आता डावीकडे. इथून पुढे चढण लागेल."

ड्रायव्हर जसे ती सांगेल तशी गाडी चालवत होता आणि एकदम ती म्हणाली, "थांबा इथे"

ड्रायव्हर ने गाडी थांबवली.

तो डोंगरा सारखा भाग होता. आजूबाजूला काहीच दिसत नव्हते.

साहेबांनी गंगूकडे बघितले. ती अजून डोळे बंद करूनच होती. साहेब उतरले. ती एक छोटीशी टेकडी होती. दूरपर्यंत काहीच दिसत नव्हते. इथे कुठे आलो हे त्यांना कळेना.

बरोबर असणारा पोलीस म्हणाला, साहेब ह्या मुलीनं कुठे आणलंय नक्की आपल्याला... डोळे बंद करून असा रस्ता कुठे दिसतो व्हय?"

साहेबांनी क्षणभर विचार केला आणि ते म्हणाले, "गंगू म्हणाली होती, एक खड्डा आहे आणि तिथे जायला रस्ता आहे... ट्रक आणि व्हॅन पण आहे. म्हणजे इथे टायर चे निशाण दिसत आहेत का बघ."

तो पोलीस आणि संत्या आजूबाजूला बघायला लागले.

तेवढयात साहेबांनी वायरलेस वरून या जागेवर मदत पाठवा असे सांगितले.

तेवढ्यात संत्या जोरात ओरडला, "साहेब इथे...इकडे या लगेच"

साहेब पळत पळत गेले तर तिथे एका ट्रकच्या टायर चे निशाण दिसत होते.

साहेबांनी त्या टायरच्या खुणांवरून जायला सुरुवात केली. गंगू गाडीतच डोळे बंद करून बसली होती.

साहेब, बरोबर चे 2 पोलीस आणि संत्या सगळे जण टायर च्या मार्गावरून जायला लागले. चालत चालत ते एके ठिकाणी पोचले जिथे निशाण संपले तिथे एक मोकळी जागा होती.आता पुढे काय? असा प्रश्न त्यांना पडला.

तेवढयात संत्याला जमिनीतून बाहेर आलेला एक कपड्याचा तुकडा दिसला.

त्याने तो खेचायला सुरुवात केली तर त्याच्या एकट्याने तो खेचला जाईना. दोन्ही पोलीस मदतीला आले आणि त्यांनी जोरात कपडा खेचला तर सगळी धूळ आणि माती बाजूला झाली आणि मोठे तंबूचे कापड झाकून ठेवलेले दिसले.

सगळ्यांनी मदतीने ते काढले तर तिथे काही पायऱ्या होत्या आणि गाडी खालती जायला एक उतरण सुद्धा दिसत होती. तो एक भला मोठा खड्डा होता.

सगळे जण पायऱ्या उतरून गेले तर तिथे एक ट्रक आणि व्हॅन झाकून ठेवलेली दिसली. बाजुला काही नंबर प्लेट्स काही पान्हे, हातोडे असे ठेवलेले होते. साहेबांनी बाकीच्यांकडे पाहिले. जसे गंगू ने सांगितले तसेच सगळे होते.

पुढे एक पायवाट गेलेली. अगदी लपत छपत ते सगळे चालत चालत एका ठिकाणी पोचले. जमिनीच्या आत एक इमारत त्यांना दिसली. सूर्यप्रकाश आणि हवा नसलेल्या त्या ठिकाणी कृत्रिम प्रकाश आणि एअर कंडिशन व्हेंटिलेटर तयार केलेले दिसत होते.

आत किती लोक असतील याची कल्पना नव्हती पण साहेबांनी जोखीम पत्करली.

सगळे जण वेगवेगळ्या दिशेला पांगले आणि एकच वेळेस आत शिरले.

साहेबांनी हवेत एक गोळी झाडली. त्या गोळीसोबत दोन गोष्टी घडल्या. भरपूर धूळ खालती आली आणि तिथले लोक जोरजोरात ओरडायला लागले,

"पोलीस...पोलीस! "

मिनीटाभरात तिचे हलकल्लोळ माजला.

धावपळ आणि आरडाओरडा करत असताना साहेबांनी काही लोकांच्या पायावर गोळी मारून त्यांना जायबंदी केले. बाकीच्यांना शरण यायला सांगितले.

संत्याला जाऊन बंडू चा शोध घ्यायला सांगितला.

संत्या शोधत शोधत एका खोलीत आला, जिथे 4 मुलांना बांधून ठेवले होते. त्यात बंडू पण होता. संत्याने जाऊन सगळ्यांना सोडवले तेवढ्यात मागून गंगू धावत आली आणि तिने बंडूला घट्ट पकडले.

बंडू पण तिला पकडून रडायला लागला. दोघे बहीण भाऊ असे रडत असतानाच मागून साहेब आले आणि ते दृश्य पाहून त्यांच्याही डोळ्यात पाणी आले.

पोलीस फोर्स पण तिथे लवकरच पोचली. एका मोठ्या टोळीला आज पकडले होते. ही टोळी अनाथ आणि गरीब मुले शोधून त्यांना पळवायची आणि परदेशात जाऊन विकायची.

शहरातील दोन बिल्डर्स या टोळीला सामील होते. ज्या मुलांना पळवून आणायचे त्यांची राहायची जागा ही बिल्डरर्स च्या मदतीने पाडायची आणि त्यांना अनिवार्य पणे रस्त्यावर आणायचे. त्या जागेवर बिल्डर पुढे काही स्वतःचे बांधणार. गरज पडल्यास जर कोणी मध्ये आला तर त्याला मारायला कमी नाही करायचे.

आत्तापर्यंत यांनी बऱ्याच मुलांना पळवले होते. अनाथ आणि गरीब असल्याने या मुलांचा शोध घेतला जायचा नाही आणि त्यामुळे ही टोळी बरीच अशी कामे करू शकली होती.

सगळ्या टोळीला पकडल्यानंतर साहेबांनी त्या 2 बिल्डर्स च्या अटकेसाठी वॉरंट काढायला फोन केले आणि ह्या सगळ्या मुलांना घेऊन चौकीवर आले. एवढे सगळे होईस्तोवर संध्याकाळ झाली होती.

बंडू खूपच घाबरला होता. तो काही बोलतच नव्हता फक्त गंगूचा हात धरून बसला होता.

साहेबांनी त्याला कॉफी आणि बिस्किटे दिली. तो खाईना तसे गंगूने त्याला भरवले.

साहेब गंगू पाशी आले आणि म्हणाले,

"गंगू, कमाल केलीस तू! किती अचूक रस्ता सांगितला. बरोबर आम्ही तिकडे पोहचलो. कसे काय माहिती पडले तुला?"

ती काहीच बोलेना.

"अगं सांगना! तुला कसे कळले की तिथे बंडू आहे?"

"नाही माहिती साहेब"

"नाही कसे माहिती? तू बरोबर तिथे कशी घेऊन गेलीस आम्हाला?"

"साहेब, मला नाही माहिती खरंच! मी फक्त स्वामींचा धावा करत होते. मला फक्त स्वामी दिसंत होते. त्यांचा चेहरा दिसत होता आणि असें वाटत होते की ते माझ्या बरोबर बोलत आहेत. मी बऱ्याच वेळ त्यांच्याकडे पाहत असताना ते म्हणाले, "जा तुझ्या बंडुला भेट आणि त्या ठिकाणी धावत आले"

सगळे शांत होऊन हा अदभुत अनुभव ऐकत होते. गंगू डोळे मिटून होती आणि डोळे मिटुनच रस्ता सांगत होती हे त्या सगळ्यांनी पाहिले होतेच. तिच्याकडून ऐकताना आता त्यांना कळले की तिच्या मुखातून कोण बोलत होते.

"अगं, गंगू साक्षात स्वामी बोलले की तुझ्या मार्फत आमच्याशी"

हे ऐकल्यावर गंगू मात्र खालती कोसळली.

साहेबांनी तिला उचलले आणि तिच्या तोंडावर पाणी मारले.

तेवढ्यात बंडू म्हणाला, "आज तायडेचा उपवास असतो गुरुवारचा. म्हणून चक्कर आली असेल"

साहेबांनी लगेच शेजारच्या नर्सिंग होम मध्ये तिला पाठवून सलाईन लावायची सोय केली. थोड्या वेळाने तिला शुद्ध आली. सगळे जण तिच्यापाशीच बसून होते.

तिने सगळ्यांकडे पाहिले तर सगळे जण तिच्याकडे आनंदाने पाहत होते.

ती उठल्यावर तिने आपल्या जवळील स्वामींचा फोटो काढला आणि स्वतःजवळ घट्ट पकडून ती जोरजोराने रडायला लागली.

साहेबांनी अलगदपणे तिच्या डोक्यावरून हात फिरवला. बंडू आणि संत्या दोघांच्याही डोळ्यातील पाणी थांबत नव्हते.

तेवढ्यात साहेबांना फोन आला. तो फोन ऐकून साहेब खुश झाले.

गंगू कडे वळून ते म्हणाले, " ज्या टोळीला तू पकडून दिलेस ना गंगू, त्या साठी सरकारने तुझा 25 लाख रुपये आणि स्वतःचे घर असे देऊन सत्कार करायचा ठरवले आहे. आता तुझे घर कुणी पाडणार नाही आणि तुला सिग्नलला डस्टबीन बॅग विकायची पण गरज नाही"

ते ऐकून गंगूचे डोळे समाधानाने भरून आले. डोळे बंद करून तिने परत स्वामींना आठवले आणि त्यांना अनेक धन्यवाद दिले.

"आता जोपर्यंत तुमचे घर होत नाही तोपर्यंत काही दिवस तुम्हा बहीण भावाची सोय माझ्या घरी केली तर चालेलं ना गंगू मॅडम तुम्हाला?" साहेबांनी मिश्किल पद्धतीने विचारले.

गंगू काही न बोलता हसली.

रात्री साहेबांच्या घरी पोचल्यावर तिला कळले कीं साहेबांचे पण प्रमोशन झाले आहे. तिला ते ऐकून आनंद झाला. उपवास सोडायला साहेबांच्या घरी अनेक पदार्थ त्यांच्या बायकोने केलेले होते.

ते जेवायच्या टेबलावर बसल्यावर तिला समोर स्वामींची मोठी तसबीर दिसली ज्याला नुकताच मोठा हार घातला होता.

ती उठून स्वामींकडे गेली आणि त्यांच्या समोर जाऊन मनोभावे प्रार्थना केली.

साहेब मागे येऊन थांबले आणि म्हणाले, "आज मला कळले गंगू, आपला देव आपल्या आजूबाजूला असतोच.

तोच कर्ता.. तोच तारणहार..तोच 'सर्वेसर्वा'!"

10

डबल बर्थ:-

गाडी निघायला 10 मिनिटे असताना ती तिथे 'संगमवाडी' ला पोहचली. पार्किंग 3 शोधेस्तोवर आणखी 5 मिनिटे गेली. ड्रायव्हर चा कॉल आलाच " मॅडम कुठे आहेत? गाडी निघते आहे!"

रात्री 9 ला पाच कमी असताना तिने गाडीत पाऊल टाकले. धावतपळत गाडी जवळ आली. दमलेली, थकलेली, वैतागलेली ती चिडचिडत बस मध्ये चढली आणि आपली जागा शोधत तिथे जाऊन बसली.

सॅक तिने बर्थ वर अक्षरशः फेकल्यासारखी टाकली आणि धपकीने जाऊन बर्थवर पडली. पाण्याची बाटली काढली आणि बाटलीत असलेले सगळे पाणी घटाघटा संपवून टाकले.

केस क्लचर ने वर बांधले आणि मान मागे टेकून क्षणभर निवांत होण्यासाठी डोळे मिटले.

नागपूर पर्यंतचा 15 तासाचा प्रवास करायचा होता. आता तिला स्वतःबद्दल विचार करायला भरपूर वेळ होता.

क्षणात दिवसभराचा सगळा पाढा तिच्या नजरेसमोरून गेला.

एका इंटरव्ह्यू साठी ती आज सकाळी पुण्याला आली होती. कॉलेजचे शिक्षण झाले तसे घरच्यांनी लग्नाचा आग्रह धरलेला पण तिला स्वतःच्या पायावर उभे राहायचे या साठी तिची धडपड. मग जॉब सर्च करत तिला हा कॉल आला आणि ती आजच सकाळी आली होती.

गाडी 9 ला निघाली आणि तिच्या लक्षात आले गाडी खचाखच भरली आहे. ऐनवेळी ऑनलाईन तिकीट काढल्याने तिला गाडीमध्ये वरचा बर्थ आणि तो सुद्धा डबल असा मिळाला होता. बहुतेक लेडीज सीट ह्या भरल्या होत्या त्यामुळे डबल बर्थ घेण्याशिवाय तिला पर्याय नव्हता.

गाडी पुढच्या स्टॉप ला विमान नगर ला थांबली आणि कोणी तरी गाडीत चढले. तिच्या सीट जवळ येऊन क्लीनर ने माणसाला सांगितले की, हा तुमचा बर्थ!

ती एकदम दचकून खडबडून जागी झाली. पडदा हलवून तिने डोकावले तर तिच्याच वयाचा एक मुलगा खांद्याला सॅक घेऊन उभा होता. ती एकदम ओरडली " ही लेडीज सीट आहे!"

तो मुलगा शांतपणे उभा राहिला.

" मॅडम आज बस मध्ये लेडीज-जेन्ट्स असे काही नाही, सगळ्या गाड्या फुल चालल्या आहेत! तुम्हाला ऐनवेळी जागा मिळाली हेच खूप आहे."

ती चवताळली आणि म्हणाली " ही काय पद्धत आहे का? रात्रीचा प्रवास त्यात एखाद्या अनोळखी मुलासोबत करायचा. एका मुलीला तुम्ही असे बुकिंग देताच कसे? तुम्हाला नीट बुकिंग देता येत नाही का?

"मॅडम सगळ्या सिंगल सीट ह्या आधीच बुक झाल्या आहेत! आणि डबल वर फॅमिली आहेत. तुम्ही आपापसात विचारा कोणी तयार असेल ॲडजस्ट करायला तर तुम्ही बघा"

त्या मुलाने क्लिनर ला विचारले की, केबिन मध्ये झोपायला जागा आहे का? तर दुसरा ड्रायव्हर तिथे झोपला आहे, असे म्हणत क्लीनर निघून गेला.

गाडीतील कोणीच उठले नाही, तिने एक-दोनदा विचारले पण कोणीच हलले नाही.

हिने खूप आरडा ओरड केला, 15 मिनिटे गाडी तिथेच होती. काहीच ऑपशन दिसत नाही म्हटल्यावर ती बर्थच्या आतल्या साईडला गेली.

तिने सॅक आणि पाण्याची बाटली मध्ये ठेऊन कंपार्टमेंट तयार केले आणि म्हणाली " जर माझ्या केसांना जरी धक्का लागला तरी पोलीस कम्प्लेन्ट करेन."

त्या मुलाचा पेशन्स निर्विवाद होता. तो काहीच बोलला नाही.

गाडी निघाली, लाईट बंद झाले तशी ती आतून प्रचंड चिडली. दिवसभराचा मनस्ताप आणि रात्रीची अशी अवस्था त्यामुळे पुन्हा परत पुण्याला यायलाच नको असे तिने ठरवले.

11.30 वाजून गेले तरी गाडी जेवणासाठी थांबली नाही तेव्हा तिची चुळबुळ सुरू झाली . बाजूला वळून पाहिले तर बर्थच्या छोट्याशा कोपऱ्यात स्वतःचे मुटकुळे करून तो झोपला होता. गाडीत पूर्ण लाईट बंद असल्याने कोणाशी बोलावे तिला कळत नव्हते! त्यात त्यांचा बर्थ हा सेकंड लास्ट त्यामुळे ड्रायव्हर पर्यंत पोचायचे कसे हा मोठा प्रश्न होता.

पोटात भुकेचा डोंब आणि घशाला कोरड अशी तिची अवस्था होती.

शेवटी नाईलाजाने तिने त्या मुलाला हलवले तो धडपडून जागा झाला. "मॅडम मी धक्का नाही लावला तुम्हाला, चुकून लागला असेल" असे म्हणतच तो उठला.

त्याच्या बोलण्याचे तिला हसू आले

"थोडे पाणी आहे का?" तिने विचारले.

त्याने त्याची पूर्ण बाटली तिच्या हातात दिली.

"गाडी जेवणाला थांबली नाही अजून" ती म्हणाली.

"ह्या गाडीला डिनर हॉल्ट नाही आहे मॅडम!"

ती एकदम ओरडली " काय? माझे तर जेवण राहिले आहे!"

त्याने तिथला लाईट लावला. आपल्या बॅग मधून त्याने एक पॅकेट बाहेर काढले. त्यात मेथीचे ठेपले,दही, सॉस आणि लोणचे होते ते तिच्यापुढे ठेवले.

"घ्या मॅडम" तो म्हणाला.

ती एकदम ओशाळली.

एका अनोळखी माणसाकडून ज्याला आपण बोललो त्याच्याकडून काही घ्यायचे की नाही याचं विचारात ती शांत बसली.

"घ्या मॅडम! माझे खाणे झाले आहे..हे मी बॅक अप साठी ठेवले होते"

शेवटी जास्ती विचार न करता तिने ते घेतले आणि अधाशासारखे सगळे खाल्ले..तसे तिच्या लक्षात आले की दिवसभर न खाल्ल्यामुळे तिची जास्ती चीड चीड होत होती. आता खाल्यावर तिला जरा बरे वाटत आहे.

तो मुलगा सभ्यतेच्या सगळ्या मर्यादा सांभाळत तिचे होईस्तोवर मोबाईल मध्ये बघत बसला होता. एकदाही त्याने ती खात असताना तिच्याकडे पाहिले नव्हते.

खाणे झाल्यावर तिने" थँक्स "म्हटले.

काही न बोलता त्याने लाईट बंद केला आणि परत उलट दिशेने तोंड करून झोपायला गेला.

त्याने जेवण दिल्यावर तिची त्याच्याशी बोलायची ईच्छा होती पण सुरवातीलाच वागलेल्या गोष्टीमुळे आता काही बोलणे योग्य वाटत नव्हते. खिडकीतून बाहेर काही दिसते आहे का हे ती बघत होती..

गाडी बरीच स्पीड मध्ये चाललेली होती.

तेवढ्यात कसलातरी मोठ्याने आवाज झाला आणि गाडी वेडीवाकडी होत कशालातरी जाऊन धडकली. ते झाल्यावर तिने एकदम मोठमोठ्याने आरडाओरड, किंकाळ्या ऐकल्या आणि एक जबरदस्त धक्का तिला स्वतःलाही जाणवला..तिला लक्षात आले की उजव्या पायातून रक्ताची धार बाहेर येत आहे. गाडीत कुणीतरी दिवे लावले आणि सगळे लोक गडबड गोंधळ करत गाडीतुन बाहेर पडायचे प्रयत्न करत होते. तिने उठायचा प्रयत्न केला पण तिला उठताच येत नव्हते.

तेवढ्यात शेजारच्या मुलाच्या डोक्यातून तिला रक्त येताना दिसले.. तो निपचित दिसत होता. खूप गदागदा हलवल्यावर त्याला चेतना आल्यासारखे झाले.

ती प्रचंड घाबरली होती. काय घडतंय हे तिला कळत नव्हते. डोके बसलेल्या झटक्याने बधिर झाले होते.

एकमेकांकडे बघत ते उठले. गडबड होत असल्याने त्याने अंदाज घेतला तर लक्षात आले की गाडी एका मोठ्या टँकर ला धडकून पुढे झाडाला क्रॅश झाली होती. ड्रायव्हर जागीच गेला होता आणि बस पुढून पार चेपली होती.. थोडीशी जागा होती तिथून अंग चोरत लोक बाहेत पडत होती.

याने लगेच इमर्जन्सी एक्सिटची खिडकी शोधून लोकांना बाहेर पडायला मदत केली.

बरेच लोक बाहेर काढले पण ती मुलगी का येईना हा विचार करत

शेवटी तो पुन्हा जागेवर आला आणि त्याने तिला यायला सांगितले.

ती फक्त रडत होती पण बाहेर येत नव्हती. त्याने पाहिले तर तिला हलता सुद्धा येत नव्हते. त्याने विचार न करता तिला सरळ उचलले आणि खांद्यावर तिची सॅक घेऊन बाहेर पडला.

त्याने तिला एका सेफ जागेवर ठेवले तोवर लोकांनी फोनाफोनी करत अँब्युलन्स ला बोलावले होते.

रात्रीचा किर्रर्र अंधार, आजूबाजूला वस्ती नाही अशी परिस्थिती! घाबरलेल्या आणि रडत असलेल्या तिला " मी आहे सोबत, घाबरू नको सगळं ठीक होईल" इतकेच तो बोलला आणि आश्वासकतेने तिच्याकडे पाहिले.

त्या नजरेने तिला खूप काही सांगितल्यासारखे ती शांत झाली.

तिच्या हातापायाला जखमा झाल्या होत्या आणि पाठीला मार लागला होता.

त्याने तिला पूर्णपणे सोबत करत अंबुलन्स मधून हॉस्पिटलमध्ये आणले. त्याही गर्दीत तो तिची आपुलकीने काळजी घेतोय हे तिला जाणवले.

हॉस्पिटलमध्ये पोचल्यावर डॉक्टरांना तिला काय लागले आहे ते सांगितले आणि अचानक तो उभ्याउभ्या कोसळला!

ती घाबरली आणि ओरडली तसे डॉक्टरांनी पाहिले की त्याच्या डोक्याच्या मागील बाजूला जबर मार बसला होता. कसाबसा तग धरलेला तो आता मात्र हतबल होऊन निपचित पडला होता.

लगेच डॉक्टर ने त्याचे सिटी स्कॅन केले. ही घाबरून सगळं बघत होती. तोपर्यंत इंजेक्शन मुळे तिचे दुखणे कमी झाले होते ती बेचैन होऊन त्याच्या रिपोर्ट ची वाट पाहत होती. दरम्यान तिने घरी फोन करून घरच्यांना लगेच यायला सांगितले होते त्याचा फोन घेऊन बघितले तर फोन ला लॉक नव्हता.

तिने बाबा या नावाने सेव असलेला नंबर ला डायल केले आणि काय झाले आहे ते त्या व्यक्तीला सगळे सांगितले.

तिथल्या लोकेशन चा अड्रेस मॅप वर दिला.

डॉक्टरांनी सांगितले की याचे ताबडतोब ऑपरेशन करावे लागेल तसे तिने सांगितले प्लिज करा. गार्डीयन च्या नावाने तिने त्याच्या कनसेन्ट फॉर्म वर सही पण केली.

अत्यंत अस्वस्थता करत ही रात्र चालली होती.

तिला चालता येत नव्हते पण सतत सिस्टर ला ती ऑपरेशन कसे झाले हे विचारत होती.

शेवटी 2 तासाने थकलेल्या नजरेने डॉक्टर तिच्यापाशी आले आणि सांगितले की आपण ऑपरेशन लगेच केले हे खूप छान झाले नाहीतर तो कोमा मध्ये गेला असता.

आता ठीक आहे पण पुढचे 72 तास खूप महत्वाचे.

तिने डॉक्टराना विनंती करून तिचा बेड त्याच्या रुम मध्ये शिफ्ट करायला लावला.

दुसऱ्या दिवशी पुण्याहून त्याचे आईवडील आले तर नागपूर वरून तिचे आई बाबा आले.

या मुलीने किती लवकर निर्णय घेऊन आपल्या मुलाचे प्राण वाचवले हे कळल्यावर त्याच्या आई वडिलांच्या डोळ्यातून फक्त पाणी येत होते.

हिचा देवाचा धावा चालला होता..मला जॉब नको, पैसे नको पण ह्याला वाचव एवढाच जप ती करत होती.

जवळपास ३ऱ्या दिवशी त्याला शुद्ध आली.

डोळे उघडत त्याने समोर पाहिले तर बाजूच्या कॉटवर पहिली तीच दिसली. ती त्याच्याकडे बघून हसली तसे त्याच्या चेहऱ्यावर हलकेच हसू आले. आणि ती त्याला शुद्धीत पाहून एकदम प्रसन्न झाली.

ती त्यांची नजरभेट खूप काही बोलत होती.

काहीच न बोलता ती परत रडायला लागली आणि तिच्या रडण्याने तो अचंबित होता.

त्याला हसता किंवा रडता येत नव्हते पण तरीही त्याला सगळे कळत होते.

तेवढ्यात बेल वाजवून तिने सिस्टर आणि डॉक्टराना बोलावले.

सगळेच जण धावत पळत आले.

त्याच्या आई आणि बाबा त्याला शुद्धीत पाहून आनंदाने रडायला लागले.

डॉक्टरांनी चेक करून आता तो आऊट ऑफ डेंजर आहे असे सांगितले.

तिच्या नजरेत खूप आनंदाचे भाव होते. त्याने तिच्याकडे पाहून न बोलता अलगद तिचे आभार मानले.

या दोघांनाही बघणारे दोघांच्याही घरचे सगळे भाव हळूच टिपत होते.

काही दिवस त्याच हॉस्पिटलमध्ये रिकव्हर करणारा तो आणि त्याची काळजी घेणारी ती यांच्यात नकळत बंध निर्माण झाले होते.

नंतर त्याला त्याचे आईवडील पुण्याला घेऊन जायला निघाले आणि तिचे आईवडील नागपूर ला.

या दोघांच्या जीवाची घालमेल चालू झाली.

हे होणारच होते हे माहिती होते पण कधी होईल हे माहिती नव्हते.

त्या रात्री पासून सुरुवात झालेल्या त्यांच्या अबोल नात्याला आता एक बोलका आधार प्राप्त झाला होता.

निघायच्या दिवशी ती त्याला म्हणाली, "माझे आईवडील माझे लग्न लावून देणार होते. मला ते नव्हते करायचे म्हणून मी पुण्याला आले. पुण्यात आलेल्या अनुभवावरून परत कधी पुण्याला यायचे नाही असे मी ठरवले. पण देवाच्या मनात काहीतरी वेगळे असावे. आता मला लग्न ही करायचे आहे आणि पुण्यात सुद्धा यायचे आहे.

तुझ्या बरोबर राहायचे आहे. तुझी ईच्छा आणि तयारी आहे का?"

तिच्या या बोलण्यावर त्याने तिचा हात आपल्या हातात पकडला आणि म्हणाला, "मी तेव्हाही म्हणालो होतो की मी आहे सोबत आणि आताही म्हणतो की मी आहे तुझ्या सोबत"

त्याच्या या बोलण्याच्या आधारावर ते दोघे पुढे त्यांच्या जीवनाचा प्रवास साकारणार होते.

तिला कळले होते की बसमध्ये मिळालेला ‘डबल बर्थ’ हा त्या देवानेच घडवून आणला होता.

11

गुरुदक्षिणा

"अनु किती वाजलेत बेटा?"

"आई 2 वाजत आलेत, अजून वेळ आहे आपल्याला पोहचायला तु निवांत झोप बरं जरा. मी आहे ना! विचार केल्याने त्रास होईल." अनु आईला म्हणाली पण मनातून थोडी तिची सुद्धा चलबिचल चालू होतीच.

"तू पण झोप ना...."

"मला नाही झोप येत आई प्रवासात..आणि पुणे येईलच 4वाजता..."

हलणाऱ्या ट्रेनच्या डब्याबरोबर तिचे विचार पण हेलकावत होते.

अनु एक हुशार मुलगी जी कोकणात आपल्या आईसोबत राहत असे. अभ्यासात तिचा हात कोणी धरू शकणार नाही असे असले तर परिस्थिती ही अत्यंत बेताची होती, आई थोडेफार शिवणकाम करून पैसे मिळवीत असे आणि त्यात त्यांचे कसेबसे भागत होते. स्कॉलरशिप मिळत असल्यामुळे 10वी पर्यंत तरी तिच्या शिक्षणाची सोय तालुक्याच्या गावी झाली होती पण पुढे काय? हा प्रश्न आ वासून तिच्या आईसमोर उभा होता.

बघता बघता दिवस सरले महिने सरले आणि वर्ष सुद्धा! दहावीत 96%टक्के मार्क मिळवून अनु तालुक्यात पहिली आली होती. तिचा सत्कार झाला, बक्षिसे मिळाली, कौतुक झालले पण आता खरे प्रश्न समोर उभे होते ते म्हणजे कॉलेज? पुढील शिक्षण?

तिच्या नशिबाने सत्कारावेळी एक सज्जन गृहस्थ तिथे होते ज्यांना कोणाकडून तर अनूची सगळी परिस्थिती कळली होती, त्यांनी पुढाकार घेऊन तालुक्यातील एका चांगल्या कॉलेजमध्ये तिच्या 12वी पर्यंतच्या शिक्षणाची व्यवस्था करून दिली.

मन लावून अभ्यास करणारी अनु सायन्स घेऊन कोणत्याही शिकवणीविना 91% मार्क मिळवून 12वी पास झाली.

इंजिनिअर व्हावे अशी तिची ईच्छा होती पण त्यासाठी शहरात जावे लागेल, आईला तर एकटीला सोडायचे नाही मग काय करायचे?

तरी आईने तिला पाठबळ दिले आणि तिने फॉर्म भरला आणि पुण्यात नंबर लागला तसे तिने विचार बदलत तिथेच तालुक्याच्या ठिकाणी ॲडमिशन मिळवून BSC Computer चांगल्या मार्कने पूर्ण केले.

नाहीतरी पाठीमागे काही नाही, मग आईला एकटे सोडायचं नाही, जे होईल ते बघू छोटी नोकरी करू पण आईला सोबत नेऊ या पक्क्या बेतात मायलेकी आता मात्र पुण्याकडे निघाल्या होत्या.

साठवलेले जे काही थोडे पैसे आणि दोन चार दागिने होते ते घेऊन दोघी पुण्याला रवना झाल्या.

ट्रेन पहाटे 4 वाजता स्टेशन ला पोचणार होती, कोणी एक गावाकडील 'धनकवडी' येथे राहतात इतकेच माहीत होते. त्यांचा मोडकातोडका पत्ता घेऊन अनु आली होती...तिचा हा विश्वास होता की इथे काही सोय होईल.

"आई अगं उठ! आपण स्टेशन ला पोहचलो." उठून बसत अनु म्हणाली.

आईला तरी कुठे झोप होती, ती पण जागीच होती.

जुलै महिना असल्याने पाऊस कोसळत होता. बाहेर काळाकुट्ट अंधार होता आणि स्टेशन ला जाग होती पण सगळेच अनोळखी....कसे बसे सामान सांभाळत दोघी स्टेशन ला उतरल्या आणि प्लॅटफॉर्मवर उभ्या राहिल्या.. 15 मिनिटे झाल्यावर अनु म्हणाली "आई पाऊस थांबेल असे वाटत नाही, आत्ता निघू...पुढे बघू."

पहाटेच्या अंधारात दोघी स्टेशन बाहेर पडत होत्या. समोर भले मोठे पुणे शहर आ वासून उभे होते आणि त्यांच्या मनात अनामिक भिती आणि काळजी उभी होती.

रिक्षावाले जे उभे होते त्यातील काही जण ठाम पणे धनकवडी म्हणल्यावर 500रुपये द्या यावर अडून होते.

बिचकत त्या दोघी पुढे पुढे जात त्या स्टेशनबाहेर आल्या. समोरून एक रिक्षा येताना दिसली, अनु ने हात दाखवला तशी ती थांबली.

एक साधारण 60 ते 65 वयाचे रिक्षा चालवणारे व्यक्ती होते...त्यांनी विचारले, " कुठे जायचे?"

"आम्हाला धनकवडी ला जायचे आहे. हा बघा पत्ता." अनु ने दाखवले त्यावरून ते नवीन आहेत हे त्या रिक्षावाल्याने ओळखले.

"ठीक आहे बसा."

"पैसे किती होतील?"

"मीटर प्रमाणे घेईन" ते म्हणाले तसे त्या दोघी बसल्या. आईने हातातली पिशवी मागे ठेवली, अनु ने बॅग पायाशी घेतल्या आणि खांद्यावरील सॅक सांभाळत बसली.

मनातल्या हूरहुरीने इकडे तिकडे बघत अनु कधी बाहेर दिसणाऱ्या पुण्याकडे तर कधी आईकडे बघत होती.

रिक्षा चालवणारे काका आपल्या शांत विचारात पुढे जात होते.

बसून बऱ्याच वेळ झाल्यावर अनु ने विचारले "काका किती लांब हो अजून ?"

" अजून 10 मिनिटे लागतील" असे आरशातुन तिच्याकडे बघत त्यांनी सांगितले."

थोड्या वेळाने त्या एका बिल्डिंग समोर आल्या " हे बघा तुमच्या ॲड्रेस प्रमाणे हे अपार्टमेंट आहे".

"किती पैसे झाले काका?" अनु म्हणाली.

"210 झालेत"

"ठीक आहे म्हणत तिने पैसे दिले, बाजूला गोंधळलेली आई कशीबशी उतरून इकडे तिकडे बघत होती.

"अग आई जरा बॅग घे ना" अनु म्हणाली तशी यंत्रवत त्यांनी बॅग खाली घेतली. त्या बॅग सांभाळत अनु गेट कडे निघाली आणि तिच्या पाठोपाठ आई.

रिक्षा टर्न घेऊन निघून गेली.

अनु म्हणाली "तू खालीच थांब मी भेटून येते."

आई इकडे तिकडे मोठ्या बिल्डिंगकडे नवलाईने बघत होती, मोठाली दुकाने तिने येताना पहिली होती त्याचे नकळत दडपण तिला जाणवत होते आणि अचानक तिला आठवले की आपली पिशवी हातात नाहीच!

10 मिनिटाने अनु घाबरी घुबरी झालेली खाली आली, पहाते तर आई रडत बसली होती.

"अग काय झालं आई?"

"अनु अगं माझी पिशवी मिळत नाही आहे त्यात पैसे होते आणि माझे जे काय होते ते आपले दागिने!"

असेल इथेच नीट बघ."

"नाही ग अनु! मला वाटते की रिक्षात राहिली. आता कसे करू? मी सगळे पैसे ठेवले होते" आणि रडायला लागली.

आता अनु हादरली कारण त्या ॲड्रेस वर भलतेच लोक राहत होते त्यामुळे कोणी ओळखीचं नाही हे कळले होते आणि आता पैसे पण हरवले होते.

काय करू काय नाही हे सुचत नव्हते. आता उजाडले होते सकाळचे 6.30 वाजायला आले होते,चहाचे एक दुकान दिसत होते जे एक स्त्री उघडत होती.

चहाची गरज खूप होती पण चहा घ्यायला सुद्धा आता पैसे नव्हते.

सामान हातात घेऊन त्या जायला निघाल्या तेवढ्यात एक रिक्षा बाजूला आली आणि थांबली. अनु ने लक्ष दिले नाही तसे आतून आवाज आला " मुली जरा थांब."

अनु ने वळून पाहिले तर ते सकाळचे रिक्षा वाले काका होते.

जवळ येत ते म्हणाले " ताई काय झाले?"

रडत आई म्हणाली " दादा एक बॅग होती पण दिसत नाही हो, आणि त्यात माझे महत्वाचे सामान आहे."

"ताई कुठल्या रंगाची होती, निळ्या का?"

अनु थोडी दचकली, पण तेवढ्यात त्या माणसाने शर्ट मधून ती बॅग काढली आणि तिच्या समोर धरली.

आई ने ती बॅग पाहून पटकन हातात घेऊन स्वतःच्या जवळ घेतली.

अनु आणि आईच्या च्या डोळ्यात अश्रू उभे राहिले. अनुने ऐकले होते की मोठ्या शहरात काहीही हरवले तर पुन्हा मिळत नाही आणि तिला तर हरवलेले पैसे पुन्हा नजरेसमोर दिसत होते.

पाणावलेले डोळे घेऊन, हात जोडून ती त्यांच्याकडे पाहत होती.

त्यांचे सामान अजूनही तिथे पाहून त्या काकांनी आपलेपणाने तिची चौकशी केली.

अनु ने त्यांना सांगितले की, 'त्यांच्या गावचे ओळखीचे या ठिकाणी राहायचे. आमचे गावात असताना संबंध चांगले होते. आता इथे राहत नाहीत. त्यांचा नंबर तिच्याकडे नाही आणि त्या दोघी त्याच भरवश्यावर आल्या होत्या दुसरे कोणी इथे माहीत सुद्धा नाही.'

"बेटा, विश्वास ठेवणार असशील तर मी काही सुचवू का?"

"काका असे का म्हणता हो? जिथे हरवलेलं माणूस सापडत नाही तिथे हरवलेले पैसे दागिने तुम्ही आणून दिलेत यापेक्षा अजून मोठं काय? ओळखीच्या लोकांनी दगा दिला आणि तुम्ही हरवलेली हिम्मत मिळवून दिली. हे पैसे नसते मिळाले तर आम्ही कुठलेच राहिले नसतो. सांगा तुम्ही जे तुम्हाला वाटते ते".

" इथे जवळच माझे घर आहे. तुमची हरकत नसेल तर थोडा वेळ तिथे चला. माझी बायको आणि मी दोघेच आहोत. थोडे निवांत व्हा. चहा घ्या. मग ठरवू काय करायचे ते."

ज्या प्रेमाने आपुलकीने ते बोलत होते त्यासाठी 'अनु'ला नाही म्हणता येत नव्हते आणि तिच्याकडे काही पर्याय पण नव्हता तिने आईकडे पाहिले. आईला परकं शहर,नवीन लोक यामुळे काही सुचत नव्हते पण 'अनु'वर विश्वास म्हणून ती हो म्हणाली आणि त्या दोघी त्या काकांच्या घराकडे निघाल्या.

रिक्षा ऊभी करून त्यांनी पाठी यायला सांगितले. जेमतेम 2 खोल्याचे घर होते. त्यांना पाहुन त्या घरातील बाईने आश्चर्यकारक लूक दिला तसं नजरेनेच काकांनी तिला शांत राहा सांगितले.

आत जाऊन त्याने त्या बाईला काही सांगितले तशी ती बाई शांत होऊन बाहेर आली आणि त्या माय लेकीची आस्थेने चौकशी केली. त्यांना हात पाय धुवायला लावून आले घातलेला गरम चहा दिला. तोवर बऱ्यापैकी त्यांचे आपसात बोलणे सुरू होते.

"अनु बेटा माझ्या माहितीत एक गृहस्थ आहेत जे तुला कदाचित मदत करू शकतील, मी त्यांना भेटून येतो तोवर तुम्ही इथेच राहा आज."

त्या दोघींना ओशाळाल्यासारखे झाले तसे त्या काकू म्हणाल्या " अहो काळजी करू नका, आज उद्या पर्यंत हे नक्कीच काही मार्ग काढतील."

"काका खूप साधे आणि छान आहेत" अनु म्हणाली.

"असणारच! हे एक रिटायर्ड शिक्षक आहेत."

तसे चमकून अनु ने त्यांच्याकडे पाहिले तर ते हलकेच हसले आणि म्हणाले " हे पुणे आहे बेटा. इथे चरितार्थ चालवायला काहीतरी काम करावेच लागते आणि मेहनत केल्याने कोणतेही काम कमी होत नाही"

"आमचा एक मुलगा कामासाठी दिल्लीत असतो. तिथून पैसे पाठवतो. आम्ही नवरा बायको दोघे इथेच!"

अनु ने लगेच त्यांना वाकून नमस्कार केला आणि म्हणाली " काका तुम्ही खरंच देवासारखे भेटलात आम्हाला. नवीन शहर, अनोळखी लोक, पैसे हरवले आम्ही कल्पना पण नाही करू शकत की काय झाले असते."

"एक लक्षात ठेव बेटा, तो पाठीराखा आहे ना! मग सगळं नीट होईल. तुम्ही बसा, मी आलोच थोड्या वेळाने."

"काका माणुसकीला देव म्हणेन मी. तुम्ही आम्हाला भेटलात. प्रेमाने आपुलकीने मदत केलीत ती ही निःस्वार्थ पणे. जे स्वतःकडे ठेऊ शकले असतात ते परत करायला आम्हाला पुन्हा शोधून काढलेत...तुम्ही तर आमचे पाठीराखेच असेच मी म्हणेल. देव तर आहेच पण व्यक्ती सुद्धा महत्वाचा जो ते करून देतो." भावनिक होऊन अनु बोलत होती.

काका काहीच न बोलता बाहेर त्या माणसाला भेटायला गेले.

अनु ने काकुला मदत करत स्वंयपाक केला, आणि स्वतःबद्दल सांगितले तसे त्यांना तिचे खूप कौतुक वाटले.

जेवायच्या वेळेस काका परत आले आणि म्हणाले,

जवळच एक खोली मिळेल जिथे तात्पुरती सोय होऊ शकेल. तसे त्या दोघींना बरे वाटले.

त्या दिवशी संध्याकाळीच त्यांच्या मदतीने अनु ने त्या खोलीत सामान हलवले.

दुसऱ्या दिवशी लगेच छोट्या जाहिराती बघायला सुरुवात केली. लगेच मोठे काही मिळेल अशी आशा न ठेवता तिने एका कॉम्पुटर इन्स्टिट्यूट ला टीचर म्हणून जॉईन केले.

हळूहळू त्या दोघी तिथे रुळत होत्या. त्या काकू आणि आई मध्ये छान मैत्री झाली होती. काका अजूनही सर्वतोपरी तिला मदत करत होते.

एका संध्याकाळी "काका-काकू" अश्या अनुच्या जोरदार आवाजाने ते दोघे एकदम दचकले.

"अनु काय झाले बेटा?" काकांनी काळजीने विचारले..

"डोळे बंद करा काका"

"काय झाले ते तर सांग"

"डोळे बंद तर करा"

त्यांनी डोळे बंद केल्यावर त्यांच्या हातात एक पिशवी अनु ने ठेवली.

काकांनी उघडले तर आत मध्ये 'ग्रे कलरच्या सफारी सूट' चे कापड होते.

काकूंच्या हातात तिने एक लाल रंगाची काठपदराची साडी ठेवली.

"अनु हे काय?" काकांनी विचारले.

" या शहरात माझी पहिली कमाई आज झाली. माझा पहिला पगार आज मिळाला. त्यातून तुम्हा तिघांसाठी काहीतरी घेतले...आवडले का?"

"अगं, पैसे सांभाळून वापरावे...आमच्या साठी घेण्यापेक्षा तू स्वतःसाठी घ्यायला हवे..आमच्या म्हाताऱ्यांसाठी कशाला....?"

"काका, मी माझ्यासाठीच घेतले आहे"

"म्हणजे?" काकांनी चमकून विचारले.

"तुमच्यासाठी घेतले की ते माझ्यासाठीच घेतल्यासारखे आहे. माझे सुख तुमच्या आनंदातच नाही का? जेव्हा कोणी नव्हते तेव्हा तुम्ही होता..जेव्हा आपले नव्हते तेव्हा तुम्ही होता...जेव्हा आमच्यावर संकटे होती तेव्हा तुम्ही होता...माझ्या साठी प्रत्येक वेळेला तुम्हीच होता काका...मग मी तुमच्यासाठी काही केले तर ते माझ्या साठीच नाही का!"

काका आणि काकू काहीच न बोलता भरलेल्या नजरेने तिच्याकडे पहात होते.

"तुमच्या रुपात मला वडील, काका आणि एक आदरणीय गुरुजी मिळाले आहेत. मला माझ्या पद्धतीने त्यांना 'गुरूदक्षिणा' देऊ देत की"

अनुच्या या बोलण्याने एका रिटायर्ड शिक्षकाचा 'ऊर' आज अभिमानाने भरून आला होता. त्या 2 खोलीच्या घरातील आनंद आज तिथे मावत नव्हता.

12

नाते- जगावेगळे

हिंजवडीच्या मॅकडोनाल्ड ला निलेश ने गाडी पार्क केली आणि आत शिरला....कॉर्नरच्या एका टेबलावर प्रिया शांतपणे बसली होती..तो तिच्या टेबलापाशी गेला आणि समोरच्या खुर्चीवर बसत म्हणाला,

" प्रिया! काय ऐकतो आहे मी हे? नक्की काय सुरू आहे तुझे? हे बघ तुला माहिती आहे की मी ऐकीव गोष्टींवर विश्वास ठेवत नाही.

माझा विश्वास तू आहेस आणि मला खात्री आहे की तू खरं काय ते सगळं नक्की बोलणार.

हे बघ तुझी स्वतंत्र वैचारिक वृत्ती मला माहित आहे आणि मी कायम आदर केला आहे तुझ्या विचारांचा पण तरीपण मला जाणून घ्यायचे आहे तुझ्याकडून......"

भडाभडा निलेश बोलत होता. त्याच्या बोलण्यात आश्चर्य नक्कीच होते. त्याचा बोलायचा ओघ इतका प्रचंड होता की त्याचे होईस्तोवर आपण बोलायला नकोच हे प्रिया ने पक्के ठरवले.

प्रिया आणि निलेश हे खूप घट्ट मैत्री च ज्वलंत उदाहरण. निलेश ला काय वाटत आहे या क्षणी किंवा त्याला काय अपेक्षित आहे हे तिला पूर्णपणे माहीत होते.

त्याची काळजी आणि त्यामागील त्याचे आपल्या मैत्रिणीबद्दल चे प्रेम हे खूप निखळ होते आणि म्हणूनच प्रिया त्याला सामोरी गेली होती नाहीतर सगळ्यांना धुडकावून लावणारी ती इतकी शांत आणि संयमी हे गणित कठीणच होते.

" अंग काय म्हणतोय मी! कुठे लक्ष आहे तुझं!"

"कुठे म्हणजे घोड्या ! तुझ्याकडे बघतेय, तुझंच ऐकतेय."

" हे बघ तुला माहीत आहे की मला आडून बोलायचं नाही पण मला स्पष्ट बोलत पण येत नाहीये....

का ते कळत नाही पण मला सगळं जाणून पण घ्यायचं आहे, बोल."

"अरे निलेश तुला काय झालंय नक्की? काय ऐकलंय? काय बोलायचं आहे ? जरा शांत होशील का आधी! थांब मी दोघांसाठी कॉफी सांगते मग बोलूयात"

तिने कॉफी ऑर्डर केली आणि कॉफी घेऊन ती टेबलावर आली...

"घे..." ती एवढंच म्हणाली....

शांतपणे फक्त ते दोघे एकमेकांच्या मनाचा ठाव घेत कॉफी पित होते. कोणीही बोलत नव्हते पण दोघांच्याही मनात प्रचंड खळबळ सुरू होती.

शेवटी प्रिया ने पुढाकार घेत म्हणले " निलेश अगदी स्पष्ट विचार आणि बोल काय जे मनात आहे ते!

कुठलाही आडपडदा न ठेवता सगळं विचार म्हणजे तुला उत्तर देईल."

" मग ऐक, सर्वप्रथम हेच की मला तू आनंदी हवी आहेस, तुला कोणी काही बोलावं हे मला सहन होणे शक्य नाही, त्यामुळे आज तू एक मुलगी किंवा मी एक मुलगा हे विसरून तुझ्याशी बोलतोय!"

"अरे ये शहाण्या, मला मैत्रीण म्हणतोस आणि आज हे काय तू मुलगा मी मुलगी!

मला तुझी काळजी कळतेय जो फरक आजवर आपल्यात आला नाही तो आज पण नको....

मित्रा बोल काय ते." प्रिया हसत म्हणाली त्यामुळे निलेश रिलॅक्स झाला, काळजीने काळवंडलेला त्याचा चेहरा थोडा शांत झाला.

प्रिया, मी तुझ्या वागण्यातील फरक खूप नोटीस केला आहे. तू खूप बदलली आहेस,आनंद वाटतो तुला असं बघून. छान राहतेस पण या सगळ्या जोडीला खूप काहीतरी नवीन सोबत बाळगते आहेस असे वाटतंय.

जग हे खूप विचित्र आहे,तू आनंदात असलीस तरी त्यांचे पोट दुखेल पण दुःखात असेल तर मात्र आनंदाच्या उकळ्या फुटतील.

या सगळ्यात तू कधी पडली नाहीस पण आताच फरक हा खूप वेगळा जाणवतो आहे."

निलेश बोलायचा प्रयत्न करत होता त्याला ते नीट जमत नाहीय हे तिला कळतं होत आणि हेही माहीत होतं की त्याला काय बोलायचं आहे पण तरी ती फक्त शांत बसून त्याच्या कडे बघत होती.

"निलेश तुला माझ्या आणि सोहम बद्दल बोलायचं आहे का?" तिने डायरेक्ट विचारले तसं तो चपापला.

आपण योग्य करतोय का हा विषय काढून की नाही हेच त्याला कळत नव्हते पण तरी तो तिच्याकडे प्रश्नार्थक बघत होता.

प्रिया म्हणाली " निलेश नक्की याच विषयावर ना?"

"हो प्रिया! तू आणि सोहम ? म्हणजे नक्की काय ते? कसं बोलू कळतं नाहीय पण काहीतरी वेगळं नक्कीच जाणवतंय."

" निलेश वेगळं नाही तर खूप स्पेशल आहे हे! सोहम माझं सर्वस्व मानते मी आणि हो आहेच तो!" प्रिया खूप ठामपणे म्हणाली.

तिचा तो ठामपणा बघून निलेश शॉक झाला. त्याला तिचं इतकं स्पष्ट बोलणं अपेक्षित नव्हतं तो फक्त आ वासून बघत होता.

"अरे तो तुझा आ जो वासला आहे ना, तो मीट "हसत ती म्हणाली.

तो फक्त बघत होता तिच्याकडे...

"ऐक न कार आणली आहेस का?"

" हो,का ग?"

उठत ती म्हणाली " चल इथून, आपण शांत निवांत ठिकाणी बोलू यात! तुझ्याकडे वेळ आहे का?"

निलेश बोलला " प्रिया आज तुझ्यासाठीच वेळ काढून आलो आहे मी. मी सांगितले आहे माझ्या असिस्टंट ला की मला कॉल सुध्दा करायचा नाही अगदीच महत्वाचं असल्याशिवाय. तुझं काय? तू सुटी घेतेय का आज?"

"हो चल, तू येणार म्हणाला तेव्हाच मला सगळ्याची कल्पना होती त्यामुळे मी आधीच अर्धा दिवस सुट्टी टाकलीय.

तुला आपले नेहमीच ठिकाण आठवत असेल अजून तर चल तिथेच " आश्वासक आणि कॉन्फिडेंट हसत ती म्हणाली.

काही न बोलता त्याने पार्किंग मधून कार काढली, प्रिया शांत पण अगदी आत्मविश्वासी नजरेने त्याच्याकडे बघत त्याच्या बाजुला बसली. असाच थोडा वेळ गेला गाडी त्याने हिंजवाडीच्या मागच्या साईड ने पिरंगुट रोड ला घेतली...गाडी हळूहळू गर्दीपासून लांब येत होती.

प्रिया म्हणाली " निलेश बोल काय विचारायचे आहे तुला?"

" तुला नक्की कळतंय का प्रिया तू काय बोलत आहेस ते? सोहम ला मी ओळखतो, खूप चांगला आहे तो हे नक्की. तो सज्जन आहे, चांगला व्यक्ती आहे एक छान कलाकार आहे पण हे सगळं वेगळं आहे.

मी जे बोलतो आहे ते खूप आणि खूप पर्सनल लेव्हल वर च आहे!"

"मग बोल ना, काय मनात येतंय तुझ्या म्हणजे मला पण कळेल की मी कसं बोलावं.

तुझी अपेक्षा तुझ्या शब्दात व्यक्त कर मला पण सोपं होईल सांगायला." प्रिया म्हणाली.

सावकाश ड्राईव्ह करत तो बराच वेळ बाहेर बघत होता आणि शब्दांची जुळवणी करत होता, मग बोलला " प्रिया तू त्याला सर्वस्व मानते असे म्हणतेस पण तुला माहीत आहे का की तो लग्न झालेला आहे?"

"हो नक्कीच!"

" मग हे असं कस म्हणू शकतेस? तू तुझ्या आयुष्याशी खेळते आहेत कळत नाही का? तो काय मानतो? म्हणतो? की पुरुष म्हणून समजतो??"

"एक मिनिट" त्याला थांबवत आणि थोडं रागावून ती म्हणाली "कृपया अदबीने बोल त्याच्याबद्दल! मला नाही चालणार की कुठल्याही प्रकारे त्याचा डिसरीस्पेक्ट झालेला आधीच सांगते आणि हो तो कसा आहे हे मला जगापेक्षा नक्कीच जास्ती माहीत आहे!"

तिला आपण दुखावून चालणार नाही हे माहीत असल्याने नमतं घेत" प्रिया माय डिअर इकडे बघ."

तिने कोरड्या नजरेने बघितले तसे हलकेसे हसत तो म्हणाला" मला जजमेंटल व्हायच नाहीय आणि नाही कोणाला दोष द्यायचा.

मला जाणून घ्यायचं काय ते आणि हो जर थांबवणं योग्य असेल तर ते करेन आणि जे आहे ते योग्य असेल तर मी तुझ्या सोबत असेन" आश्वासक स्पर्श तिच्या खांद्याला करत तो म्हणाला.

"हे बघ खूप स्पष्ट सांगतेय, मी आणि सोहम जे बांधलो गेलो त्यासाठी कोणतही बंधनच नाहीय मुळात.

जे काही आहे ते भावनांचे,मनाचे आणि ते स्वीकारले म्हणून त्या प्रेमाचे बंध आहेत.....

हो खूप खूप आणि खूप प्रेम आहे माझं त्याच्यावर इतकं की मी त्याच्या वाचून जग णे हा विचार सुद्धा करू शकत नाही.

इंफॅक्ट मी जगणारच नाही हे नक्की, आणि तुला नवल हे वाटत आहे न की मी हे म्हणतेय जी इतकी रिजिड राहिले आणि खंबीर जगलें आणि जेव्हा वेळ होती तेव्हा लोकांना फटकारले."

"नाही असं नाहीय,मला तू अशी जगायला हवीय की ज्यात तुला कधी पश्चाताप नसावा आणि तू खचून पुढे जगली हे नकोय. जे काही आहे ते तितक्याच भक्कम पणे आहे का दोन्ही बाजूला?"

" निलेश खात्रीशीर आहे हे. जितका माझा माझ्यावर विश्वास आहे ना, किंबहुना त्यापेक्षा जास्तीच त्याच्यावर आहे.

मला तो हवाय माझ्या आयुष्यात पण त्यासाठी त्याचे काही वाईट होणे हवं मला नकोय.

तो जसा आहे तो मला प्रिय आहे. त्याच्या ही मनात माझ्याबद्दल ही आणि तितकीच गाढ भावना आहे हे मला प्रत्येक वेळी त्याच्या बघण्यात, वागण्यात आणि मुख्य म्हणजे त्याच्या सहवासात जाणवते...

माझा पूर्ण विश्वास आहे तो त्याच्यावर आणि त्याच्या प्रेमावर.

आयुष्य खूप वेगळं असत रे हे मला काळाने शिकवले. कदाचित तुला सांगूनही नाही समजणार पण ती ओढ ते ती शक्ती मला जाणवते.

कधीही कुठलीही अपेक्षा त्याने माझ्याकडून केली नाही तरी मी त्याच्याकडे ओढली गेली....

त्याने आजवर फक्त दिलच आहे! ज्याला व्यवहाराची परिभाषा कळतं नाही, कळतं तर फक्त समोरच्याच हास्य, त्याचा आनंद आणि त्याच्यासाठी कर णे असा व्यक्ती कोणाला

फसवेल का रे?"

"मी असं म्हणत नाहीय पण तुझं आणि त्याच आयुष्य हे वेगळ असणार याची तुला कल्पना आहे ना?"

" हो रे नक्कीच! हे बघ जे माझ्या नशिबात आहे ते माझेच आहे ते मला मिळतंय आणि मिळणार हे पण नक्की त्यापेक्षा जास्त कोणाला मिळत नसते...

माणसाने कितीही आदळआपट केली तरी नाशिबात असेल ते बदलत नाही आणि माझा विश्वास आहे की जे आहे ते खूप मौल्यवान आहे.

निखळ विश्वास, निखळ प्रेम आणि भक्कम आधार जो मनाला यापेक्षा अजून काय हवे तूच सांग?

एक स्त्रीला नक्की काय हवे रे आयुष्यात? प्रेम, विश्वास आणि रिस्पेक्ट हे सगळं मला मिळतंच आहे मग मी कशाला भिऊ?

आणि तू मला सांग मनाने मनाला मान्य केलेली अलिखित भाषा यापेक्षा अजून प्युअर ते काय रे?

जगात भावनेपेक्षा मोठे काहीच नाही, त्या विश्वासक स्पर्शापेक्षा मोठे काहीच नाही, त्या नजरेतील तेजापेक्षा आनंदापेक्षा दुसरे काहीच मोठे नाही.

जग काय बोलेल जर कळले तर याचाच विचार करतोस का तू ? की तुझ्या लेखी याची परिभाषा ही वेगळ्या शब्दात होते?"

" प्रिया मी तुला चूक हा शब्द कसा म्हणेल?"

"म्हणजे दुसरे म्हणतील असेच ना?"

"हो, मला त्याची भीती वाटत आहे!"

" तुला शपथेवर एक सांगते, लोक स्वतःचं बघतात आणि त्याप्रमाणे उल्लेख करतात.

मला त्याची पर्वा नाही, माझे प्रेम आहे आणि हो खुप खोलवर आहे.

जग त्याला काय म्हणते आणि काय लेबल लावते याने मला फरक पडणार नाही.

कोणीही काहीही म्हणो माझा त्याच्या असण्यावर विश्वास आहे, त्याच्या भावनांवर आहे, त्यापुढे सगळं नगण्य! त्याने मला त्याच्या आयुष्यात जी जागा दिली ती मला मान्य आहे.... आणि जे मला नाव ठेवतील ते काय धुतले तांदूळ का रे? असले काय आणि नसले काय मी माझ्या प्रेमाशी प्रामाणिक आहे आणि जोवर श्वास आहे तोवर तशीच राहीन. अरे जगाने जर मला त्याची सखी या वेगळ्या अर्थाने म्हणले तरी मला तो गर्व आहे कारण जे असेल ते त्याची असे असेल...

आणि म्हणतील तर. त्याचे असणे, त्याच म्हणणे, हे माझ्या लेखी गर्व आहे त्याच्या अस्तित्वाचा."

"प्रेम हे असं असते हे मला पण आत्ता कळले! ज्याच्यासाठी तुम्ही स्वतःला कायम अवेलेबल ठेवता, तो आणि तोच तुमची मुख्य प्रायोरिटी तुम्हाला असते आणि ते सांगावं लागत नाही की बोलुन दाखवावे पण लागत नाही...आणि सगळ्यात महत्वाचे म्हणजे हे

अपेक्षा विरहित असते रे...."

कुठेतरी खोलवर विचारात ती बाहेर बघत बोलत होती आणि हा तिचे भाव फ़क्त टिपत होता.

काही क्षण पुन्हा शांत गेले, एक खोलवर श्वास त्याने घेतला आणि म्हणाला,

" प्रिया मला तुझा अभिमान वाटतोय की जी हिम्मत तू बाळगली आहेस, विश्वास तुला वाटतोय त्यासाठी.

तुझ्या भावनांचा मी आदर करतो, काळजी वाटत होती ती खूप वेगळ्या अर्थाने पण तू खंबीर आहेस. मी कायम तुझ्या सोबत आहे, तुझा मित्र, तुझा घोडा, गाढव जे म्हणशील ते." हसत तो म्हणाला.

वातावरण जरा निवळले त्याने तिलाही बर वाटलं, हलकं यासाठी की तिने आज सगळे विचार बोलून दाखवले.

बोलत बोलता ते मुळशी पर्यंत पोहचले होते.

" मॅडम मला भूक लागलीय तुझा काय विचार आहे?"

"मला पण रे..."ती हसत म्हणाली..

मग त्याने जे पहिले हॉटेल सारखा ढाबा दिसला तिथे कार पार्क केली...

ती खूप क्लीअर आहे हे त्याला जाणवले आणि तो निश्चिन्त झाला, तेवढ्यात तिचा फोन आला म्हणून ती बोलायला बाजूला गेली आणि हा आपला जेवण येऊन ती येण्याची वाट बघत बसला. जवळपास 25 मिनिटांनी ती आली आणि त्याच्याकडे बघत कान धरत ती "सॉरी" असे गोड हसत म्हणाली.

त्यानेही हसत प्रतिसाद दिला आणि जेवण्यावर दोघेही तुटून पडले....

आजची ही दोन मित्रांची लंच डेट खूप समाधानी आणि पूर्ववत खेळी मेळीची झाली होती कारण प्रिया चे ‘जगावेगळे नाते’ निलेश ला नक्की उमगले होते.

13

अपेक्षा:-

नितीन आज खूप खुश होता , आज त्याचा 12 वी चा निकाल लागला होता आणि खूप छान मार्कांनी तो पास झाला होता.

"

अभिनंदन नितीन , खूप छान मार्कस मिळालेत . आता काय बाबा एक मुलगा इंजिनिअरिंग ला जाणार आणि इंजिनीअर होणार." शेजारचे जोशी काका म्हणाले , पेढा घेतला आणि थोडा वेळ घरात गप्पा मारून गेले.

नितीन आपल्याच विचारात होता , तेवढ्यात फोन वाजला मामा चा फोन पाहून आनंदाने " बोल मामा , कसा आहेस?"

" मी मजेत नितीन , खूप छान वाटले तुझी प्रगती ऐकून, ताई आणि जिजू खुश असतील ना खूप? आता छान कॉलेज ला ऍडमिशन मिळून तू इंजिनिअरिंग ला गेलास की सार्थक वाटेल बघ."

" थँक्स मामा , आईला फोन देतो."

इतकेच बोलला आणि तो आपल्या रूम मध्ये गेला.

"सगळे स्वतः का ठरवत आहेत की मी काय करावे. मला वेगळे काही करायचे असू शकते , मला माझ्या ही काही ईच्छा आहेत " मनाशी बडबड करत त्याने डोळे मिटले आणि कधी डुलकी लागली त्याला कळलेच नाही . जागआली तेव्हा 4 वाजले होते.

बाहेर हॉल मध्ये आला तर आई कोणाशीतरी फोन वर बोलत होती " हो ना, आता बस चांगले इंजिनिअरिंग कॉलेज मिळालं की देव पावला म्हणायचे"

" आई , मी जरा राजुला भेटून येतो वेळ लागेल."

" अरे या अवेळी कुठे जातोय ? संध्याकाळी जा आणि काय हे जेवला पण नाहीस आज!"

"नंतर जेवेन" इतकेच बोलून त्याने शूज घातले आणि बाहेर पडला. राजू चे घर फार लांब नव्हते म्हणून चालतच आपल्या विचारात तो निघाला आणि त्या नादात तो कधी पोहचला हे त्याला कळले पण नाही.

बेल वाजवली तर राजुनेच दार उघडले नितीन ला पाहून एक घट्ट हग केले आणि म्हणाला, "नित्या लेका , जिंकलास!"

नितीन ने छोटीशी स्माईल दिली.

तेवढ्यात आतून येऊन त्याचे बाबा म्हणाले

"

अभिनंदन

नितीन , काय मग काय प्लान आता? नीट विचार करून निर्णय घे."

पहिल्यांदा असे कोणी काहीतरी वेगळे म्हणाले हे ऐकून नितीन जरा हसला आणि थँक्स म्हणून राजू बरोबर त्याच्या च्या रूम मध्ये गेला .

"काय रे नितीन चेहरा का असा पडलेला तुझा? तू तर खुश असायला हवे . अरे तुझे मार्क बघून हेवा वाटेल बघ कुणालाही नाहीतर माझा रिझल्ट बघ , जेमतेम फर्स्ट क्लास! तरी मला हायसे वाटतेय."

" राजू खरं तर खूप अस्वस्थ वाटत होतं म्हणून आलोय बघ. सगळे ठरवतात आहेत की मी इंजिनीअर होणार , इतकेच नाही तर कॉम्पुटर की मेकॅनिकल इथपासून चर्चा! अरे पण मला तर कोणी विचारा की मला खरच ते करायचे आहे की नाही! आई काय, बाबा काय, प्रत्येक जण आपल्या अपेक्षा बोलत आहेत , माझे काय?"

प्रकरण जरा सिरीयस दिसतंय असे जाणवून राजू नितीन जवळ गेला आणि त्याच्या खांद्यावर हाथ ठेऊन म्हणाला " बोल नक्की, काय झालाय? तुझा काय विचार आहे ?

अरे तू तर सायन्स घेतले ना!

मग मनात तरी काय तुझ्या?"

" राजू अरे जे इंजिनीअर बनतात तेच सक्सेस होतात का? दुसरे काही पण तर करता येते ना! मला एअर फोर्स मध्ये जायचे आहे त्यासाठीच तर मी इतका अभ्यास केला, माझे निश्चित आहे आधीपासून . त्यासाठी सायन्स घेणे गरजेचे होते आणि माझी मनापासून एकच ईच्छा की मला देशासाठी काही करायचे आणि फायटर पायलट बनायचे. माझी माझ्याकडून पण अपेक्षा असू शकते ना?"

राजू जर विचारात पडला. त्याला माहित होते की नितीन चे आई बाबा यासाठी तयार होणे खूप कठीण. टिपिकल विचाराचे नितीन चे बाबा यांसाठी तयार होणारच नाही.

" तू हे घरी बोलला आहेस का नितीन? तुला माहीत आहे ना, तुझे बाबा तयार होणार नाहीत. तुझी तयारी आहे का विरोध पत्करायची ? नीट विचार कर , मला सगळे कठीण वाटते आहे."

" मला कळतंय तू काय म्हणतो राजू! पण आज जर मी बोललो नाही तर आयुष्यभर दुःखी राहीन आणि जिथे मनाविरुद्ध काही केले तिथे यश तरी कसे मिळेल. अपेक्षांचे ओझे होईल मला आणि मी दबत जाईन त्याखाली."

राजू ने जर विचार केला आणि त्याच्या बाबांपाशी नितीन ला नेले. तोवर छान गरम पास्ता घेऊन राजू ची आई आली आणि त्यांच्या चर्चेत सामील झाली.

राजू ने आपले बोलणे सविस्तर सांगितले तेव्हा ती दोघे पण जरा विचारात पडली कारण राजू च्या घरचे आणि नितीन च्या घरचे वातावरण खूप वेगळे होते. कमी मार्कस मिळून सुद्धा त्यांनी राजू ला प्रोत्साहित केले आणि इंजिनीअरिंग ला जा आम्ही फीज भरू तू काळजी करू नकोस असे आईने सांगितले होते आणि नितीन चे पूर्ण उलट . सहज इंजिनीअर होता येईल तर त्याला ते न करता BSC करायचे होते.

" नितीन , हे बघ मी तुझ्या पाठीशी आहे . स्ट्रॉंग हो आणि मनातले सांग घरी , गरज पडेलच मला माहित आहे मी बोलेन तुझ्या बाबांशी. पण सुरवात तुलाच करावी लागेल."

आपल्या सोबत काका आहेत म्हटल्यावर नितीन ला जरा धीर आला. मनाशी काही ठरवून त्याने काका काकुला नमस्कार केला आणि घराकडे निघाला.

घरात तर आनंदी वातावरण होते नितीन चे मावशी काका पण आले होते , आता हा आनंद फार काळ टिकणार नाही माहीत होते तरी हिम्मत करून " बाबा मला तुमच्याशी बोलायचे आहे!" आज पहिल्यांदा नितीन काहीतरी बोलायचं प्रयत्न करत होता. त्याच्या वेगळ्या आवाजाने वातावरण एकदम स्थिर झाले. काहीतरी वेगळे आहे हे समजून सगळे एकदम शांत झाले

" नितीन, काय झालंय ? आज आम्हाला इतका आनंद झालाय आणि तुझे हे काय ? आमचा मुलगा इंजिनीअर व्हावा यासाठीच तर आम्ही स्वप्नं पहिली."

" पण बाबा हे तुमचे स्वप्न आहे माझे नाही. आजवर मी तेच केले जे तुम्ही म्हणालात. आजवर तुमच्या सगळ्या अपेक्षांना मी खरा उतरलो पण आता नाही होणार तसे. माझ्या स्वतःकडून ही काही अपेक्षा आहेत , स्वप्न आहे आणि ते मला जगायचे आहे."

आता काय घडणार म्हणवून त्याची आई आणि मावशी जरा टेन्शन मध्ये आल्या होत्या. उत्सुकता आणि भीती याचे समीकरण जुळून आले होते.

" काय म्हणायचे आहे तुला?" रागातच त्याचे बाबा बोलले.

" बाबा मला इंजिनिअरिंग नाही करायचे."

" मग काय कारकुनी करायची आणि आयुष्याभर खर्चाची जुळवणी करत बसायचे का?" आता त्यांचा आवाज एकदम चढला होता.

"बाबा , कारकुनी आणि इंजिनिअरिंग हे इतकेच पर्याय नाहीत जगायला .मला एअर फोर्स मध्ये जायचे आहे आणि फायटर पायलट व्हायचे आहे . मी ठाम आहे की मला BSC करायचे आहे ."

शांत आणि स्पष्ट शब्दांत नितीन बोलला .हे ऐकून नितीन चे बाबा खूप चिडले, तरी पण तरीही नितीन पहिल्यांदा स्वतःच्या मतावर ठाम होता.

रागाने निघून गेलेल्या त्याच्या बाबांनी पूर्ण अबोला धरला , घरात अगदी सुतकी वातावरण झाले होते. पण तरीही नितीन ठाम राहिला , त्याला राजू चे बाबा समजावत होते

आणि मदत पण करत होते .

अखेर त्याने BSC ला ॲडमिशन घेतली. विरोध मान्य करून तो त्याच्या प्रवासाला निघाला आणि बघता बघता 3 वर्ष गेली सुद्धा! नितीन ने BSC मध्ये टॉप केले , निकाल आला आणि कॉलेज मध्ये त्याचा सत्कार पण झाला पण तरीही त्याचे बाबा त्याच्याशी बोलले नाही .

नितीन ला याचे वाईट वाटत होते पण यावेळी माघार नाही यावर तो ठाम होता .

त्याने एअर फोर्स साठी फॉर्म भरला , परीक्षा दिली. लेखी परीक्षेत पुन्हा तो अव्वल आला . पुढे शारीरिक चाचणी व इतर लेव्हल पस करत शेवटी त्याचे सिलेक्शन झाले आणि तो ट्रेनिंग ला गेला.

आता मात्र राजू च्या बाबांना राहवेना.

एकदिवस ते नितीन कडे गेले आणि नितीन च्या बाबांना भेटले.तसे ते अजूनही रागात होते , नितीनचे नावही ऐकायला तयार नव्हते.

" देशमुख साहेब , एक बघा आज नितीन म्हणाला त्याप्रमाणे त्यानें त्याचे स्वप्न पूर्ण केले . तो इतरंपेक्षा वेगळा आहे आणि त्याचा मार्ग पण. जो निवडला तो सोपा मार्ग नाहीं , पण त्यावर चालायची धमक नितीन ने दाखवली .आपण आपल्या अपेक्षा लादणे कितपत योग्य आहे याचा विचार करा. नितीन आनंदी असावा की दुःखी हे तुम्ही ठरवा. कारण यश हे तेव्हाच पुरे वाटते जेव्हा त्याला घरच्यांची साथ मिळते. नितीन कितीही मोठा झाला आणि तुमचा आशीर्वाद नसाल तर तो यशस्वी होईल का? तुमची अपेक्षा योग्य आणि त्याचे स्वप्न चूक हे कसे काय बरे? जर तो अयशस्वी झाला असता तर तुम्हाला आनंद झाला असता का? थोडा विचार करावा ही विनंती करतो."

बाबा शांतपणे ऐकत होते.

राजू चे बाबा पुढे म्हणाले, " खरं सांगू! अगदी गोल्डन स्टेटमेंट आहे हे!

आई वडिलांचा खरा आनंद हा मुलांच्या आनंदातच असतो"

त्यांच्या ह्या बोलण्याने

नितीन चे बाबा एकदम चमकले.

त्यांच्या चेहऱ्यावरून ते आता थोडे विचारात जाणवत होते. काय योग्य काय अयोग्य या विचारात बरेच दिवस निघून गेले त्यांच्या वागण्यात फरक पडत होता.

ट्रेनिंग पूर्ण करून काही दिवसांसाठी नितीन घरी आला , दारातच त्याचे जंगी स्वागत तयारी त्याला दिसली आणि मुख्य म्हणजे पुढाकाराने त्याचे बाबा सगळे बघत होते. नितीन ला आश्चर्य आणि आनंद असे दोन्ही जाणवत होते पण ही जादू कशी झाली हे कळत नव्हते. राजू चे बाबा त्याला भेटायला आले तेव्हा त्याला कळले की या जादूचे खरे जादूगार काका आहेत.

" काका मनापासून धन्यवाद.आज मला खरे यश पूर्ण मिळाले असे वाटते आहे. तुम्ही होतात म्हणून मला माझे स्वप्न पूर्ण करता आले. त्यावेळी तुमची साथ , हिम्मत मला बळ

देत होती आणि आज तुम्ही माझ्या या यशाचे खरे मानकरी आहेत." भरल्या डोळ्याने त्याने काकांचा आशीर्वाद घेतला.

त्याचे लक्ष नव्हते की बाजूच्या खोलीतून त्याचे बाबा हे सगळे ऐकत आहेत . थोड्या वेळाने ते बाहेर आले आणि राजू च्या बाबांना आलिंगन देऊन धन्यवाद म्हणाले.

"आज रात्री आमच्या घरी सगळे जेवायला या" असे आमंत्रण देऊन त्यांनी राजू च्या बाबांना आणि नितीन ला पण घट्ट मिठी मारली.

नितीन , राजू आणि त्यांचे परिवार आनंदात हसत खेळत जेवण करत होते आणि समाधानी नजरेने नितीन आणि त्याचे बाबा एकमेकांकडे बघत होते.

आज खरे यश त्या दोघांनाही मिळालं होतं, त्यांना वडील होण्याचे आणि नितीन ला स्वतःच्या ईच्छा पूर्ण करून यशस्वी मुलाचे वडील म्हणून वडिलांची "अपेक्षा" पूर्ण केल्याचे!

14

प्रथा:-

अण्णा आज खुप खुश होते . आज त्यांचा 70 वा वाढदिवस साजरा होणार होता , अगदी त्यांच्या आवडीप्रमाणे आणि आज त्यांच्या "गोकुळ" चा पण 40 वा वाढदिवस होता.

" गोकुळ " हे खरंच नावाप्रमाणेच होते , जिथे मुक्त बागडणारी निरागस मुलं मुली ,सोबत त्यांच्या लाडक्या गाईंची वासरे.

अण्णाना आठवत होते तेव्हा त्यांचे वय जास्तीत जास्त 5 वर्ष इतकेच असेल. घरात कायम भांडण होत असे. दारुडे वडील , खाष्ट आजी आणि स्वंयपाककाम करणारी आई. लहान भाऊ होता त्यांना , पण 2 वर्षाचा असेल जेमतेम त्यावेळी तो.

साधे ताप आल्याचे निमित्त झाले आणि दुर्लक्ष झाले. आई कामावर आजी आपल्याच तोऱ्यात आणि वडील नसल्यात जमा त्यामुळे आबाळ झाली आणि त्यातच तो गेला.

संस्कारी आई पण परिस्थिती ने गांजलेली, ईच्छा असूनही काहीच करू शकत नव्हती.

" ताई माझा एक लेकरू तर गेलं हो पण दुसरं मला जगायला हवंय. त्याचे आयुष्य चांगल्या मार्गी लागायला हवेय. मला नाही वाटत की जिथे तो आहे तिथे त्या चे काही भले होऊ शकेल. काही सुचवा ना , कोणी मला मदत करेल असेल."

जोशी काकुंजवळ एकदा दुःख व्यक्त करत अगदी काकुळतीला येऊन ती विनंती करत होती. जोशी काकूंकडे गेली 18 वर्ष ती काम करत असल्यामुळे त्यांना कल्पना होतीच. त्याही विचार करू लागल्या की काय करता येईल ज्याने हिच्या मुलाचे भले होईल.

आणि एक दिवस पेपर वाचत असताना त्यांना तो मार्ग मिळाला. एक सेवा संस्थेची काही माहिती त्यात दिली होती जी की निराधार , गरजू मुलांना मदत करत असे आणि त्यांचे भवितव्य घडवत असे.

" सुमा , नेरळ जवळ एक आश्रम आहे जिथे निराधार गरजू मुलांना मदत मिळते . मी आज तिथे तुझ्या मुलाला घेऊन जाते बघू काही होऊ शकेल तर. चालेल का तुला?"

" ताई , त्याचे भले होत असेल तर दुसरा मला काही नकोय , दारुडा बाप पाहून तोही तसाच वागेल त्यापेक्षा लांब गेलेला पत्करला."

दुसऱ्या दिवशी त्या शाम ला घेउन त्या आश्रमात गेल्या . सगळी खरी परिस्थिती त्यांनी सांगितले आणि मदतीसाठी आर्जव केले.

" हे बघा बाई , आमच्याकडे असे खूप येतात पण नंतर त्यांचे घरचे येऊन तमाशे करतात आणि आम्हाला बोल लावून मुलांना मारझोड करत परत घेउन जातात. त्याचे वाईट परिणाम इतर मुलांवर पण होतात. त्यामुळे आम्ही अनाथ मुलांनाच फक्त इथे ठेऊन घेतो अश्या मुलांना नाही की ज्यांचे कोणी आई वडील आहेत पण संगोपन करू शकत नाही."

जोशी काकूंनी खूप विनवणी केली पण काही फलित झाले नाही , शेवटी त्या परत माघारी आल्या. सगळे ऐकून सुमा खूप रडली. आपले असणे जर याला घातक असेल तर नकोच जगायला या विचाराने तिने जीव दिला आणि मुलाला मात्र जोशी काकूंच्या हवाली केले .

आता मात्र तो खरच अनाथ झाला होता.

जोशी काकूने यावेळी त्यांच्या मैत्रिणी तर्फे शाम ला तिथे पोचते केले. छोटा शाम ला, फार काळ नाही लागला त्याला हे सगळे विसरायला. फार लवकर तो इतर मुलांमध्ये मिसळला , मुळात गोड असलेला शाम लवकरच लाडका झाला तिथल्या लोकांचा. जसे झेपेल तसे छोटे छोटे काम तो करत असे आणि सगळ्या मोठ्यांना ताई , दादा असे म्हणत असे.

त्याच दरम्यान एक सुरत चे कुटुंब दत्तक द्यायला आले आणि त्यांनी शाम ला पसंत करून आपल्या घरीं घेऊन गेले.

सुरवातीला शाम ला खूप आठवण येई आश्रमातील लोकांची पण हळूहळू तो नवीन विश्वात रमला.

आता त्याचे नाव शाम गिरीश पटेल असे होते. हे पटेल लोक पण त्याला खूप चांगले मिळाले.

नीता पटेल अगदी आईसारखं प्रेम करायच्या. जणू खरीच आईच होती त्याची ती.

सधन कुटुंब होते , त्यांचा शेती आणि दूध व्यवसाय होता. डेरी होती स्वतःची , त्यामुळे दूध दुभते भरपूर , पैसा अडका भरपूर असल्याने कशाची कमी नव्हती , पण अधेमधे त्याला त्या आश्रमाची आठवण येई. कमी नाही 3 वर्ष तो तिथं राहिला होता.

आता छान शाळा , कपडेलत्ते मित्र परिवार आणि मोठे पटेल कुटुंब हेच त्यांचे विश्व होते. सालस अशा नीता बेन नेहमी त्याला चांगले संस्कार देण्यात गर्क असायच्या, गिरीश पटेल त्याचे बाबा त्याला हळू हळू व्यवहार ज्ञान देत असे.

तसा मुळातच गोड आणि हुशार असलेला शाम सगळ्यांना लवकरच भावला.

म्हणतात न ज्याचे कोणी नाही त्याचा देव असतो.

सदैव गरजूंना मदत करणे , आश्रमात दान देणे , गरीब मुलांची शिक्षणाची जवाबदारी घेणे हेच संस्कार शाम वर होत होते. शाम ने पण मन लावून सगळे आत्मसात केले , शिक्षणात लक्ष घातले आणि तो एक उभारता उद्योजक म्हणून लवकरच नावारूपाला आला. घराची डेरी होती त्याचे रूपांतर त्याने मिल्क प्रॉडकटस बनवण्यात केले. शेतीचा जोडधंदा म्हणून फळबाग लावून त्याचा व्यवसाय सुरू केला. एकंदर काय तर पटेल यांनी अभिमानानं

सांगावे की शाम आमचा मुलगा आहे अशीच त्यांची ओळख निर्माण केली.

त्याच दरम्यान त्याची ओळख एका सेवा संस्थेतील गीता नावाच्या मुलीशी झाली. चुणचुणीत पण निरागस गीता बरोबर काही ना काही निमित्याने त्याची भेट होत होती. गीता एक अनाथ मुलगी होती जिचा ध्यास हा समाजसेवा असाच होता. गरीब असो , निराधार असो की कोणी वृद्ध असो, सगळ्यांसाठी ती कायम धावत असे.

जेव्हा त्याने घरी आई बाबा ना जेवताना गीता विषयी सांगितले आणि म्हणाला " मी तिला विचारले नाही पण तुम्ही पुढाकार घेतला तर मला तिच्याशी लग्न करायला आवडेल."

एकमेकांकडे बघत फक्त ते हसले " बेटा आज तुला काही सांगायचे आहे. मी एक अनाथ....... माझ्या बाबांना देवळात सापडलो.

मुलं होत नसल्याने त्यांनी माझा देवाचा प्रसाद म्हणून स्वीकार केला आणि खूप जपले. प्रेम दिले , संस्कार दिले, मला जगण्याचं बळ दिल आणि आधार दिला. कधी मी त्यांचा मुलगा नाही याची जाणीव मला होऊ दिली नाही. तुझी आई , ही सुद्धा मला एका सामाजिक समारंभात भेटली आणि आमचे लग्न झाले. ही पण एक अनाथ आश्रमात लहानाची मोठी झाली. आम्ही त्याच वेळी ठरवले की आपले मुलं हे सुद्धा आपल्यासारखे असावे. अशी व्यक्ती की समाजात तिला स्थान देता यावे आणि काहीतरी भले करता यावे म्हणून आम्ही आपले मुलं न जन्माला घालता तुला दत्तक घेतले. योगायोगाने आज तू ही तेच करतोय. आम्हाला तुझा निर्णय खूप आवडला , जणू ही आपली प्रथा जी तू ही जपलीस आणि नकळत का ना होईना, त्याचा भाग झालास. तुझा निर्णय मान्य आहे , आम्ही गीता शी बोलू."

आयुष्यातले हे सत्य ऐकून त्याचा आई वडीलांबद्दलचा आदर खूप वाढला आणि प्रेम सुद्धा. आता ते त्याचे आदर्श होते ,लग्न जमले तेव्हा त्याने हे सगळे गीताला सांगितले तिला ही खूप कौतुक वाटले " आज मी तुला वचन देते ,ही प्रथा आपण कायम ठेवून असेच मूल दत्तक घेऊ आणि जे करता येईल जितके करता येईल तितके या समाजाचे देणेकरी म्हणून देऊ."

शाम खूप आनंदित झाला. आणि ठरल्याप्रमाणे त्यानेही एक मुलगी आणि एक मुलगा दत्तक घेतले . आता मुबलक पैसे हाताशी होते , आशीर्वाद होते , साथ होती .

" बाबा मला वाटते की आपण जर एखादा आश्रम सुरू केला तर? जिथे समाजाने नाकारलेल्या मुलांना आपण आपले बनवू आणि त्यांचे भविष्य सावरण्याचा प्रयत्न करू."

गिरीश भाई आणि नीता बेन खूप आनंदित झाल्या. आपले समाजाचे ऋण आपला मूलगा , सून फेडत आहेत , नकळत सुरू झालेली प्रथा सांभाळत आहेत पाहून ते कृतकृत्य झाले.

आनंदाने त्यांनी शेतजमीन त्याच्या नावावर करून म्हणाले

"ही घे. आमच्याकडून तुझ्या कार्याला छोटासा हातभार , जसे तुला हवे तसे आणि ते कर.आमचे आशीर्वाद कायम तुमच्या दोघांच्या पाठीशी आहेत."

त्या जमिनीवर एक छानसे " गोकुळ " गीता आणि शाम ने सुरू केले आणि त्याची सुरवात त्या दिवशी केली ज्या दिवशी शाम हा ‘शाम पटेल’ झाला .

त्या गोकुळ मध्ये हळू हळू अनेक बाल श्रीकृष्ण येत होते सोबत अनेक गोपिका सुद्धा येत होत्या. ज्याचे कोणी नाही त्याचे शाम काका म्हणजे आजचे अण्णा होते. गीता ने पण तिचा समाजकार्याचा वसा तसाच सुरू ठेवल्याने शाम ला खूप हातभार झाला. जी मुले त्यांनी स्वीकारली ती ही त्याच संस्कारात मोठी होत होती. कधीच कोणती गोष्ट लपवून न ठेवता कायम त्यांनी मुलांना सोबत कार्यात सहभागी ठेवले.

पुढे व्यवसाय मुलाकडे देऊन अण्णा पूर्णपणे समाजकार्यात मग्न झाले आणि त्यांच्या पावलावर पाऊल ठेवत त्यांच्या मुलांनी आपले जोडीदार निवडले. असे आयुष्याचे गणित जमवत आज अण्णा 70 वर्षाचे झाले आणि त्यांचे गोकुळ 40 वर्षाचे.

आता अण्णा आणि गीता हे कायम गोकुळ मधेच राहत असत . आज अण्णांनी सगळ्या मुलांना छान छान गिफ्ट्स दिले , त्यांच्या आवडीचे छान पदार्थ केले . सगळ्यांना घेऊन ते छान पिकनिक ला गेले. हा सोहळा बघून त्यांचे डोळे दिपून गेले होते.

" बाबा , आम्ही म्हणजे मी आणि माझ्या बायकोनं आज एक निर्णय घेतलाय. आजपासून गोकुळ हे आश्रम न राहता हेच आपले कायम घर असेल आणि ही इथली मुलेच आमची स्वतःची ओळख असेल."

अण्णांना नीट बोलताही येत नव्हते , फक्त मनापासून आठवण येत होती ती त्यांच्या गिरीश बाबा आणि नीता आई ची. आज ते असते तर त्यांची ही प्रथा कोणीही न सांगता नकळत कशी पुढे जातेय हे बघून जगण्याचे सार्थक त्यांना वाटले असते. समाजकार्याचा वाहून घेतलेला पटेल परिवार आणि अनाथ निराधार लोकाना आधार देण्याची जी प्रथा ती कधीही आपल्या मुलांना आपण जबरदस्तीने हे करा किंवा ते करा असे सांगितले नाही, ना की आपण काय केले किंवा आपल्या आई बाबाने तरीही आणि तरीही तेच घडत गेले जे त्या विधात्याने ठरवले आणि ती प्रथा बनली.

आपला जन्म , हा सन्मान हा आपला नसून त्या आई बाबांचा आहे ज्यांनी आपल्याला स्थान दिले.

मनाशी हेच सगळे विचार सुरू होते आणि गीता फक्त एकटक बघत हसत होती.

देवाला नमस्कार करून त्याचे मनापासून आभार मानून अण्णांनी त्यांच्या वाढदिवसाचा केक कापला.

70 या आकारात केलेला तो केक म्हणजे 7 किलोचा भला मोठा खाऊ होता गोकुळातील सगळ्या मंडळींसाठी!

समाधानाने अण्णा आणि गीता आज हा सोहळा अनुभवत होते.

आपली प्रथा पुढे नेण्यासाठी-आपली प्रथा ही समाजकार्य करण्यासाठी- आपली प्रथा ही लोकांना आनंद देण्यासाठी परत त्यांना गोकुळातच जन्म घेऊदे अशी विनंती भगवंता कडे करत होते.

आणि का नाही करणार! ही प्रथा जपण्यासाठी परत एकदा अण्णांना आणि गीता माई ला पुढच्या जन्मी सुद्धा 'गोकुळातच' यायचे होते!

15

परोपकार:-

संध्याकाळची वेळ होती , बाईक रस्त्याच्या कडेला लावून हर्षल आणि निशा हातात हात घेऊन , एकमेकांना खेटून बसले होते. ते निसर्ग सौंदर्य, ती निरव शांतता आणि मनासारखी सोबत आणखी काय हवे. अशावेळी शब्द सुद्धा न उच्चरता खूप काही बोलता येते आणि अशाच काहीशा स्थितीत ते दोघे बसली होती.

" उठावसे वाटतचं नाही रे , असा वाटतंय सगळं थांबून जावं आणि जग इथंच स्थिर व्हावं. नको तो व्याप , नको ते रहाटगाडगे बस हा अंत असला तरी चालेल."

" अहो मॅडम, कवी कल्पनेतून बाहेर पडा. 7 वाजायला आलेत आणि आपल्याला पोहचायला अजून किमान 2 तास लागतील तर उठा आता आणि आवरा." खट्याळ हसत हर्षल म्हणाला.

गोड अशी थोडी नाराजीनेच का ना असो पण स्माईल देत निशा उठली , कपडे झटकले आणि डोक्याला स्कार्फ बांधून बाईक वर मागे बसली. सेल्फ मारून त्याने बाईक स्टार्ट केली आणि परतीच्या मार्गाला गाडी रस्त्यावर घेतली . थोड्या गप्पा , थोडे खट्याळ वाद असे करत साधारण 20 मिनिटे ते पुढे आले असतील तोच रस्त्याच्या बाजूला एक आजोबा आणि आजी दिसले. निर्जन रस्त्यावर अश्या अंधारात त्यांना बघून हर्षल ने लगेच बाईक थांबवली.

" काय झाले आजोबा , असे एकटे दोघे अंधारात कुठे निघालात?" काळजीने आणि आपुलकीने विचारलेले ते शब्द ऐकून रडवेली आजी म्हणाली " माझा ल्योक हाय ना , त्यानं आम्हाला इथं सोडलं न येतू म्हणाला बग आणि आलाच नाय. आता या म्हाताऱ्याच्या बी काय लक्ष्यात नाय अन माझ्या बी, काय करावं समजत नाय बग."

हर्षलच्या लक्षात आले की आता तो काही येणार.

यांना मदत कशी करावी याचा विचार करत असतानाच त्याला रुपेश शी झालेले बोलणे आठवले आणि लगेच त्याने त्याला फोन केला. त्याच्याकडून एका NGO चा नंबर घेऊन त्यांना कळवले.

तोपर्यंत त्याने बॅगेतून एक फरसाण आणि शेवेचा पूडा काढला . चुरमुरे होतेच बरोबर. त्यात मिक्स करून त्या दोघांना खायला दिले.

येताना वाटेत बिस्लेरी जी घेतली होती त्यातून त्या दोघांना पाणी प्यायला दिले.

ते दोघे धन्य होऊन बघत असतानाच NGO ची गाडी आली आणि त्या आजी आजोबा ला घेऊन गेली. जाताना त्याने जवळची 500 ची नोट आजोबांच्या खिशात कोंबली. 1 तास यातच मोडला .

" तुझं नाव ना हर्षल नको असायला हवे होते . कर्ण शोभले असते , जेव्हा बघा तेव्हा याला मदत करु कधी त्याला करू. नुसता वाहिलेला आहेस लोकांना." वैतागत निशा म्हणाली.

तो नुसताच हसला.

"चला निघू आता , घरी उशीर होणार आहे आणि मला तर हॉस्टेल वर आज शिक्षाच बघ."

तिचे बोलणे काहीच मनावर न घेता त्याने बाईक स्टार्ट केली आणि आता सुसाट निघाला. पुढल्या तासाभरात तो निशा च्या होस्टेल गेट वर होता.

निशा गडबडीने उतरून बाय म्हणत धावत हॉस्टेल वर गेली . ५ मिनिटे झाली आणि तिचा मेसेज आला , "all ok" , तसा मग तो निघाला.

घरी पोहचला तर बाजूच्या घरी काहीतरी गडबड जाणवली म्हणून गाडी पार्क केली आणि गेला तिथे तर त्याची आई पण तिथेच होती.

"काय झालं आई? " हर्षलने विचारले , तशी आई म्हणाली " अरे काकांना हार्ट अटॅक आलाय . संजीवनी हॉस्पिटलमध्ये नेले आहे , काकू गेल्यात सोबत पण इथे मुलांजवळ कोणी नाही म्हणून मी बसलेय. काय परिस्थिती असेल तिथे कोण जाणे."

तसा लगेच आल्या पावली तो पुन्हा निघाला आणि तडक संजीवनी हॉस्पिटल गाठले. रिसेप्शनला चौकशी केली आणि लगेच ICU जवळ गेला तर काकू दिसल्याच. हर्षल ला बघून त्यांना भरून आले , लगेच त्यांना समजावत बाजूला घेऊन बसला आणि म्हणाला " काकू मी आहे इथे , तुम्ही घरी जा. मंदार आणि सोनी घाबरलेत . इथली काळजी नको मी आहे ना!"

हो नाही करत त्याने काकूंना मनवले आणि काकू निघाल्या , त्यांना उबेर करून दिली आणि त्याने डॉक्टर ला भेटून परिस्थिती जाणून घेतली.

घाबरण्यासारखे आता काही नव्हते मग लगेच घरी आईला फोन करून सांगितले आणि काकूंची चौकशी केली. त्यांनाही निरोप द्यायला सांगितले.

कॅन्टीन मध्ये जाऊन थोडेसे खाल्ले , कॉफी घेतली आणि तसाच वेटिंग प्लेस ला तो रात्रभर थांबून राहिला.

सकाळी थोडा फ्रेश होऊन डॉक्टर ची परमिशन घेऊन आत काकांना भेटायला गेला " काय काका कसे वाटते आता?"

"ठीक ! , तू कधी आलास?"

"ते राहू देत हो , अहो जर चेंज हवा होता ना तर फिरायला जायचा प्लॅन करायचा ना हे काय ठिकाण आहे?"हसत मस्करी करत तो बोलत होता आणि काका कुठे तरी रिलॅक्स होत स्माईल देत हातानेच बोलत होते

“येताय का आत्ता बरोबर डायरेक्ट घरपोच डिलिव्हरी करेन” त्याने हसत विचारले.

काकांनीही हसत त्याला "नाही " म्हणले.

"येतो नंतर , आराम करा . काळजी आणि विचाराला बाऊंडरी लाइन च्या बाहेर फेका "असे म्हणत त्याने काकांचा हलकेच हात दाबला आणि ICU च्या बाहेर आला तितक्यात फोन वाजला डिस्प्ले वरचे नाव पाहून जीभ चावली आणि हलकेच म्हणाला

" बोल निशा".

"अरे किती वेळ झाला वाट बघतेय , मला म्हणालास सकाळी 7.30 ला येतो आणि 8 वाजलेत बघ."

आता त्याला आठवले कालचे बोलणे पण या हॉस्पिटलच्या गडबडीत तो पार विसरून गेला होता.

" निशा , सॉरी पण मला आता नाही जमणार..अगं मी संजीवनी हॉस्पिटल ला आहे काल रात्रीपासून ,बाजूच्या पाटील काकांना ऍडमिट केलंय. तुझं तिथले आटोप, मी 11 पर्यंत येतो , तू हो पुढे."

निशा जाम चिडली होती , " तुझ्या या स्वभावाचा न मला वीट आलाय . जेव्हा तेव्हा तुझे दुसऱ्यांना मदत करणे सुरू पण स्वतःचे काय? काही आहे त्याला किंमत ? आपल्याला तुझ्या महत्वाच्या कामासाठी जायचे होते तूच नाही तर मी काय करणार तिथे? तू बस आपल्या लष्कराच्या भाकऱ्या भाजत! कोण तुझ्या

वेळी मदत करेल याची वाट बघ. वेळ न येवो पण, खरी ओळख तेव्हाच पटेल." रागाने तिने फोन कट केला.

हर्षल गप्प पणे घराकडे आला , काकूंना भेटला. त्या हॉस्पिटल मध्ये निघालाच होत्या त्यांना सांगितले सविस्तर आणि स्वतःच्या घरी आला.

"किती रे तू दगदग करतोस? कायम सगळ्यांसाठी धावायला तू तयार. स्वतःकडे पण बघ ,किती दमला आहेस. हे घे कॉफी. सोबत ही खारी बिस्किटे खा आणि जरा आराम कर. रात्रभर बसून होतास काल हॉस्पिटलमध्ये." आई म्हणाली. पण स्वतःचा त्रास कधी दाखवायचा नाही या स्वभावातला तो हसत " मला काय धाड भरतेय , अग मी 24 वर्षांचा आहे तुझ्यासारखा 50 चा नाही " असे म्हणत आईला चिडवत तो वर त्याच्या रूम मध्ये गेला.

"आयला, खरच आखडल्यासारखं वाटतंय रे " असे मनाशी बडबडत बाथरूम मध्ये गेला मस्त गरम पाण्याने अंघोळ केली आणि बाहेर येऊन बेड वर रिलॅक्स झाला.

थकलेल्या त्याला गाढ झोप लागली.

" अरे हर्षल , चल उठ , 1 वाजलाय जेऊन घे आणि पुन्हा झोप हवं तर "या वाक्यांने त्याने डोळे उघडले. आपण कुठे आहोत हे क्षणभर कळले नाही पण मग आई समोर दिसली तसा भानावर आला.

"काय म्हणालीस? 1 वाजला ?" लगेच मोबाईल चेक केला तर फक्त मेसेज होता " रिलॅक्स झालास की कॉल कर" निशा.

जरा हायसे वाटले , खाली जाऊन जेवायला बसला , ताटात भेंडीची भाजी , वालाचे बिरडे आणि कांदा भजी बघून एकदम खुष होऊन " वाह मम्मा क्या बात है " म्हणत आवडीने पोटभर जेवला.

" हर्षल चांगला PG झालास , नोकरी पण चांगली मिळाली होती तर मधेच जॉब सोडून दिलास. काय खूळ तर म्हणे मला काहीतरी वेगळे करायचे , अरे पण नक्की काय ? कधी विचार केला आहेस का? आणि असेल तर कधीतरी बोल ते सुद्धा. आम्हाला काळजी वाटते , बाबा तिथे देशाबाहेर. तुझे असे तंत्र मी मात्र कायम काळजीत. लोकांना मदत करणे हे चांगले पण अरे कधीतरी माझा पण विचार कर. सतत आपले NGO , मित्र , कधी शेजारी पाजारी ." आई बोलत होती.

" जरा वेळ दे , रात्री बोलू " म्हणत तो रूम मध्ये गेला. बेड वर जरा स्थिर बसून नकळत विचार करू लागला.

" मी जेव्हा 11वी मध्ये होतो तेव्हा माझा ॲक्सिडेंट झाला , आईची मदत कोणी केली नाही . तीच बिचारी धडपडत सगळे करत होती , बाबा त्या वेळी सुध्दा देशात नव्हते . काय हाल झाले बिचारीचे अजूनही आठवते मला. कोणाला असा त्रास होऊ नये याचीच काळजी मी घेतो , त्यात काय वेगळे. मदत लोकांना वाटत असेल पण मी मात्र प्रामाणिक पणे जे करावेसे वाटते तेच करतोय. आई म्हणते ते ही आहेच , निदान कल्पना दिली तिला माझ्या प्लॅन ची तर ती जरा कमी काळजी करेल." विचारांच्या नादात असतानाच मोबाईल वाजला.

"हर्षल , अरे मनीष बोलतोय मी ".

"अरे हा कुठला नंबर?"

"अरे ऐक ना नंतर सांगतो सगळे , आधी सांग तुझ्याकडे 15000 असतील का ? मला खूप अर्जेन्ट हवेत. मी करेन तुला परत लवकर."

मनीष तुझ्याकडे 'फोन पे' आहे का?"

"हो आहे "

लगेच हर्षल ने ट्रान्सफर केले आणि स्वतःच फोन करून विचारले, " अरे मिळाले का?"

फक्त "हो , कॉल करेन" असे म्हणून कॉल कट झाला.

आई बघते आहे हे त्याच्या ध्यानीच नाही , लक्ष गेले तसे थोडा ओशाळला.

" आता कोणाला पैसे दिलेस , अरे माझेच चुकले. तुझं नाव कर्ण ठेवायला हवे होते.

"........"

" सांग तरी ."

" मनीष ला "

आता मात्र आई चिडली

"अरे आधीचे तरी परत केले का त्याने? दरवेळी पैसे हवे असले की कॉल करतो आणि एरवी कधी विचारतो का?"

काहीही न बोलता हर्षल ने तयारी केली आणि येतो म्हणत घराबाहेर पडला. एक मेसेज केला आणि हॉस्टेल च्या दिशेने निघाला.

निशा वाटच बघत होती , त्याचा विचारी चेहरा बघून " काय झाले हर्षल ? तू हसताना छान दिसतोस ".

गाडी एका कॉफी शॉप ला पार्क करत त्याने मनीष बद्दल आणि आई काय म्हणाली ते सर्व सांगितले.

" हर्षल , त्यांचे काही चुकत नाहीय. तुझी काळजी वाटणारच , अरे जगात खूप चांगले असून चालत नाही . लोक गैरफायदा घेतात , तूच आठव. मनीषचा लास्ट कॉल कधी आला होता. मदत त्याच्यावर करावे ज्याला जाणीव असते . लक्षात ठेव आई नाही पण लोक मूर्ख समजणार नाही याची काळजी घे.

मैत्री, नातं सगळं चांगलं रे पण थोडं व्यवहार ज्ञान पण आवश्यक आहे.

मदत करु नको असे नाही, पण खरंच गरज आले त्याला कर , तुझे सोशल असणे वाईट नाही पण मर्यादा हवी त्याला." निशा समजावत होती त्याला.

थोडा वेळ सोबत घालवून तो घरी आला.

आई पुस्तक वाचत होती. तिच्या हातातील पुस्तक ओढून घेऊन हसला फक्त.

" बोल काय आहे विशेष , नाही माझी आठवण आली आणि यावेळी घरात म्हणजे नक्कीच काही तरी काम आहे ."

" कशी ग माझी आई मनकवडी "

असे म्हणत तो हसला.

"हां, पुरे बोल आता"

" आई, मी एक NGO जॉईन केली आहे. तिथे काम खूप आहे आणि त्याचे रिटर्न्स पण असतील. मला आता अनुभव हवाय , तुला माहीत आहे की मी मशिन सारखे जगू शकणार नाही. मला सतत काहीतरी वेगळे हवे , ज्यात समाधान , आनंद असावा.बाबांचा व्यवसाय आहे तो पुढे नेईल पण माझा स्वतःच म्हणशील तर मला स्वतःची NGO स्थापन करायची ,उद्या त्याचे कार्य वाढले की आणखी ही काही करता येईल. एखादे हॉस्पिटल ला पण कनेक्ट करता येईल , पुढल्या वर्षी निशाचे MBBS पूर्ण होईल मग तसा पण त्या दिशेने विचार करता येईल . स्वप्न तर आहे , मला तुला हसताना बघायचंय , पैसे महत्त्वाचे आहेत गं, पण मला त्या लोकांसाठी काही करायला आवडेल ज्यांना खरच गरज असेल , त्यांच्यासाठी नाही की जे देखाव्याला भुलतात आणि स्टेटस मानतात."

हे सगळं ऐकताना आई जणू स्थिर मुर्ती झाली. आपल्या मुलाचे विचार ऐकून खूप अभिमान वाटला जो त्यांच्या चेहऱ्यावर दिसत होता.

"हर्षल ,मी आहे तुझ्या सोबत कायम. माझा आशीर्वाद आहे की तुझी सगळी स्वप्न लवकर पूर्ण होतील, आणि म्हणतात ना 'कर भला सो हो भला' तसे तू दुसऱ्यांचे कर माझा देव तुझे करेल असा मला पूर्ण विश्वास आहे. फक्त एक लक्षात ठेव , चांगलेपणाला जोड थोडी हुषारीची दे , खूप काम कर पण सोबत तशी निवड! असे लोक काही कामाचे नाहीत जे फक्त तोंडावर गोड बोलतील आणि फिरलास की नाव ठेवतील."

"हो नक्की आई , आता यापुढे मी मनीष ला पैसे देणार नाही" खोडकर हसत आईला टोमणा मारला . त्या पण हर्षल च्या हसण्यात सामील झाल्या , आता त्या निवांत होत्या. त्या ने मार्ग सांगितलं होता , त्यावर त्याला चालू देण्याचे बळ देण्याची जवाबदारी घेऊन त्या अभिमानाने उठल्या आणि त्याच्या डोक्यावर हात ठेऊन कॉफी बनवायला स्वंयपाकघराकडे निघाल्या.

आणि हर्षल कामाला लागला. ठरवल्या प्रमाणे त्याने NGO स्थापन केले केवळ दुसऱ्यांना मदत करायचे ह्या उद्देशाने.

त्याच्या NGO ची ख्याती खूप लवकर सर्वदूर पसरली. निशा पण MBBS झाली आणि तिने NGO मार्फत अनेक लोकांना मोफत उपचार द्यायला सुरुवात केली.

आणि 2 दिवसांपूर्वी त्याच्या या NGO ला सर्वोत्तम कामगिरी साठी राष्ट्रीय पुरस्कार घोषित झाला होता.

पुढच्या महिन्यात दिल्ली ला राष्ट्रपतींच्या हस्ते त्याला हा खास पुरस्कार प्रदान होणार होता.

बाबा सुद्धा आता VRS घेऊन भारतात च परतले होते आणि आई बरोबर निवांत क्षण उपभोगत होते.

बाबांच्या दृष्टीने आता ते दोघे ही खऱ्या अर्थाने रिटायर झाले होते.

राष्ट्रीय पुरस्कार घोषित झाल्यावर अनेक मित्र, मैत्रीण, नातेवाईक यांचे फोन आणि शुभेच्छा हर्षल ला येत होत्या.

लहानपणापासून मनावरती बिंबलेल्या मदत करणे या स्वभावाला आता मोठे स्वरूप प्राप्त झाले होते.

आज एका छोटेखानी समारंभाला काही मोजक्या लोकांना आई- बाबांनी बोलावले होते.

निशा आणि हर्षल साठी एक 'फुल्ल टू सरप्राईज' असलेल्या या समारंभात बाबांनी त्यांच्या या कामाचे खूप कौतुक केले.

आई ला पण आज काही बोलायचे होते. ती म्हणाली, "माझ्या मुलाचा हा मदत करण्याचा स्वभाव पाहून मी खूप वैतागायचे पण ज्या दिवशी त्याने मला त्याची NGO ची संकल्पना सांगितली

तेव्हा पासून माझा राग हा अभिमानात बदलला.

देव, काही लोकांना खास कार्यासाठी या पृथ्वीवर पाठवतो असे म्हणतात.

माझ्या हर्षल ला पाहून मला वाटते की त्याला या जन्मात ‘परोपकार’ करण्यासाठी देवाने पाठवले आहे"

आईच्या या वाक्याने तिथे सगळ्यांनी जोरदारपणे टाळ्या आणि शिट्ट्या वाजवल्या.

आई बाबांच्या या समारंभामुळे हर्षल एकदमच वेगळी अनुभूती करत होता.

सगळ्यांना जेवण्याचा आग्रह करत तो एकदम हलक्या झालेल्या मनाने निशा सोबत गॅलरीत येऊन उभा राहिला.

आज आकाश लख्ख चमचमत होते. आकाशातील चांदणे जणू त्याच्या विचारांना साथ देत चमकत होते आणि पुढच्या यशासाठी खुणावत होते.

जणू ‘परोपकार’ न समजता जे कार्य करायला तो निघाला होता त्यात त्याला भरभरून आशीर्वादच देत होते

16

खमंग:-

आज काय करू स्वयंपाक, हा प्रश्न तिच्या मनात घोंगावत होता.

दररोज संध्याकाळी ह्या प्रश्नाला तिच्याकडे उत्तर नसायचे. रोहित ला फारच कमी भाज्या आवडायच्या. रात्री त्याला काहीतरी चटपटीत लागायचं. तिला जसे जमेल तसे ती कधी पावभाजी, पुलाव, पिझ्झा, चाट काहीतरी करायची. पण रात्री पोळी भाजी दिसली की रोहित चा चेहरा कसा उतरायचा हे तिच्या लक्षात यायचे. त्याचे म्हणणे असायचे की डब्यात पोळी भाजी नेतोच ना मग दिवसभर काम करुन दमून थकून आले की जेवायला काहीतरी छान पाहिजे. बरं, आधी ती दररोज त्याला फोन करून विचारायची, तेव्हा तो सांगायचा. पण हळूहळू तो म्हणायला लागला की तुला जे हवे ते तू बनव, मला फक्त छान surprise देत राहा. आपल्या नवऱ्याला खुश करण्यासाठी ती विचार करकरून वेगवेगळे पदार्थ बनवायची. पण संध्याकाळ तर रोजच यायची ह्या प्रश्नाचे उत्तर तिलाच शोधावे लागायचे. घरात हे दोघेच जण. आई वडील गावाकडं. इथे मगरपट्टा च्या गर्दीत एकदाच आले होते नंतर त्यांनी स्पष्टच सांगितले, आम्ही गावात सुखी आहोत. तुम्हाला जेव्हा आठवण येईल तेव्हा आम्हाला भेटायला येत जा पण आम्ही या गर्दीत येणार नाही. हिचे आई वडील लांब बेळगावात. त्यामुळं या 2 BHK मध्ये हे दोघेच राजाराणी.

7 चा गजर वाजला आणि ती भानावर आली. आज "स्विगी" वरच मागवूयात असा विचार करत असताना रोहित चा फोन वाजला.

"आज कांदा भजी करशील का, जाम मूड आलाय, भजी खायचा " त्याने मेनू सांगितल्या मुळे खुष होऊन ती कामाला लागली. बरोबर आठ वाजता रोहित चा आवाज घरात शिरला, "अगं काय जबरदस्त खमंग वास सूटलाय भज्यांचा" ती स्वतःशीच हसली.

भज्यांचा अख्खा घाणा त्याला प्लेट मध्ये वाढून ती त्याच्या शेजारीच बसली. भजी आवडीने खाताना पाहून एक मनस्वी समाधान तिच्या चेहऱ्यावर विलसत होते. तो खात असताना एकदम म्हणाला, "रश्मी, तुला दररोज काहीतरी वेगळे करायला सांगतो याचा तुला त्रास होत नाही ना! पण खरं सांगतो, रात्रीच्या या शांत वेळी तुझ्या हातचं नवनवीन खाताना

मला आपलं नाते पण एवढेच नवीन, टवटवीत आणि फुल्ल ऑफ सरप्राईज वाटते. मला आपल्या नात्याला "पोळी भाजी" नाही बनवायचं आहे ग, रोज तेच तेच. दररोज काहीतरी नवीन मिळणार, या आशेने घरी येण्याची जी ओढ लागते ना त्याला सर्वस्वी तू कारणीभूत आहेस. ना रेस्टॉरंटमध्ये ती मज्जा ना अजून कुठे. संध्याकाळी तुझ्या हातची चव हीच माझी पर्वणी! अजून आहेत ना भजी? लवकर आण ना"

त्याच्या ह्या उत्तराने, कांदा भजीतील सगळा खमंगपणा तिच्या मनात उतरला होता कारण उद्यापासून तिला 'काय करू स्वयंपाक' हा प्रश्न कधीच पडणार नव्हता!

17

मार्ग:-

सारखा काय अभ्यास करायचा? आईचं सारखे तुणतुणे मागे, " अद्वैत, अभ्यास कर" " अभ्यासाशिवाय काही नाही" अभ्यासच माणसाला मोठे बनवितो. अभ्यास माणूस घडवितो...ब्ला ब्ला ब्ला" आईला काय म्हणायचे आहे ते म्हणूदेत, मला नाही करायचा अभ्यास. मला कंटाळा येतो. खूप बोअर होते. सगळीच मोठी माणसे काय फक्त अभ्यास करून मोठी नाही झाली. कितीतरी नावे आईला माहिती पण नसतील जे एवढे यशस्वी लोक आहेत. मला पण काहीतरी वेगळं करायचं आहे. मस्त बंगला बनवायचा आहे आणि ते सुद्धा समुद्र किनारी. वेगवेगळ्या देशात फिरायचं आहे. मोठ्या मोठ्या गाड्या घ्यायच्यात. भरपूर मज्जा करायची आहे. हे सगळे काहीतरी वेगळं केल्याशिवाय नाही होणार. नुसता अभ्यास केल्याने मी एक साधी नोकरी करेन. माझे आयुष्य मला सर्वस्वी वेगळे करायचे आहे. जे आमच्या आख्या घराण्यात कोणी केले नसेल असे.

अद्वैत नुकताच "उरी" पाहून आला होता. त्यात ड्रोन चा केलेला उपयोग त्याला खूप आवडला होता. त्याने काहीतरी वेगळं करायला सुरुवात केली. घरात जुन्या ज्या काही लोखंडी वस्तू होत्या त्या सगळ्या एकत्र आणल्या. पान्हे, खिळे, स्क्रू ड्रायव्हर, काही छोट्याश्या पट्ट्या सगळे नीट लावून ठेवले, त्याचा एक किट बनवला आणि लागला कामाला. 4 तास एका जागेवर बसून त्याने एक युनिट तयार केले. खालती बॅटरी लावायला जागा ठेवली. वरून एक प्रेस बटण ठेवले. स्वतःच्याच कामावर खुश होऊन त्याने मस्त पैकी शिट्टी वाजवली. हातात ते युनिट ठेवले आणि जवळच्या डोंगरावर धावत पळत गेला. हातातले युनिट उभे केले. बॅटरी टाकून बटण प्रेस केले आणि ते उडायची वाट पाहत बसला. पण ते युनिट काही उडले नाही. उलट बॅटरी च्या फोर्स ने तड तड ताड असा आवाज झाला आणि सगळे युनिट धाडकन विखरून तुटून गेले. अद्वैत डोळे फाड फाडून बघत होता. त्याची मेहनत अशी वाया गेलेली पाहून तो कळवळला. सगळे तिथेच टाकून निराशेने घरी आला. घरी बाबा नुकतेच आले होते. बाबांचे " माईंड मॅपिंग" जबरदस्त होते. त्यांनी अद्वैत ला काहीच विचारले नाही. फक्त त्याच्या जवळ जाऊन म्हणाले, "होते असे कधीतरी!"

बाबांचे शब्द ऐकून, अद्वैत जोरजोरात रडायला लागला.

म्हणाला, "मी किती कष्ट केले होते माहिती आहे का तुम्हाला? का नाही उडाले ते?"

बाबांनी अलगद विचारले, "ते कष्ट करायच्या आधी जी गोष्ट बनवायची आहे त्याचा अभ्यास केला होता का रे?"

त्याने नकारार्थी मान हलवली.

बाबा म्हणाले, "हे बघ तू नेहमीच म्हणतोस ना, तुला अभ्यास करायचा कंटाळा आहे. अरे, अभ्यास म्हणजे केवळ, इतिहास भूगोल मराठी यांची पुस्तके वाचणे असे नसते. कुठल्याही गोष्टींच्या मुळापर्यंत जाणे हा खरा अभ्यास असतो. प्रत्येक क्षणाला माणूस नव नवीन शिकत असतो. त्यातून तो जो बोध घेतो, तो खरा अभ्यास. व्यवहार ज्ञान चांगले करणे, हा अभ्यास! कष्टाची भाकरी करून खाणारा सुद्धा जीवनरूपी संसाराचा अभ्यास रोजच करत असतो.

शैक्षणिक अभ्यासक्रम हाच केवळ अभ्यास नसतो तर येणारे अनुभव आणि आपल्या कडचा वेळ हेच आपल्याला खूप काही शिकवून जातो.

तुझे युनिट उडले नाही याचे कारण त्याचा अभ्यास कमी झाला होता. तो नीट कर, म्हणजे असे परत होणार नाही.

बाबा तिथून गेल्यावरती, अद्वैत शांतपणे उभा होता. थोडयावेळाने तो कॉम्प्युटर रूम मधे गेला. PC चालू करून त्याने ड्रोन कसे बनवायचे ही माहिती "गुगल" वरून घ्यायला सुरुवात केली. जे जे चुकले ते तो लिहून घेत होता. सर्व माहिती नीट वाचून त्यावर स्वतःच्या नोट्स काढायला सुरुवात केली.

बाबांनी, आईला गुपचूप ते दाखवले आणि सांगितले, आपला मुलगा अभ्यास च करत आहे बरं का! उगाच त्याला सारखं सांगत जाऊ नकोस.

बाबांनी त्यांच्याच नकळत एका जिज्ञासू मुलाला आणि एका हळव्या मातेला त्यांच्या आयुष्याचा पुढचा 'मार्ग' सहजच दाखवला होता!

18

मॅच:-

आज आजोबा सकाळी 5 वाजताच उठले होते. त्यांचे सगळे आवरून, ठेवणीतले कपडे घालून झाले सुद्धा आणि आता कुठे घड्याळात 6 ला 10 मिनिटे कमी होती. गाडी 7.30 ला येणार होती. पण त्यांची आपली चुळबूळ सुरू होती. 7 वाजता त्यांचा 3 रा चहा झाला तेव्हा आजी वैतागून म्हणाली, "काय चहा प्यायचा रेकॉर्ड करणार का आज?"

आजोबा नुसते हसले आणि म्हणाले की, "आजचा आनंद काय फक्त चहा वर थोडीच भागणार आहे"

आजीने कपाळाला हात लावून घेतला. आजोबांच्या घरात सारख्या फेऱ्या सुरू होत्या इकडे घड्याळाचा काटा काही 7.30 ला पोचत नव्हता.

शेवटी आजोबा खालती जाऊन गाडीची वाट पाहत बसले. रवी बरोबर वेळेला आला तरी आजोबा त्याला ओरडले की, "किती हा उशीर"? रवी नुसता हसला. आजोबा किती घाईत आहेत हे त्याला माहिती होते, आणि का नसावेत, आज 5 वर्षांनी त्यांचा नातू त्यांना भेटायला येणार होता. खास इंग्लंड वरून. आजोबा भलतेच खुशीत होते. रवीने गाडी एअरपोर्ट ला आणली तेव्हा कुठे 8.15 वाजत होते आणि विमान 9 वाजता लँड करणार होते. रवीला गाडी पार्क करायला सांगून ते "अरायव्हल्स" च्या वेटिंग लॉज ला बसले. बोर्ड वर अनेक विमानांची नावे दिसत होती पण आजोबा फक्त 'लुफतांसा' च्या नावाकडे लक्ष ठेवून होते. 9 वाजता विमान आल्याचा मेसेज बोर्ड वर झळकला आणि आजोबा तयार झाले. इमिग्रेशन, सामान वापसी, इतर चेकिंग या सगळ्याला वेळ लागणार होता पण एवढा धीर कुणाला होता. रवी बाजूला येऊन उभा राहिला हे सुद्धा त्यांना कळले नाही. अखेर 10 च्या सुमारास त्यांना तो दिसला. उंचापुरा, खांद्याला बॅकपॅक, घेऊन मस्त जॅकेट घालून आणि मोठी ट्रॉली हाताने सरकावत. आजोबा त्याला अनिमिष पाहत असतानाच तो आला. त्यांना नमस्कार करून त्यांच्याकडे हसत पाहत उभा राहिला. आजोबांनी त्याला घट्ट पकडले आणि डकडून मिठी मारली. दोन क्षणाचा भर ओसरल्यावर आजोबांनी त्याच्या हातात एक पुडके ठेवले. त्याने नजरेनेच विचारले 'काय'? आजोबांनी त्याला उघडून बघायला सांगितले.

त्याने ते पुडके उघडले आणि मोठयाने ओरडुन एकदम नाचायला लागला. जोरजोरात शिट्टी वाजवत,मोठमोठ्याने आनंद व्यक्त करायला लागला. त्याने आजोबांचा हात हातात घेऊन घट्ट पकडला आणि त्यांना म्हणाला "थँक्स आबा" "खूप खूप थँक्स"

5 वर्षांपूर्वी इंग्लंडला जाण्याच्या आधी त्याची महत्वाची मॅच होती. त्यात लागणारी त्याची सगळ्यात आवडती गोष्ट त्याला सापडली नव्हती म्हणून तो खूप चिडला होता. अख्खे घर शोधून सुद्धा त्याला ते मिळाले नव्हते. सगळ्यांवर ओरडून सुद्धा कोणाला सापडले नव्हते.

आजोबा त्याचे क्रिकेटचे बेस्ट पार्टनर. क्रिकेट ची प्रत्येक गोष्ट तो त्यांच्याशी शेयर करायचा. ते तासंतास त्या विषयी चर्चा करायचे. एकत्र मॅच खेळायचे. त्या दिवशी मात्र ते न मिळाल्याने तो तसाच चिडून, वैतागून मॅच न खेळताच इंग्लंड ला निघून गेला होता. आजोबांना ती गोष्ट खूप लागली होती आणि एकदम आज 5 वर्षांनी त्याच्यासमोर ती गोष्ट आजोबा घेऊन आले होते. त्या पुडक्यात होते, त्याचे परमप्रिय "हॅन्डग्लोव्हज" ज्याच्या शिवाय तो एकही मॅच खेळला नव्हता आणि प्रत्येक मॅच जिंकलाही होता म्हणून त्याचे ते 'लकी हॅन्डग्लोव्हज' होते. यॉर्कशायर मध्ये 5 वर्षे कौंटी क्रिकेटचे ट्रेनिंग घेताना आणि देताना असंख्य वेळेला त्याला त्याचे ग्लोव्हज आठवायचे. कधी तो मॅच हारायचा तेव्हा त्याचा लकी पार्ट जवळ नाही म्हणून तो हारायचा ही भावना त्याला स्पर्शून जायची. ते कधीच मिळणार नाहीत म्हणून तो उदास व्हायचा. पण आज त्याला ते मिळाले होते. त्याला त्याचा खजिना मिळाला होता. अगदी अकस्मात. त्याचे 'आबा' तो खजिना त्याच्या साठी घेऊन आले होते.

तिथे एअरपोर्ट लाच त्याच्या सामानातून त्याने आजोबांसाठी आणलेले पॅडस, कौंटी क्रिकेटची जर्सी आणि स्पेशल फिचरड बॅट दाखवली. आजोबा हरखून पाहत असतानाच तो म्हणाला, "आबा, होऊन जाऊदे एक?"

5 वर्षांपूर्वी अर्धवट राहून गेलेली एक 'मॅच' आज खऱ्या अर्थाने पूर्ण होणार होती!

19

संकल्प!

प्रज्योत आज पहिल्यांदाच पर्वती ला आला होता. वेताळ टेकडी किंवा हनुमान टेकडी लांब पडली असती म्हणून त्याने पर्वती निवडली. सकाळच्या थंड हवेत हाश हुश्श करत तो वरती पोचला. तिथल्या दगडी कट्ट्यावर जाऊन दम खात असताना त्याची नजर सहजच आजूबाजूला गेली. एक 8 ते 10 जणांचा जेष्ठ नागरिकांचा ग्रुप अफाट एनर्जी ने वॉर्म अप करत होता. नंतर काही व्यायाम झाल्यावर त्यांनी मस्त पैकी घोळका केला आणि मोठ्याने हसून त्यांचा हास्य योग पूर्ण केला. त्यांचे हसणे पाहून प्रज्योत ला ही स्वतः चे हसणे आवरले नाही. त्यांच्या सगळ्या दररोज च्या भेटी गाठी झाल्यावर अफाट ताकतीने तो ग्रुप अगदी सहज पणे सरसर पर्वती उतरून पण गेला. प्रज्योत थक्क होऊन पाहत होता. त्याच्या मनात विचार आला की कुठून आणत असतील हे लोक एवढी एनर्जी? कसे टिकवत असतील त्यांचा फिटनेस? या वयात ही एवढे ॲक्टिव्ह! आपण जेमतेम 35 ला पोचलोय आणि एवढे गुडघे दुखतात. आज एकदा चढून आलो तर या कट्ट्यावर बसून राहलोय. आता असंच बसून राहावंसं वाटत आहे. का असे होतंय!

ह्यां सगळ्या लोकांच्या वयापर्यंत पोचेपर्यंत आपली काय अवस्था होणार? तो हा विचार करत असतानाच एक आजोबा तिथे त्याच्या शेजारी येउन बसले. हातातली काठी त्यांनी बाजूला ठेवली आणि जवळच्या पिशवीतून बाटली काढून त्यातले पाणी पिऊन कपाळावर चा घाम पुसला. थोडा दीर्घ श्वास घेतला. प्रज्योत कडे पाहून हलकेच स्माईल केले. हा सुद्धा हसला. त्याने विचारले, "आजोबा रोज येता का?"

"आलेच पाहिजे बाळा, शुगर आहे न मला! बायको सकाळी उठवुन कम्पल्सरी इथे पाठवते"

"आजोबा, तुम्हाला कंटाळा नाही येत, एवढ्या थंडीत उठून यायला?"

"अरे कंटाळा करून कसे चालेल, अजून जगायचे आहे ना भरपूर"

"तरीही आजोबा, सकाळी उठायचे, पर्वती चढून यायची नंतर व्यायाम करायचा हे सगळे फारच कष्टाचे आणि त्रासदायक नाही का?"

"बाळा, तुला खरं सांगू, हे सगळे मी जरी स्वतःसाठी करत असलो तरी यात माझ्या बायकोचा वाटा खूप मोठा आहे. माझा कुठलाच दिवस हा व्यायाम न करता जात नाही कारण मला माहिती आहे की 'तीला मी जास्त वर्षे जगायला हवा आहे ना!' म्हणून तिचे हे सगळे प्रयत्न!

प्रज्योत एकदम चमकला. गेले 7 महिने, रेवती रोज त्याला उठवायची आणि फ़िरायला जा , व्यायाम करायला जा म्हणून मागे लागायची. 7 महिन्यांपूर्वी ह्याला शुगर डिटेक्ट झाली होती ना. हा कंटाळायचा, वैतागायचा. पण जायचा नाही. काल रात्री रेवती ने मोठे भांडण केले त्याच्या आळशी पणा बद्दल तेव्हा चिडून आज सकाळी हा पर्वती वर आला होता. रेवतीच्या या वागण्यामागे तीला मी पुढचे खूप वर्षे हवा असेंन हा विचार मात्र आज आजोबांशी बोलल्यानंतर त्याला समजला होता.

बरं का रे बाळा, आजोबा पुढे बोलत होते, "इथे एक जेष्ठ नागरिक ग्रुप सकाळी येतो. खूप उत्साही ग्रुप आहे. खूप मस्त वाटते त्यांना पाहून. महिन्यातून एकदा ते सगळे सिंहगड चढायला जातात. मनाने सगळे एकदम यंग आहेत. मी पण हिला प्रॉमिस केले आहे, पुढच्या दोन ते तीन महिन्यांत मी पण त्या ग्रुप बरोबर सिंहगड चढणार आहे"

प्रज्योत आजोबांचा निरोप घेऊन , पर्वती सरसर उतरून गेला.

आज घरी जायची त्याला घाई होती. रेवती ला जाऊन सांगायचे होते, उद्यापासून मला उठवायची गरज नाही, मी दररोज पर्वती आणि महिन्यातून एकदा सिंहगड चढणार आहे!

20

भरारी:-

माधव ला काय जातंय सांगायला, की खूप सोपे आहे. मला किती टेन्शन आले आहे हे त्याला सांगू पण शकत नाही. नुसते बॅग भर आणि ये असे म्हणून थोडीच असते. बरं अंतर तरी काय कमी आहे. एवढं साता समुद्रापार जायचंय आणि ते ही एकटं, बाप रे बाप! कसे होणार माझे? मी असे ऐकलंय की विमान वरती गेल्यावर थड्थडते. ते काय 'टरब्युलन्स' की काय ते म्हणतात. सांगावे का माधव ला नाही येत मी! काय म्हणेल? नको रागवेल तो. तिने देवाचे नाव घेतले आणि बॅग भरायला लागली.

माधव 2 महिन्यांपूर्वी अटलांटा ला गेला होता. त्याच्या मुंबई च्या ऑफिस ने त्याला 'ॲडीशनल चार्ज' म्हणून 2 वर्षांसाठी अटलांटा ला पाठवले होते. त्याचे लग्न होऊन 4च महिने झाले होते जेव्हा त्याला जे कळले, त्यामुळे हा मनस्वी चा पायगुण आहे असे मानून तो खुशीत होता. घरी येऊन त्याने सांगितल्यावर मनस्वी हमसून रडली होती की आता 2 वर्षे माधव पासून वेगळे राहावे लागणार. त्याने समजून काढली होती की मोजून 2 महिन्याच्या आत तुला बोलावून घेतो का नाही ते बघ. मनस्वी कोपरगाव ची. यांचे अरेंज मॅरेज. ती पहिल्यांदा मुंबईत आली तर मुंबापुरीचा एवढा मोठा भव्य पसारा पाहून दडपून गेली. माधव ला याची कल्पना होती म्हणून लग्नानंतर कुठेही ट्रिप ला न जाता त्याने मनस्वी ला 'फोर्ट, जुहू, लिंकिंग रोड, दादर स्टेशन, बोरिवली नॅशनल पार्क, बँड स्टँड' अशी सगळी गर्दीची ठिकाणे दाखवली. लोकल- अप डाउन, स्लो फास्ट, बेस्ट चे स्टॉप, टॅक्सी स्टँडस याची सगळी माहिती करून दिली. तिला गर्दीची सवय होणे गरजेचे होते. ती हळूहळू त्या वातावरणाशी एकरूप होत होती तेवढ्यात माधव चे अटलांटा ला जायचे आले. तो नसल्यावर तिचे कसे होणार हा विचार तिला हादरवून टाकायचा. पण माधव खूपच समजूतदार होता. त्याने पहिल्यांदा मनस्वीच्या 'माईला आणि तात्यांना' मुंबईत बोलावून घेतले. त्यांना सगळी परिस्थिती समजावून सांगितली आणि जोपर्यंत तो तिला तिकडे बोलावून घेत नाहीत तोपर्यंत मुंबईत राहायची विनंती केली. तात्यांना अवघड होते म्हणून त्यांनी जाऊन येऊन इथे राहीन असे सांगितले पण माई निर्धाराने तिथेच राहायला तयार झाल्या.

माधव जाण्याच्या एक आठवडा आधी खूपच बिझी होता. पण ज्या दिवशी जायचं होते त्या दिवशी मनस्वीला त्याने एवढेच सांगितले की, "काळजी करायची नाही, काळजी घ्यायची" तो तिकडे गेल्यावर त्याने सगळे जोरदार प्रयत्न करून दीड महिन्यातच मनस्वी चा विझा मिळवला आणि तिकीट पाठवून दिले. पहिले तर तिकीट पाहून मनस्वी हरखून गेली नंतर एकट्याने एवढा प्रवास करायचा कसा , हे भले मोठे टेन्शन घेऊन बसली. ज्या मुलीने आयुष्यात मुंबई पहिल्यांदा पाहिले होते ती मुंबई ते अटलांटा प्रवास एकटाच करेल का हा प्रश्न असंख्य वेळा तिच्या मनात आला होता. जायचे तर होते पण मनात थोडा फोबिया होता. एकोणीस तारखेचे तिकीट माधव ने पाठवले होते म्हणजे 18 ला रात्री बारा वाजून दहा मिनिटांनी 'डेल्टा एअरलाइन्सचे' फ्लाईट होते. नेवार्क ला एक स्टॉप होता आणि नंतर डायरेक्ट अटलांटासाठी पुढचे विमान होते. सकाळपासून तिची अँक्झायटी वाढली होती आणि 'पहिला विमान प्रवास' तो ही परदेशाचा असल्यामुळे तिला आतून अतिशय भीती वाटत होती. संध्याकाळी 6 वाजताच गोरेगाव च्या तिच्या घरातून निघून 7 वाजता ती 'टर्मिनल 2' ला पोचली होती. आई बाबांना टर्मिनल मध्ये आत येता येणार नव्हते म्हणून तिच्या काळजाचे पाणी पाणी झाले.माईच्या गळ्यात पडून भरपूर रडून झाल्यावर, तात्यांना नमस्कार करून ती आतमध्ये गेली. डेल्टा एअरलाइन्सच्या काउंटर कुठे आहे तिथे विचारत विचारत ट्रॉली संभाळत काऊंटरवर पोहोचली. तिथल्या माणसाने तिकीट-पासपोर्ट आणि विझा चेक केल्यावर तिच्या सामानाचे वजन केले. टॅग 'बोर्डिंग पास' ला लावून तिला इमिग्रेशन ला जायला सांगितले. माधव ने सगळे सांगून ठेवले होते म्हणून बरंय असा विचार करत ती इमिग्रेशन ला पोचली. तिथल्या माणसाने बेसिक प्रश्न विचारले तरी ती गांगरली. थोडी जुजबी उत्तरे दिली आणि पुढे ती सिक्युरिटी स्कॅन ला गेली. आपल्याकडे काही वेगळे सामान नाही आहे हे माहिती असून सुद्धा जोपर्यंत तिची हँड बॅग स्कॅन करून येत नाही तोपर्यंत ती अस्वस्थ होती. शेवटी सगळे नीट झाल्यावर पुढे वेटिंग लॉज ला जाऊन विमानाची वाट पाहत बसली. अजून विमानाला जवळजवळ अडीच तास वेळ होता तेव्हा काय करायचं हा प्रश्न तिला पडला. तिथे जवळपासचे मॅक्झिन काउंटर वर 1 ते 2 मॅक्झिन चाळली, पण मनात अफाट काळजी होती की तिचे विमान चुकते की काय. कॉफी काउंटर मधून तिने कॉफी घेतली आणि इंडिकेटर बोर्डवरती विमानाची अनाऊन्समेंट व्हायची वाट पाहत बसली. झाले! शेवटी अनाउन्समेंट झाली आणि ती लाईन मध्ये जाऊन उभी राहिली बोर्डिंग पास स्कॅन झाल्यावर ती एरो ब्रिज वरून जाऊन तिने विमानात पाय ठेवला आणि आत्तापर्यंत टिव्हीवर सिनेमात पाहिलेले विमान तिला आठवले. आज ती ते प्रत्यक्षात पाहत होती. तिच्या '29A' या सीटवर जाऊन ती बसली. हॅन्ड बॅग वरती ठेऊन, पर्स स्वतःजवळ ठेवली. विमान जेव्हा मेन रनवे ला पोचले तेव्हा ती मना मध्ये जोरजोराने देवाचा धावा करत होती करण तेव्हा तिची भीती ही सगळ्यात जास्त होती. आणि ज्या क्षणाला विमानाने आकाशात झेप घेतली तेव्हा मात्र इतके दिवस वाटणारी तिची भीती त्या क्षणाला पळून गेली. रात्रीच्या वेळेस दिसणारी दिव्यांची सुंदर मुंबई

आणि अंधारातला अरबी समुद्र ती नजरेत साठवून ठेऊ लागली. नंतर ढगात गेलेले विमान तिला एक परी राज्याच्या कथेतल्या एखाद्या राजकन्ये चे फिलिंग करून देऊ लागले. ती मनातल्या मनात त्या ढगांवर स्वार होऊन स्वच्छंदी विहार करू लागली. तिच्या मनातला 'टरब्युलन्स' हा त्या अजस्त्र धुडाने मुंबईतच ठेवला होता आणि तिला एक वेगळ्या विश्वात घेऊन जाण्याकरता ते सज्ज होतं. तिचे खाण्यापिण्याचे भरपूर लाड करत आणि तिची छानशी झोप होईस्तोवर तिचे विमान नेवार्क ला पोहोचले सुद्धा. सामान डायरेक्ट अटलांटा लाच मिळणार असल्यामुळे ती हातातली बॅग अत्यंत आत्मविश्वासाने पकडत तिथल्या डोमेस्टिक ट्रान्सफर च्या काउंटर ला पोचली. इथल्या भव्य विमानतळाचे दडपण न येऊन देता अटलांटा चे विमान पकडण्यासाठी बरोबर त्याच डीपारचर् गेट ला जाऊन बसली.

या वेळच्या विमानाला सुद्धा तिने सहजच आपलेसे करून घेतले आणि ती अटलांटा ला अलगद पोचली सुद्धा. इमिग्रेशन च्या ऑफिसरला न डगमगता 'मी माझ्या नवऱ्याकडे आली आहे' असे अभिमानाने सांगून सगळया फॉर्मलीटी पूर्ण करत ती एक्झिट गेटकडे जाऊ लागली. माधवकडे जाताना तिच्या मधली भीती, अँक्झायटी ही जणू त्या विमानाने गिळली होती. या परदेशी भूमीवर आत्मविश्वासाचे पाऊल टाकत असताना गेल्या 2 महिन्यात वाटणारी काळजी आणि फोबिया यांना मागे ठेऊन विमानापेक्षा ही मोठी 'भरारी' तिने आज घेतली होती.

21

आधार:-

त्यानी निराशेने कमानीच्या त्या पाटी कडे बघितले आणि मनाशीच विचार केला की खरंच या अश्या गोष्टीची आवश्यकता आहे का? त्याच्याकडे त्याचे उत्तर नव्हते. अत्यंत जड पावलाने त्याने कमानीतून आत प्रवेश केला. ऑफिस कुठे आहे हे विचारायची गरज नव्हती कारण मोठा बोर्ड तिथे लावला होता. एक वयस्कर व्यक्ती तिथे हातात 'सकाळ' घेऊन वाचत होते. हा तिथे गेल्यावर ते मोठ्याने 'या' म्हणाले. तो छोटंसं हसला आणि समोरच्या खुर्ची वर बसला. "बोला" ते म्हणाले.

ह्याने सुरुवात केली. "मला देणगी द्यायची आहे. पण मला थोडी माहिती सुदधा हवी आहे"

"काय माहिती?"

"विशेष काही नाही हो, फक्त हेच की एका माणसाचा इथे राहायचा दिवसभराचा काय खर्च येतो?"

ते हसले आणि म्हणाले," यावरून देणगी ठरवत नाही आहात ना?"

तो ओशाळला. सावरून घेत म्हणाला, "नाही हो मला फक्त उत्सुकता"

त्यांनी घसा खाकरला आणि सांगायला सुरुवात केली, "कसे आहे, इथे वय 65 ते 80 या वयातले लोक आहेत. प्रत्येकाला स्वतःचे स्वतः सगळे करता आले पाहिजे या अटीवर आम्ही लोकांना प्रवेश देतो. त्यात सुद्धा आमच्याकडे फक्त 60 जणांची सोय होऊ शकते. या व्यतिरिक्त त्यांच्यासाठी TV रूम, वाचनालय, गार्डन, नर्सरी, बैठक कट्टा, व्यायाम शाळा, जेवणाचा कॉमन हॉल आणि सगळ्यात महत्वाचे म्हणजे उत्तम डॉक्टर अश्या सर्व सोयी आहेत. त्यामुळे राहायचा खर्च हा बऱ्यापैकी असतो."

तो शांतपणे ऐकत होता. त्याच्या मनात असंख्य विचार येत होते.

"यांना भेटायला कोण लोक येतात?"

"त्यांचे नातेवाईक ज्यांना त्यांना भेटावसे वाटते ते येतात. काहींचे येतात काहींचे नाही येत" "ज्यांचे नाही येत त्यांचे आता हेच कायमस्वरूपी घर आणि इथे राहणारे इतर लोक

त्यांचे नातेवाईक"

थोडी थोडी उदानसिता त्याच्या मनावर यायला लागली होती.

"यांना बाहेर जाता येते का?"

"हो का नाही, फक्त स्वतः यांनी किंवा नेण्याऱ्याने जवाबदारी घ्यावी लागते"

त्याची त्या सगळ्यांना भेटायची ईच्छा अजूनच तीव्र झाली.

तो म्हणाला, " एकदा सगळ्यांना भेटून येतो"

"अगदी निवांत या, मी इथे ऑफिसमध्येच असतो 6 वाजेपर्यंत"

त्याने बागेतून फेरफटका मारायला सुरुवात केली. तिथे 2 ते 3 लोक बसलेले आढळले. त्यांच्यात काही गप्पा सुरु होत्या. पुढे नर्सरीत 4 जण आवडीने काही काम करताना दिसले. तिथुन पुढे काही रुम्स दिशेने जाताना 2 आजी एकमेकांची वेणी घालत असताना दिसल्या. व्यायाम शाळा रिकामी होती पण एक आजी तिथल्या पायरीवर बसल्या होत्या. तो त्यांचा जवळ जाऊन बसला. सहज म्हणून आजींना म्हणाला, "आजी व्यायाम करता का दररोज?"

आजी हसल्या, "अरे पोरा, आमचे वय कुठे आता व्यायामाचे? आम्ही लांबूनच नमस्कार करतो"

"आजी, किती दिवस झाले तुम्हाला इथे?

"दिवस?, 6 वर्षे झाली"

"6 वर्षे? बापरे! घरी जायची ईच्छा नाही होत का?"

"घरी कोण आहे?" कोणीच नाही. आता हेच घर"

"का हो आजी? असे काय म्हणताय?"

"अरे माझे घरचे सगळे लोक गावच्या जत्रेला जात होते. ट्रक ने उडवले, सगळे जागेवरच गेली. मी गेली नाही म्हणून वाचले. नंतर मी इथे आले. आता 6 वर्षे झाली"

तो ऐकूनच सुन्न झाला. "मन रमते का इथे?"

"खूप छान! सगळे आपल्याच वयाचे" सगळ्यांचे विचार जुळतात, सुख ही जुळते आणि दुःख ही जुळतात" आजी हलकेच म्हणाल्या.

त्याचे उत्तर ऐकून तो एकदम हरखून गेला. आजींचे बोलणे एकदम स्पर्शून गेले. क्षणभर थांबला आणि म्हणाला,

"आजी, खरचं सांगतो, इन्कम टॅक्स मध्ये सूट मिळेल म्हणून आज एक देणगी द्यायला आलो होतो, पण तुमचे हे वेगळे विश्व पाहून मन एकदम हेलावून गेले. तुम्ही सगळे सांभाळून सुद्धा किती आनंदी राहायचा प्रयत्न करत आहात. छोट्या गोष्टीत आनंद शोधताय. तुमचे हे वेगळे नगर च वाटते आणि ते सुद्धा "आनंदी.." इथे येऊन असे वाटले की तुम्हा सगळ्यांसाठी काय करू आणि काय नको"

आजी हसल्या. तो पुढे म्हणाला, "तुम्ही सगळे एकदम ग्रेट आहात. ज्या वयात आपल्या लोकांची सगळ्यात जास्त गरज असते त्यावेळेस तुम्ही सगळे एकमेकांचा एक भक्कम आधार बनून आहात"

डोळ्याच्या कड्या बोटाने टिपत तो आजींना नमस्कार करून उठला. तडक तिथल्या ऑफिस मध्ये जाऊन एक ब्लँक चेक तिथल्या त्या व्यक्तीला दिला.

अभिप्राय नोंदणी वहीत, " स्तुत्य कार्य. असंख्य धन्यवाद" असे लिहुन बाहेर पडला.

परत त्याच कमानी पाशी आला. पाणावलेल्या डोळ्याने ते नाव परत नीट वाचले, ‘आधार वृध्दालय’

ते पाहून मनाशीच म्हणाला, आहे याची गरज नक्कीच आहे. अश्या अनेक लोकांना जे एकमेकांचा घट्ट आधार बनतात. वरती आकाशात पाहून म्हणाला, "आई बाबा तुम्ही जिवंत असताना तुमच्यासाठी खूप काही करू शकलो नाही, पण तुम्ही दोघे या सगळयांमध्ये अंशतः आहात हा विचार करून यापुढे प्रत्येक वेळेस या लोकांसाठी काहीतरी नक्की करेन. या वृध्दालयासाठी काही करणे हाच माझ्या मनासाठी खरा ‘आधार’ असेल"

22

वेळ:-

ती धावतपळत प्लॅटफॉर्म वर पोचली. गाडी यायला अगदी 2 मिनिटे होती. थोडासा दम खात असताना तिला तो दिसला. उग्र चेहरा, लाल डोळे आणि काळाकुट्ट रंग. पण चेहऱ्यावर हसू. तो तिच्याकडेच बघत होता. तिने मान दुसरीकडे वळवली. गाडी लांबून येताना दिसत होती. सहजच परत तिची नजर तिकडे गेली तर तो अजूनही तिच्याकडेच पाहत होता. हसू तसेच होते आता मात्र हाताने तिला तो काही खुणा करून दाखवत होता. तिने नीट बघितले तर तिला कळले की तो गळ्यावरून बोट फिरवून तिच्याकडे हात करत होता. त्या खुणेचा अर्थ कळल्यावर ती नखशिखांत हादरली. तिची धडधड वाढली. त्याच वेळेला जोराचा हॉर्न देऊन गाडी स्टेशनात शिरली. ती पहिल्यांदा दचकली मग मात्र तिने लगबग करून लेडीज डबा पकडला. गर्दीमुळे गाडीत उभे राहायला पण जागा नव्हती. हाताने दांडीला घट्ट पकडून ती उभी राहिली. गाडी सुटताच तिने निःश्वास टाकला. डोळे बंद केले आणि क्षणभर उभी राहिली. का कोणास ठाऊक एकदम दचकून डोळे उघडून बघितले तर तिच्या समोर तो उभा! ती जोरात किंचाळली. "तू इथे कसा? लेडीज डब्यात घुसायला लाज नाही वाटत तुला?" आजूबाजूच्या बायका तिच्याकडे विचित्र नजरेने पाहत होत्या. एका काकूंनी विचारले, "बाळा काही स्वप्न पाहिले का?"

तिने त्यांच्याकडे पाहून तिरकस उत्तर दिले, " याला बाहेर काढा आधी" " निर्लज्ज! लेडीज डब्यात घुसतोय"

काकू म्हणल्या, "कोण घुसतोय?"

हा काय टपोरी!"

"कोण? इथे कोणीच पुरुष नाही आहे, सगळ्या बायकाच आहेत"

तिने थक्क होऊन त्यांना विचारले, "तुम्हाला हा दिसत नाही आहे का?"

"नाही "अजून 2-3 बायका पण तिला येऊन मिसळल्या. "तुला काहीतरी भास होतोय. इथे सगळ्या बायकाच आहेत"

तिने समोर पाहिले, तो उभा होता. हसत. तिच्याकडे पाहत.

तिला दरदरून घाम फुटला. एका बाईने पाणी दिलेले तिने गटागटा प्यायले. पर्स मधून फोन काढून तिने नवऱ्याला फोन लावला.

त्याने उचलेस्तोवर हिचे BP अजूनही हाय होत होते. त्याचा तिकडून हॅलो ऐकल्यावर ही जोरात म्हणाली, "ऋषभ तो दिसतोय मला" " गाडीत उभा आहे. फक्त मला दिसतोय"

ऋषभ म्हणाला, "तू घरी पोच आज आपण डॉक्टर कडे नक्की जाऊयात" " असे म्हणून त्याने फोन कट केला.

ती वैतागली. ऋषभ ला कधी माझा सिरियसनेस कळणार? अजूनही तो तिथेच उभा होता. तिचे लक्ष गेल्यावर तो हसला आणि म्हणाला, "तुझी वेळ आली आहे" "मी न्यायला आलोय"

ती जोरात ओरडली आणि म्हणाली, "मी कुठंच येणार नाही आहे. जा तू....इथून जा" या वेळेस डब्यातल्या सगळ्या लोकांनी तिला 'वेडी आहे असे स्वरूप दिले व दुर्लक्षित केले. त्यांची आपापसात बडबड सुरू झाली.

तिला क्षणभर ही तिथे थांबवेना. पुढच्याच स्टेशन ला ती उतरली. उतरून मागे न बघता पळायला लागली. जेवढे जमेल तेवढ्या जोरात ती टॅक्सी स्टँड कडे पळत होती. पहिल्या टॅक्सी मध्ये धाडकन शिरून तिने ड्राइव्हर ला " मृणालिनी गार्डन्स" चलो असे सांगितले. ड्राइव्हर ने मीटर चालू करून गाडी सुरू केली आणि ट्रॅफिक मध्ये सहज घुसवली. पहिला सिग्नल येईस्तोवर ती बऱ्यापैकी शांत झाली आणि त्या क्षणाला तिला तिच्या पुढच्या सीट वर तो बसलेला दिसला. त्याने मान मागे फिरवून तिच्याकडे बघितले आणि हसला. ही जोरात किंचाळत टॅक्सीमधुन बाहेर पडली. टॅक्सीवाला तिला आवाज देईस्तोवर, रस्त्यावर उलटे सुलटे धावायला लागली. मोठं मोठ्याने ओरडत ही जशी वाट दिसेल तशी पळत होती. दमून एका दुकानापाशी थांबली . हळूच मागे बघितले तर तिथे तो नव्हता. लांब पर्यंत तो दिसत नव्हता. दुकान मिठाईचे होते. तिने 20ची नोट काढली आणि थंड पाणी बॉटल घेतली. अक्षरशः गटागटा पाणी पीत असतानाच तो आला. कुणालाच तो दिसत नव्हता. आरश्यात पण दिसत नव्हता. फक्त तिला तो दिसला. तेच ते विकृत हास्य आणि गळ्यावरुन बोट फिरवताना त्याचा हात. क्षणातच पाण्याच्या बाटलीपेक्षा ही ती थंड पडली आणि कोसळली.

तिला जाग आली तर ती हॉस्पिटलमध्ये होती. ऋषभ मोठ्याने रडत बाजूला डॉक्टरांशी बोलत होता. डॉक्टर त्याला समजावून सांगत होते, " आमच्याकडे येईस्तोवर तिची पल्स पूर्णपणे थांबली होती. मोठा कार्डिअक अरेस्ट होता. वाचणे अवघडच होते. जेव्हा कुठल्याही गोष्टींचे दडपण सहन होत नाही तेव्हा असे होते. एवढ्या मोठ्या अरेस्ट मध्ये कितीही निरोगी माणूस असुदे तो वाचणे फारच मुश्कील. आय अँम सॉरी!

तिला ते ऐकून गंम्मत वाटली. ऋषभ किती वेडा आहे असे वाटले. आजूबाजूला पाहिल्यावर तिला तो दिसला. तसाच हसत उभा. तोच काळा चेहरा. ती त्याच्या कडे गेली. त्याने तिचा हात पकडला. तिला अजिबात भीती नाही वाटली. तो म्हणाला, "चल प्लॅटफॉर्म वर. दुसऱ्या एका माणसाची वेळ आली आहे"

23

पाऊस:-

आजचा चौथा दिवस होता आणि पावसाने थांबण्याचे नाव घेतले नव्हते. अफाट वेगाने तो बरसत होता. सगळे रस्ते जलमय झाले होते. शाळा कॉलेजेस बंद होते. इतर व्यवहारही ठप्प होते आणि कोणी घरातून बाहेर पडत नव्हते. विशाल मात्र कंटाळला होता. कुठेच जाता येत नव्हते त्याला. आई बाबा दोघेही कामासाठी बंगलोर ला गेले होते त्यामुळे हा घरात एकटाच होता. सगळ्यात महत्वाचे म्हणजे त्याचे ग्राउंड रोज बुडत होते. रोजचा त्याचा फुटबॉल मिस होत होता. त्याचा फुटबॉल सगळ्यात आवडता खेळ. TV वरची एकही मॅच तो नाही सोडायचा. फक्त नववीत होता तो. पण फुटबॉल चे प्रेम 3री त असल्या पासूनचं..समोरच्या चिंटू ला घेऊन तो दररोज फुटबॉल प्रॅक्टिस करायचा गेले अनेक वर्षे ते दररोज फुटबॉल खेळायचे आणि आज 4 दिवस झाले तो फुटबॉल खेळू शकला नव्हता. पाऊस कधी थांबेल या विचारत तो खिडकीतून बाहेर बघत उभा होता. तेवढ्यात त्याला तो दिसला. हातात एक कापडी पिशवी घेऊन तो काहीतरी शोधत होता. कपडे पूर्णपणे ओले झालेले. डोक्यावर एक रुमाल बांधलेला. एवढ्या पावसात तो काय घ्यायला असेल असा प्रश्न विशालला पडला. तो त्याच्याकडे पहात असताना हा माणूस एकदम चक्कर येऊन पडला. हा एकदम दचकला. हातात छत्री घेऊन धावत पळत खालती गेला. त्या माणसाजवळ जाऊन बघितले तर त्याला दिसले की तो माणूस पूर्ण बेशुद्ध होता. एवढया पावसात ही त्याला त्याचे अंग गरम जाणवले. त्याला क्षणभर कळेना की काय करावे. त्याने चिंटूला जोरात आवाज दिला. "ए चिंटू"

चिंटू खिडकीत आला. विशाल ने त्याला खालती बोलावले. चिंटू ने कशाला विचारले? त्याने बोट दाखवून त्याला बोलावले. चिंटू खालती येईस्तोवर ह्याने छत्रीने त्या माणसाचा चेहरा झाकवून ठेवला होता. चिंटू म्हणाला, "कोण आहे?"

हा म्हणाला, "नाही माहिती. पण हॉस्पिटलमध्ये न्यायची गरज आहे"

"वेडा आहेस का एवढ्या पावसात अँब्युलन्स पण येणार नाही. रिक्षा दिसत नाही आहे. कसा नेणार तू?"

"तू नाही आपण"

"पण कसे?"

"तुझी स्विफ्ट?"

"विशाल तू नक्की वेडा झाला आहेस. एकतर आपल्या दोघांनाही कार न चालवता येत नाही त्यातून दोघांकडे लायसेन्सही नाही आणि एवढया पावसात आपल्याला गाडी काढता ही येणार नाही"

"चिंटू, तू चावी आण" त्याने जवळ जवळ ऑर्डर च दिली.

चिंटू ने मुकाटपणे मान डोलावली आणि गच्च पावसात तो चावी आणण्यासाठी धावला.

चावी आणल्यावर चिंटू कडे छत्री देऊन तो गाडीकडे पळाला. याच्या आधी विशाल ने फक्त 2 दा छोटासा प्रयत्न केला होता गाडी चालवायचा. भयंकर प्रेशर घेऊन त्याने स्टार्ट मारला. दोनदा पहिला गियर टाकल्यावर गाडी जर्क घेऊन बंद पडली. त्याच्या चेहऱ्यावर घाम जमा होऊ लागला होता. त्याने गाडी स्टार्ट करून वायपर हाय वर ठेवला. क्लच हळूहळू सोडत त्याने गाडी पुढे आणली. चिंटू च्या इथे आल्यावर गाडी न्यूट्रल ला ठेऊन तो उतरला. त्या दोघांनी त्याला नीट धरून गाडीत मागे ठेवले. विशाल ने अतिशय सावकाश पणे गाडी चालवायला सुरुवात केली. समोरचा रस्ता त्याला अजिबात दिसत नव्हता. पावसाचा जोर अफाट होता. हयॅजार्ड लाईट चालू ठेऊन तो जीव मुठीत घेऊन गाडी चालवत होता. मागचा माणूस हा पूर्णपणे बेशुद्ध होता. हॉस्पिटल 3 किमी होते. याच्या गाडीचा स्पीड 20 किमी चा, त्यात त्याच्याकडून एका पाण्याने भरलेला खड्यातून गाडी गेली. स्टेयरिंग बॅलन्स सावरेपर्यंत तो पुढे एका फुटपाथच्या कॉर्नर ला घासून पुढे गेला. चिंटू ने कपाळाला हात लावला तोपर्यंत त्याने हळूच गाडी ब्रेकर वर उडवून परत नीट रस्त्यावर आणली.

"सॉरी" विशाल जीभ चावत म्हणाला.

शेवटी 3 वेळा धडकून, 4 ते 5 डेंट अंगावर झेलून, अनेक स्क्रॅच स्वीकारत ती स्विफ्ट हॉस्पिटलमध्ये पोचली.

पावसामुळे एक मरगळ हॉस्पिटल ला आली होती. स्विफ्ट, हॉस्पिटल पोर्च मध्ये आल्यावर विशाल ने जोरजोराने हॉर्न द्यायला सुरुवात केली. हॉस्पिटल खडबडून जागे झाले. 2 -3 लोक लगबग गाडीपाशी पोचले. मागच्या माणसाला स्ट्रेचर वर ठेऊन लगेच ईमरजन्सी वॉर्ड कडे घेऊन गेले. हॉस्पिटलचा फोन वापरून विशाल ने त्यांच्या आई वडिलांना फोन केले. चिंटू चे वडील परदेशात असायचे त्यामुळे त्याने आईला फोन केला. काळजी करू नको सांगत असतानाच आम्ही त्या माणसाची काळजी घेत आहोत असेही सांगितले.

अर्ध्या तासाने डॉक्टर आले. डॉक्टरांनी त्याच्या पाठीवर थोपटून सांगितले, "फ्लू चा पेशंट आहे हा" "गेल्या चार दिवसात याला हवे ते औषध मिळाले नाही. बहुतेक मेडिकल शॉप शोधण्यासाठी बाहेर पडला असेल. नीट अन्न ही मिळाले नाही आहे. अगदी वेळेत आणले आहे तुम्ही याला एवढ्या भर पावसात. वाचेल तो नक्की"

डॉक्टरांच्या बोलण्याने इतक्या वेळानंतर विशाल आणि चिंटू, दोघांच्याही चेहऱ्यावर छानसे हसू फुलले. एवढा वेळ मनात धरून ठेवलेले प्रेशर रिलीज झाले. काहीतरी अनामिक केल्याचा आनंद त्यांच्या चेहऱ्यावर झळकत होता. डॉक्टरांशी चर्चा करून त्यांनी त्या माणसाच्या खिशातून एक भिजलेले पाकीट काढले. त्यातून त्याच्या छोट्याशा डायरीत पाहून नातेवाईकांना फोन केले आणि हॉस्पिटलमध्ये बोलावून घेतले.

ते दोघे बाहेर वेटिंग लॉज मध्ये बसून गप्पा करीत असताना, एक नर्स सांगायला आली की, त्याच्या बाबांचा फोन हॉस्पिटल च्या फोनवर आला आहे. विशाल ने धावतपळत च जाऊन फोन उचलला तेव्हा बाबा फक्त दोनच वाक्य बोलले.

"अभिमान वाटतो तुझा." "बंगलोर वरून येताना फुल्ल फुटबॉल किट आणतोय"

तो म्हणाला, "बाबा ते स्विफ्ट ला थोडीशी मरमत्त लागेल. घासली गेली आहे ती"

बाबा हसून म्हणाले, " अरे म्हणजे तिला खरचटलं आहे. तिलाही ऍडमिट कर की हॉस्पिटलमध्ये"

बाबांच्या जोक वर हसत असतानाच, आज ग्राऊंडवर न जाता आल्याचे धन्यवाद तो मनातल्या मनात देवाला देत होता.

हजारो मॅचेस पाहून आणि शेकडो मॅचेस खेळून सुद्धा जो आनंद त्याला मिळाला नव्हता तो आजच्या पावसाने त्याला दिला होता.

24

साक्षात्कार:-

प्रश्न पडला होता तिला खरंच! काय उपयोग होता तिचा ऑफिसमध्ये? आज पाच महिने झाले तिला हे ऑफिस जॉईन करून पण कोणी नीट बोलत नाही. धड वागत नाही. योग्य रिस्पेक्ट देत नाही. तिचे येणे आणि जाणे केवळ तिच्यापुरतेच. आख्या ऑफिसमध्ये एक सायली फक्त तिच्याशी बोलायची. जेवायला तिच्या बरोबर बसायची. बाकी सगळे परकेच. रोशनी खूपच सेन्सिटिव्ह होती. कोणी तिच्याशी नीट नाही वागले तर स्वतःला त्रास करून घ्यायची. आपल्यात काय कमी आहे ज्यामुळे लोक माझ्याशी असे वागतात हा विचार तासनतास करत बसायची. स्वतःहून दुसऱ्यांना खुश करत राहायची. सगळे व्यवस्थित वागतील याची वाट पहात राहायची पण फारसा उपयोग व्हायचा नाही. सतत तिच्या मनात द्वंद्व चालायचे की आपण का जगतोय? आपले अस्तित्व काय? एकदा ऑफिस मध्ये तिने 'पुडाची वडी' करून आणली होती. शेजारच्या डेस्क वरील सुशांत ने, "अरे वाह, आज डब्यात पुडाची वडी" म्हणून डोकावले आणि 2 वड्या उचलल्या. तिला धन्य झाल्या सारखे वाटले. तिने त्याच्याशी बोलायला सुरुवात केल्यावर मात्र तो तुटक बोलून तिथून उठून गेला. तिला ते फार लागले होते. पण सांगणार कोणाला? सायली ला हे सगळे बोलून काही फरक पडायचा नाही कारण ती लक्षच द्यायची नाही. घरी नवरा बोलायला नसायचा कारण त्याचा मार्केटिंग चा जॉब. महिन्यातून 15 दिवस तो फ़िरतीवर. हिचे माहेर पंढरपूर चे. मुंबईतून तिकडे रोज कोण जाणार/येणार? त्यामुळे ती खिन्नच असायची. आणि त्या दिवशी संध्याकाळी तिला तो मेसेज मिळाला की मोठे साहेब उद्या "इंस्पेक्शन " ला येणार आहेत. त्यांच्या बदद्दल रोशनी ने फक्त ऐकले होते. मोठे साहेबांचे वय 71, खूप कडक, शिस्तप्रिय होते. त्यांची व्हिजिट ही 6 महिन्यातून एकदा असायची पण ते आले म्हणजे सगळं ऑफिस ढवळून निघणार होते. तिने ठरवले की उद्या जागेवरून सुद्धा उठायचं नाही आणि अजिबात काम सोडून काही करायचे नाही. दुसऱ्या दिवशी ऑफिस मध्ये आल्यावर तिने खूप बदल अनुभवले. सगळे डेस्क एकदम चकाचक आणि लोक गुपचूप काम करताना दिसले. हे पाहून ती मनाशीच हसली. स्वतःच्या डेस्क वर जाऊन काम करायला लागली. थोड्या वेळाने तिला

काही आवाज ऐकू आले. मोठे साहेब, दररोजच्या साहेब आणि मॅनेजर बरोबर मोठमोठ्याने बोलत केबिन मध्ये जाताना दिसले. ते तिथून गेल्यावर तिथे पूर्णतः शांतता पसरली. सगळे जण एकमेकांकडे पहात होते पण बोलण्याची हिंमत कोणाचीही होईना. रोशनी पण थोडीशी गोंधळली होती. कोणीच काही बोलत नव्हते पण प्रत्येकाच्या मनातले दडपण जाणवत होते. असा बराच वेळ न बोलता गेल्यावर रोशनी थोडी अस्वस्थ झाली. आज तिच्या डब्यात पौष्टिक लाडू होते तिने ते सगळ्यांना वाटायचे ठरवले. ही शांतता असताना तिच्या लाडू वाटण्याला कोणीतरी चांगले म्हणेल या अपेक्षेने तिने डबा काढला आणि इतरांच्या डेस्क वर जाऊन लाडू ठेवायला लागली. तेवढ्यात सोनम तिला म्हणाली, "ए मूर्ख काही कळते का? ही लाडू वाटायची वेळ आहे का?"

रोशनी म्हणाली, " अगं मला वाटले की सगळे एकदम शांत झाले आहेत तर प्रत्येकाचा थोडा मूड परत आणूयात"

"घ्या, आता ही सगळ्यांचा मूड आणणार" "हेच दिवस बघायचे राहिले होते!"

तिचे बोलणे ऐकून बाकीचे लोक दबक्या आवाजात हसायला लागले.

"का? माझे काही चुकले का?" ती म्हणाली.

"तू बरोबर कधी असतेस गं?" सुशांत म्हणाला.

ही रडवेली झाली आपल्या डेस्क वर परत जाऊन बसली, तेवढ्यात विष्णू काका तिच्यापाशी आले. "रोशनी, तुला मोठे साहेब बोलावत आहेत"

"मला? पण मी काहीच नाही केले" ती अत्यंत काकुळतीला येऊन म्हणाली.

"ते मला नाही माहिती. माझे काम निरोप द्यायचे" असे म्हणून काका निघून गेले.

सोनम कुत्सितपणे म्हणाली, " लाडू वाटतीय लाडू" "जा आता साहेबांकडे"

रोशनीच्या मनात खुप धडधडायला लागले. तिच्या हातांचे तळवे ओले झाले. ओढणीला घाम पुसत कसेतरी ती केबिनमध्ये पोचली. साहेब मोठया चेयर बर बसले होते. तिने आत येऊ का विचारल्यावर त्यांनी हातानेच ईशारा केला. तिला तिचे हार्ट बिट पूर्णतः ऐकू येत होते.

" बाहेर काय करत होतीस" साहेबांनी दरडावून विचारले

घशात पडलेली कोरड तिच्या तोंडातून आवाज फुटून देत नव्हती. "ते ते तत् तते आय"

"नीट बोल काय बोलत आहेस?" " मला CCTV मध्ये दिसत होते, तू काहीतरी देत होतीस सगळ्यांना"

"साहेब, मी पौष्टिक लाडू वाटत होते"

"का? आज काय विशेष लाडू वाटायला?"

"सगळे शांत बसले होते ना तुम्ही आल्यावर, मग मला वाटले की लाडू दिल्यावर सगळे नॉर्मल होतील"

साहेब मोठ्याने हसले.

"मग झाले का नॉर्मल सगळे?"

"नाही साहेब, उलट मलाच बोलले"

साहेबांनी समोर सोफ्यावर तिला बसायला सांगितले.

ती बसल्यावर त्यांनी तिला विचारले, "काय नाव तुझे?"

"रोशनी" ती म्हणाली.

"छान नाव ठेवले आहे आई वडिलांनी" "मग किती जणांच्या आयुष्यात रोशनी आणलीस तू?"

"कुणाच्याच नाही. मी माझ्या आयुष्यात पण रोशनी नाही आणू शकले इतरांसाठी काय करणार"

"का गं असे म्हणतेस"?

"सर माझ्याकडे काहीच खास नाही आहे की लोक माझ्याशी बोलतील. नीट वागतील. रिस्पेक्ट देतील. मी बहुतेक कोणालाच आवडत नाही कारण माझ्यात आवडण्यासारखे काहीच नाही आहे. मी सगळ्यांशी नीट वागते पण कोणीच माझ्याशी धड वागत नाही. माझे काय चुकते हेच कळत नाही"असे म्हणून ती रडायला लागली.

मोठे साहेब उठले तिच्यापाशी गेले आणि म्हणाले, "बाळा चुकतं तर तुझे खूपच आहे"

तिने रडलेल्या डोळ्याने त्यांच्याकडे पाहिले.

" पहिली चूक ही की, तुझा आनंद तू दुसऱ्यांच्या रिॲक्शन मध्ये शोधतेस. दुसरी चूक, तू स्वतःला कमी लेखतेस. तिसरी चूक म्हणजे तू अतिविचार करतेस ज्यातले अनेक विचार हे केवळ भीती पोटी केलेले असतात आणि चौथी चूक म्हणजे तू स्वतःच्या भावनांना सदैव दुःखात ठेवतेस"

ती स्तब्ध होऊन त्यांचे बोलणे ऐकत होती.

साहेब परत एकदा हसले आणि म्हणाले " अगं, असे आश्चर्याने बघू नकोस उगाच या म्हाताऱ्याचे केस पांढरे झाले नाही आहेत"

ते पुढे म्हणाले, "एवढी साधी मुलगी तू, जी खूप हळवी आहे, जी स्वतः आणलेले लाडू दुसऱ्याला काढून देते तिला एवढे दुःखी राहायचा अधिकार खरंच आहे का?"

आता मात्र ती लक्ष देऊन त्यांना ऐकत होती.

साहेब म्हणाले,

"आयुष्यात ला सगळ्यात मोठा आनंद हा आपल्या आतमध्ये दडला असतो, तो आनंद आपण बाहेरच्या गोष्टींमध्ये शोधतो. आपले आनंदी राहणे हे फक्त आपल्या हातात असते, इतर कोणाच्या ही वागण्यात नाही. तू जोपर्यंत ठरवत नाही तोपर्यंत कोणीही तुला दुःखी करू शकत नाही. तूझे विचार चांगले ठेवणे किंवा चुकीचे करणे हे फक्त तुलाच जमणार आहे आणि अत्यंत महत्त्वाचे म्हणजे तुझी कोणाशीच स्पर्धा नाही. असली तर ती स्वतःशीच आहे. दररोज जास्त चांगले करत राहणे हीच तुझी खरी परीक्षा. त्यात पास कसे व्हायचे हे तुझे तुलाच ठरवायचे आहे."

स्वतःवर प्रेम करणे हि पण एक कला आहे, जो ही कला साधेल तो जग जिंकेल"

अतिशय भारावून रोशनी, साहेबांचे बोलणे ऐकत होती. स्वतःचे काय चुकत होते हे तिला सहज कळले होते. आयुष्यात किती चुकीच्या मार्गाने तिचे विचार होते ते तिला पुर्णपणे उमगले होते. एक नवी दिशा तिला आज सापडली होती. त्या नव्या दिशेवर स्वतःच्या कर्तृत्वाची "रोशनी" पाडायला ती उत्सुक होती.

डोळ्यातले पाणी पुसत तिने साहेबांचे पाय पकडले.

साहेब तिला उठवत म्हणाले, "जा, तुझ्या आई बाबांनी ठेवलेल्या नावाला "रोशन" करायची वेळ आली आहे. फक्त एक काम कर आणि मग जा"

तिने भुवया उंचावून काय विचारले.

साहेब म्हणाले, " ते पौष्टिक लाडू इथे देऊन जा. या म्हाताऱ्याला त्याची जास्त गरज आहे"

साहेबांच्या मोठ्या हसण्याचा आवाजात तिने आपले हसणे मिसळले आणि लाडू आणायला ती डेस्क पाशी धावली. आज लाडवाच्या रूपाने जीवनाचा खरा "साक्षात्कार" तिला झाला होता!

25

भिकारी:-

परत त्याला तो दिसला. मंदिरच्या शेवटच्या पायरी वर तो उभा होता. कळकट-मळकट चेहरा, हातात तेच भांडे पैसे मागायचं आणि तेच ते फाटके कांबळ अंगावर ओढलेलं. अंगावरचे कपडे फाटलेले. आज मात्र प्रतिकला त्याच्याकडे पाहून किळस आली. दररोज आपण मंदिरात जायचं आणि असा चेहरा पाहायचं याचा त्याला अगदी वीट आला होता.

आपण मंदिरच बदलुन टाकावे म्हणजे ह्याच्या चेहऱ्या पासून आपली सुटका होईल असा विचार त्याच्या मनात क्षणभर चमकून गेला. त्याला टाळून तो मंदिराच्या पायऱ्या चढत असतांना त्या भिकाऱ्या ने त्याला आवाज दिला "साहेब" प्रतिक ने अत्यंत वैतागुन त्याच्या कडे पाहिले, तो भिकारी त्याच्या कडे बघून लाचार हसला. "आज पण काही द्याल ना मला?" असा त्याचा मवाळ स्वर आला. त्या प्रश्नाने प्रतिकचे डोके सटकले. आज ह्याची पूर्ण उतरुनच टाकावी या विचाराने ताड ताड पाऊले पुढे टाकत तो त्याचा कडे पोचला.

"काय रे भिकाऱ्या, तुला थोडीशी तरी लाज वाटते की नाही?" "तुला दररोज मीच दिसतो का? माझ्या कडे काय पैस्याचे झाड आहे का? दररोज तुला भीक देत बसलो तर मीच भिकारी होईल एक दिवस" ..... "आणि तू काय जन्माचा भिकारी, काल आलो ,आज आलो किंवा उद्या आलो तरीही तू माझ्याकडे भिकच मागणार. "..."आयते मिळतं तुला, काही काम करायची गरज नाही हात पसरले की कोणीतरी पैसे देणारे असतातच, त्यामुळे तू तुझा भिकारीपण कधीच सोडणार नाही आणि तुझ्या नादी जे लागतील ते भिकारी झाल्या शिवाय राहणार नाही".....

"परत मला आवाज दिला तर याद राख" असे म्हणून प्रतिक मंदिराच्या पायऱ्या चढून वर गेला. दर्शन घेऊन, त्याचे रोजचे रितीरिवाज पाळून परत पायऱ्या उतरून त्याच जागेवर आला, तेव्हा तो भिकारी त्याला तिथे दिसला नाही. आपल्या बोलण्याने त्या भिकाऱ्याने काही उलटे सुलटे तर काही केले नाही,हा विचार प्रतिक च्या मनात आला. त्याने आजू बाजुला चौकशी केली,तर तिथल्या फुलवाल्याने सांगितले की कुठे गेला माहीत नाही पण इथं नसला कि तो घरी असतो. त्याचे घर इथून उजव्या बाजूने ओढ्याच्या कडेला आहे. प्रतिकच्या

मनात कुतूहल दाटले त्या भिकाऱ्या चे काय झाले हे पाहण्या करिता त्याने त्याच्या घरी जायचे ठरवले. ओढया जवळचा रस्ता अगदी छोटासा आणि ओबडधोबड होता. त्या रस्त्या वरती हळूहळू जात तो एका झोपडी पाशी पोहचला. आजूबाजूला घर नसल्याने हेच त्या भिकाऱ्याचे घर असावे असा विचार करून तो तिथे थांबला. झोपडीचे दार लोटले होते, त्याने हलकेच दार ढकलले, तर तो भिकारी त्याला एका फ्रेम च्या इथे डोकं ठेऊन रडताना दिसला. आपल्या अस्तित्वाची जाणीव न ठेवता प्रतिक तिथेच उभा राहिला. तो भिकारी त्या फ्रेमशी बोलत होता ...."सखु, सहा वर्षे झाली तू मला सोडून गेलीं . एकदा तरी विचार केला का तुझ्या शिवाय मी कसा आयुष्य काढत असेन? मी एकटाच आहे. अनेक आजारांशी लढत आहे. आता नाही सहन होत ग! हे पोट दररोज जेवण मागते आणि माझी धडपड मला साथ देत नाही, त्याची तुला थोडी कल्पना आहे का? आपली मुलं आपल्या जवळ नाही, आपल्याला खायला घालायला कोणी नाही,या भुके साठी मी दररोज भीक मागतो, आनंदाने भीक मागत नाही,मजबुरी म्हणून मागतो. पण हे सांगणार कोणाला?

आज एका भल्या माणसाने माझा आपमान केला पण चूक त्याची नाही. ....त्याने तरी दररोज मला का भीक द्यावी? आपण काय थोडीच त्याचे सख्खे आहोत,की त्याने आपल्याला दररोज काही द्यावे, तुझ्या विना हे असेच चालायचे. का गेलीस ग एवढ्या लवकर मला सोडून?" असे म्हणून तो फ्रेम ला पकडून अश्रू ढाळायला लागला. हे पाहून प्रतिक ला त्याचे सगळे बोलणे नाटकी वाटले, भुके साठी हा माणूस आपल्या समोर खोटे चित्र उभं करत आहे, हा विचार करून तो एकदम तिथे कडाडला, "अरे भिकाऱ्या, कदाचित मला येताना पाहून तू हा ढोंगी पणा करत आहेस की हे पाहून उद्या पासून मी तुला परत भीक द्यावी, पण तुझी ही मात्रा माझ्यावर चालणार नाही. त्या देवाला ही तु फसवू शकशील पण मला नाही."

प्रतिकला आपल्या झोपडीत पाहून भिकारी चपापला, हात जोडून त्याच्या समोर उभा राहिला आणि म्हणाला,.." साहेब या ना बसा, ह्या गरीबाच्या झोपडीत तुमचे स्वागत आहे...."

"तुझ्या झोपडीत बसायला मी आलो नाही आहे, या पुढे मी तुला भीक देणार नाही हे सांगायला मी आलो आहे"

"साहेब मला तुमच्या कडून काहीच नको. इतके दिवस तुम्ही मला जे दिले ते अत्यंत चांगल्या भावनेने दिले म्हणून मी घेतले, पण आता तुम्ही माझ्या वर अविश्वास टाकला आहे तर आता त्या दाना चा मी स्वीकार करू शकत नाही." "साहेब खरं सांगु, मी मंदिरा समोर कायम थांबायचो तर ते माणसातल्या देवाला शोधायला. अहो खराखुरा देव कोणी पहिला आहे? जी माणसे मला मदत करतात त्या माणसाला मी देव मानतो. दररोज देवच तुम्हाला माझी मदत करायला पाठवायचा अस मी मानायचो.....

गरजुंना मदत करणे, गोर गरिबांना आधार देणे,आणि माझ्या सारख्या भिकाऱ्याचे पोट भरणे अशी चांगली कामे जी माणसे करतात, त्या माणसातच देव आहे,असे मी मानतो."

"प्रत्येक माणूस हा देव मंदिरात शोधतो, मी माणसात शोधला. जसे तुम्ही रोज तुमच्या देवा कडे मागता तसेच मी माझ्या देवा कडे मागतो, आज माझ्या मागण्यामुळे जर तुम्हाला वाईट वाटले असेल तर माफ करा साहेब.काही क्षणा करीता मी विसरून गेलो होतो की दगडातला देव रागु शकत नाही पण माणसातला देव रागवू शकतो"

त्याच्या बोलण्याने खाडकन धुंदी उतरल्या सारखे प्रतिक शांत झाला. आज आपल्या कडे बरेच काही आहे म्हणून आपण या भिकाऱ्या वरती ओरडू शकलो आणि त्या वर रुबाब दाखवू शकलो. पण बरेच काही असताना ही मंदिरात जाऊन देवाकडे आपण रोज मागतो, म्हणजे खरं तर याच्या पेक्षा आपणच मोठे भिकारी आहोत. त्या भगवंताने ह्याच्या सारख्या अनेक लोकांचे पोट भरण्या करिता आपल्याला निमित्त मात्र बनवलले आहे, त्याचा आनंद मानावा का दररोज याचक म्हणून मंदिराच्या पायऱ्या चढाव्यात? माणसाचा खरं देवपण सत्कार्यात, चांगल्या विचारात आणि योग्य ते दान देण्यात आहे हे तत्वज्ञान त्याला आज उमगले होते.

तो म्हणाला, "मित्रा, इथे जवळच नवीन हॉटेल उघडलंय. चल जाऊयात! मला पण सॉलिड भूक लागलीय" असे म्हणून त्याचा हात पकडून प्रतिक चालायला लागला.

प्रतिकच्या परावर्तित रुपाकडे तो भिकारी फक्त अनिमिष पहात होता.

26

मैत्री:-

तो त्याच्या एकदम समोर आला अगदी अनपेक्षित, अगदी अचानक! एक क्षण त्याने शशांककडे पाहिले आणि तो निघून गेला. शशांक मात्र जागेवरच खिळून राहिला. त्याला सुचेना की काय करावे. हाताच्या तळव्यांना ओलावा जाणवताच तो कुलर कडे गेला. एक ग्लास थंड पाणी पिऊन थोडासा शांत झाला. झटकन त्याच्या डोळ्यासमोरून एक जीवनपट झळकून गेला. हरीश आणि शशांक दोघे एकमेकांचे घट्ट मित्र. अगदी जिवलग!

एकाच शाळेत, एकाच इयत्तेत शिकलेले. याचे घर शनिवारात तर याचे घर नारायण पेठेत. दोघांची मैत्री एवढी खास की आख्या शाळेला माहिती. यांचे कपडे सारखे, बूट सारखे, सायकल सारखी. एवढंच काय, दोघांचे खेळ ही आवडते. एकमेकांशिवाय यांचे अजिबात भागायचे नाही असे हे शशांक आणि हरीश!

त्या दिवशी सारसबागेत 'फन फेयर' लागलेले. हरीश चे साठवून ठेवलेले पैसे यांनी खर्च करायचे ठरवले कारण शशांक कडे एवढे पैसे नसायचे. तीन वेळा 'टोरा टोरा' मध्ये बसल्यावर सुद्धा यांचे मन भागेना. 2 वेळा 'उंची पाळणा' आणि 2 दा 'कोलंबस' करून हे 'ड्रॅगन कार' मध्ये बसायला आले. सगळ्यात पहिले सीट पकडून हे रेलिंगस ला धरून बसलेले. गाडी सुरू झाली. जोरात जर्क घेत गाडी मस्त पैकी रुळा वरून जात होती. 2 राऊंड होईस्तोवर सगळे जोरजोरात हसत, खिदळत आणि ओरडत होते. हे दोघे पण याला अपवाद नव्हते. आणि अचानक कसा कुणास ठाऊक गाडीची 3 री राऊंड होताना चा जो जर्क होता त्यामध्ये उजवीकडे वळताना शशांक एकदम गाडीतून खाली पडला. कंट्रोलर ने गाडी लगेच थांबवली तरीपण त्याला खरचटले होते. हरीश गाडीतून उतरून धावतपळत तिथे गेला. त्याने शशांकला उचलले आणि

उठवून स्टॅन्ड पाशी नेले. तेवढ्यात तिथे गर्दी जमा झाली. कोणीतरी पाणी आणून दिले. कोणी वारा घातला. वातावरण थोडे शांत झाल्यावर, हरीश ने सगळ्यांना जायला सांगितले आणि तो शशांक ला घेऊन घरी निघाला. वाटेत शशांक एकदम शांत होता. हरीशचेच सुरू होते, "असे कधी असते का? गाडी अशी कशी वाकडी होते? या लोकांवर केसच ठोकली

पाहिजे" शशांकच्या घरी पोचल्यावर काकूंना त्याने, शशांकला किती लागले आहे आणि त्याची नीट काळजी घ्या हे सांगून निघाला.

दुसऱ्या दिवशी तो शशांक कडे आला असताना, शशांक त्याच्याशी काहीच बोलला नाही. हरीश अगदी नॉर्मल पणे वागत होता तरी त्याला बदल जाणवला. पुढचे तीन चार दिवस पण त्याच्या कडे गेल्यावर शशांक नीट वागला नाही. याला कळेना की काय झालंय नक्की? शेवटी त्याने विचारले,

" काय चालू आहे हे?" तू मला टाळतोस का"

....

"बोल तर"

....

"शशांक नक्की काय आहे? मी येऊ नको का इथे?" "काय झालंय काय"

"तू जा इथून"

"का?" " माझे काही चुकले का?"

"हे मी कशाला सांगायला हवे?"

"म्हणजे? असे का बोलतोय शशांक तू?"

"तू मला गाडीतून ढकलले आहेस"

काय??????

"मग, फक्त मी कसा पडलो, तू कसा नाही पडलास?

"अरे तू उजवीकडे बसला होतास. जर्क लागला उजवीकडे वळताना, म्हणून तू पडलास"

"नाही हरीश, तू खोटे बोलतोस, तू मला ढकलून दिलेस गाडी वळताना, कारण प्रत्येक राईड मध्ये तू पैसे खर्च केलेस आणि ते सुद्धा माझया सांगण्या मुळे. पुढे कुठल्याच राईड मध्ये बसायला लागून तुझे पैसे खर्च न व्हावेत म्हणून तू मला ढकलून दिलेस, " ज्यामुळे मला लागेल आणि मला घरी जावे लागेल"

शशांक,"अरे काही लाज वाटते का? आपल्या दोघांच्या मैत्रीत पैसा कुठून आला?" अरे जे माझे सगळे आहे ते तूझे आहे. मला पैसे तुझ्या पेक्षा जास्त प्रिय असतील, असा विचार तुझ्या मनात येऊ तरी कसा शकतो?"

"हरीश, तुला पैसे खर्च करायचे नव्हते म्हणून तू मला पाडलेस"

"थडाड!"

हरीश ने शशांक ला थोबाडीत मारल्यावर शशांक एकदम मोठ्याने ओरडला आणि त्याने त्याला जायला सांगितले, आणि हरीश पण गेला तो कायमचाच.

आज अचानक, शशांक ने हरीश ला पाहिल्यावर तो स्तब्ध झाला आणि त्याला हे सगळे आठवून गेले.

या घटनेला जवळजवळ 14 वर्षे झाली होती. नंतर दोघांचा ही एकमेकांशी संपर्क नव्हता. हरीश शिष्यवृत्ती मिळवून ऑस्ट्रेलिया मध्ये गेला होता तर शशांक हा जपान मध्ये होता.

आज 3 दिवसाच्या आंतरराष्ट्रीय कॉन्फरन्स मध्ये जेव्हा 80 देशांचे प्रतिनिधी चेन्नईत आले होते त्यावेळेस हे दोघे एकमेकांना सामोरे आले होते. हरीश ला पाहिल्यावर, शशांक चे मन त्या कॉन्फरन्स मधून एकदम उडून गेले. जेवणाच्या ब्रेक नंतर बाहेर जाऊन सिगारेट प्यावी म्हणून तो आला, तेव्हा हरीश तिथेच होता. शशांक ला पाहून तो जाण्यासाठी उठला, तेव्हा शशांक ने त्याचा हात पकडला.

"2 मिनिटे नाही देणार?"

हरीश जागेवर च स्तब्ध उभा राहिला.

"मित्रा, चूक झाली माफ कर" त्यावेळेस जे वागलो, तो मूर्खपणा! आपल्या मैत्रीत मी व्यवहार कसा काय आणला कळले नाही. तुझ्या कडे जास्त पैसा असायचा तर मला वाटायचे की तू रुबाब करतो आहेस. तुझा माझ्यासाठी वाहून जाणारा स्वभाव मला कळलाच नाही रे! तूला पैसा खर्च करायचा नव्हता या विचाराने मी इतका झपाटून गेलो की मला वाटले तू मला ढकलले. किती माठ होतो मी. आपल्या बालपणाच्या आनंदात मी पैस्याचे विरजण टाकले. आपल्या निखळ मैत्रीला, पैस्याच्या कोंदणात डांबले. आयुष्यात मी इतका पैसा कमावला पण तुझ्या सारखा मित्र नाही कमवता आला....

इतके दिवस मनात साचवून ठेवलेली गोष्ट आज तुझ्या पुढे बोलत आहे, अगदी मोकळ्या मनाने!”

जमले तर, माफ कर मला खरंच माफ कर."

असे म्हणून तो ओक्साबोक्शी रडायला लागला.

हरीश तिथुन, काहीच न बोलता निघून गेला. आपल्याला कधीच माफी मिळणार नाही याची जाणीव होताच अतीव खिन्नतेने शशांक कॉन्फरन्स मध्ये परतला. थोड्या वेळाने प्रेझेन्टेशन मध्ये ऑस्ट्रेलियन डेलीगेशन चे नाव आले तेव्हा प्रेझेंटेशन साठी हरीश स्टेज वर आला. प्रोजेक्टर वर PPT सुरू करून आपल्या नवीन शोधा बद्दल त्याने माहिती द्यायला सुरुवात केली.

त्याने स्वतःची एक कंपनी तिथे स्थापन केली होती आणि त्या कंपनी ने केवळ 3 वर्षात 100 टक्के प्रॉफिट कमावला होता. तेथील प्रत्येक प्रॉडक्ट बद्दल माहिती देत असताना हरीश अगदी भरभरुन बोलत होता. आणि त्याने सगळ्यात शेवटी आपल्या कंपनी चे नाव जाहीर केले होते " शशांक इंनोवेशन्स प्रायव्हेट लिमिटेड"

ज्याच्या नावावर त्याने ही कंपनी उघडली त्या मित्राला तो क्षणभर ही विसरला नव्हता. आपल्या भाषणात त्याने हे सांगितले की ज्याच्या नावावर मीकंपनी सुरू केली तो आज आपल्याच मधे आहे आणि त्याने स्टेज वरून मोठ्याने आवाज दिला, " शशांक, प्लिज कम ऑन द स्टेज"

टाळ्यांच्या गजरात आणि स्टँडिंग ओवेशन घेत शशांक स्टेज वर जायला निघाला. जरी डोळयांत पाणी होते तरी त्याचा 14 वर्षाचा वनवास खऱ्या अर्थाने त्याला संपलेला स्पष्टपणे दिसत होता.

27

शोध:-

त्या चित्राकडे त्याने पहिले आणि तो एकदम शांत झाला. नकळत त्याच्या डोळ्यातून आसवे बाहेर आली. ते दिवस आठवले जेव्हा तो आपल्या छोट्या भावाबरोबर भरपूर मजा मस्ती करायचा. आजच्या चित्राने त्याचे मन असेच चाळवले गेले. जहांगीर आर्ट गॅलरीत होता तो. समोरच्या चित्रात एका विस्तीर्ण पठारावर दोन भाऊ खेळताना दाखवले होते. दोघही भावांच्या चेहऱ्यावरचे हसू दाखवताना चित्रकाराने अति उत्तम पद्धतीने कुंचल्याच्या वापर केला होता. चित्र जिवंत ठेवण्यामध्ये त्याने रंगसंगतीची कमाल केली होती. हर्षल एक सुस्कारा टाकून निघाला. जड पावलाने समोरच्या पोलीस मुख्यालयात शिरला. इथे यायची त्याची हि पहिली वेळ नव्हती जवळजवळ गेले १२ वर्षे तो इथे येत होता. एका व्यक्तीचा शोध घेण्यासाठी. आपल्या भावाचा शोध घेण्यासाठी. त्याच्या 'तुषार' चा शोध घेण्यासाठी. आज पासून १२ वर्षांपूर्वी मध्य प्रदेशातील 'नागदा' जवळच्या एका छोट्या गावातून आपल्या अशिक्षित माँ आणि छोट्या भावा बरोबर हर्षल मुंबईत आला होता. वडिलांच्या अचानक मृत्यू नंतर सगळ्या जवाबदारी अंगावर घेऊन त्याने ते गाव सोडले होते. गावात एक राहतं घर होतं ते विकून जे पैसे मिळाले होते ते घेऊन आपले नशीब आजमावण्यासाठी तो मुंबई ला आला होता. तेव्हा त्याचे वय फक्त १० होते. पण जबरदस्त आत्मविश्वास आणि धैर्याची जन्मजात जोड मिळालेल्या हर्षल ला काहीतरी मोठे करायचे होते. मुंबईत पाऊल टाकल्यावर मात्र तो बावचळला होता. मुंबईच्या प्लॅटफॉर्म वरच्या अफाट मोठ्या गर्दीत त्याला काहीच सुचले नव्हते. माँ आणि छोट्या तुषार ला एका जागेवर बसवून हा कुठे राहण्याची सोय होईल हे बघायला गेला होता. बऱ्याच वेळ चौकशी केल्यावर पण धड काही माहिती नाही मिळाल्यामुळे तो परत त्या जागेवर आलेला होता जिथे ते लोक होते. त्या ठिकाणी एका खांबाला टेकून त्याची माँ त्याला झोपलेली दिसलेली आणि तुषार कुठेच नव्हता. त्याने माँ ला हलवून जागे केले आणि 'तुषार' कुठे आहे हे विचारले होते? माँ ला काहीच माहिती नव्हते. दोघांनी त्याला खूप शोधले होते पण येणाऱ्या अनेक लोकल्स, मोठ्या ट्रेन्स, गर्दीच्या लोंढात तुषार कुठेतरी हरवला होता. माँ ने आपला ६ वर्षाचा मुलगा

मिळत नाही म्हणून जो टाहो फोडला होता ते पाहून हर्षलच्या काळजात अगदी चर्रर झाले होते. रेलवे पोलीस, TC , हमाल यांच्या मदतीने आख्खे १० दिवस त्याने तुषार चा शोध घेतला होता. पण तो हरवला ते कायमचाच. पोलीस स्टेशन मधील त्याची फाईल गेले १२ वर्षे धूळ खात होती. आज परत काही कळले का हे बघण्यासाठी तो पोलीस मुख्यालयात आला होता. आजही त्याच निराशेने तो परतला. इतक्या वर्षांत संपूर्ण पोलीस खाते त्याच्या ओळखीचे झाले होते. आज साहेबांनी त्याला सांगितले, 'बास कर आता शोध तुझा. तुझा भाऊ सापडणे अवघड आहे.' अख्खे पोलिस स्टेशन डोक्यावर गरगर फिरत आहे या भावनेने तो हताश झाला. हात पाय गाळून तिथून निघाला. तेवढ्यात सोमेश्वर (हवालदार) काकांनी त्याला आवाज दिला, अरे बाळा, इतके दिवस तू इथं येतोस, तुला काहीच हाती लागले नाही. तू थोडा विचार कर की तुझ्या भावाला काय आवडायचे लहानपणी? तो कुठली गोष्ट जास्त करायचा? तुझा शोध त्या क्षेत्रात घे म्हणजे काही हाती लागेल तुझ्या"

काकांच्या बोलण्यात काहीतरी तथ्य होते हे हर्षल ला मान्य करावेच लागले. पण 6 वर्षा पर्यंत एखाद्या लहान मुलाला काय आवडत असणार असे, की जे त्याचा आता चा काही आवडीचे क्षेत्र बनू शकेल? काकांना धन्यवाद म्हणून हा निघाला. प्रश्न त्याच्या पुढे बरेच होते. भाऊ सापडतोय का नाही या मायानगरीत या विचाराने तो खरंच पछाडला होता. त्याला काय वाटले कुणास ठाऊक पण तो परत आर्ट गॅलरी त गेला. त्याच चित्रा समोर उभे राहून एकटक तिथेच पहात बसला. क्युरेटर कडे जाऊन त्याने या चित्राच्या मालकाची चोकशी केली. त्याने दिलेला त्या चित्रकाराचा पत्ता घेऊन तो काळाघोड्या पाशी पोचला. दुकानाचा पत्ता शोधत तो दुकानात शिरला. एक वयस्कर पारशी माणूस तिथे काउंटर वर होता. त्याच्या कडे जाऊन याने त्या चित्राबद्दल चौकशी केली. पारशी प्रेमळ होता. तो म्हणाला, हे मी नाही काढले बर का, ज्याने काढले त्याला बोलावतो. त्याने एक मुलाला हाक मारली. एक गोरा पोरगेलासा मुलगा आतून बाहेर आला. त्या माणसाने त्या पोराकडे पाहुन हर्षल ला सांगितले, हाच तो ज्याने ते चित्र काढलंय'

हर्षल त्याच्याकडे पहात राहिला. काय बोलावे हे त्याला कळेना. त्याच्याजवळ जाऊन त्याला म्हणाला, "तू खूप छान चित्र काढतोस, कुठून शिकलेस?"

तो काहीच बोलला नाही.

"तुझे नाव काय?"

....

"तुला चित्र काढायला आवडते का? हे चित्र का काढलेस?"

तरीही तो काही बोलला नाही.

काउंटर वरचा पारशी म्हणाला, "अरे वो कुछ नहीं बात करता| बहुत शांत है|"

हर्षल म्हणाला, "अंकल मेरा एक भाई था| मेरे साथ खेलता था| दोनो वैसेही हसते थें, बिलकुल वैसे जैसे वो चित्र मैं है!

हम दोनो भाई बहोत खेलते थे बचपन में|"

"वो बिछड गया मुझसे और हमारा खेलना ही छुट गया"

तेवढ्यात तिथे कोवळा आवाज आला, "कहाँ बंबई रेल्वे स्टेशन में?"

त्या क्षणाला हर्षलचा चेहरा हर्षाने फुलून गेला. डोळे पाण्याने भरलेले आणि मनात आनंद न मावणारा. त्याचा 'शोध' तिथेच संपला होता.

28

निर्णय:-

आज मात्र सगळ्याचा कहर झाला होता. आता सगळेच तिच्या सहनशक्तीच्या बाहेरचे होते. ती धाडकन बेडरूममध्ये निघून आली. रूम चा दरवाजा लावला आणि उशी घेऊन आपली आसवे गाळत बसली. खरंच वैतागली होती ती सगळ्याला. गेले अनेक वर्षे ती सहनच करत होती. ती अशी कधीच नव्हती. तिला तिचे बालपण आठवले. 'साक्षी' ही आई वडिलांची एकुलती एक मुलगी. बाबांची अतिशय लाडकी. एकटी मुलगी म्हणून बाबांनी तिला कधीच मुलीसारखे बनवले नव्हते. ते कायम तिला म्हणायचे की, "तू माझा मुलगा आहेस." साक्षी अतिशय स्वच्छन्दी. जोर-जोरात सायकल चालवायची, शेतातल्या झाडावरच्या चिंचा पाडायच्या, समुद्रकिनारी जाऊन बसायचे हे तिचे आवडते उद्योग. साक्षी दिसायला अतिशय सुंदर. कॉलेज मध्ये असताना तिच्या लांब केसांना पाहून खूप मुले तिच्या मागे लागायची. एका मुलाने ग्रुप मध्ये 'पैज' लावून तिला प्रपोज केले होते. त्याला साक्षी ने सगळ्या ग्रुप समोर नेऊन बडवले होते. आपल्या दिसण्यामुळे, लांब केसांमुळे मुले आपल्या मागे लागतात हे पाहून ती डायरेक्ट 'बॉयकट'करून आली होती. एवढी बिनधास्त राहणारी साक्षी तिच्या आयुष्यातला केवळ एका निर्णयाने संपूर्ण बदलली होती. साक्षी चे मूळ गाव रत्नागिरी. वडिलांची गणपतीपुळे रोड वर भली मोठी आमराई. एकदा आमराईत काम करत असताना त्यांना पक्षाघाताचा मोठा झटका आला. तिच्या बाबांची एक बाजू पूर्णपणे निकामी झाली. साक्षी वडिलांची सेवा करायची पण अचानक छातीत दुखण्याचे कारण होऊन तिची आई गेली. यानंतर वडिलांनी पूर्ण हय खाल्ली. आपल्या मुलीचे आपल्या नंतर कसे होणार या चिंतेने ते खचले. मुलगी एकटी. ना कोणी भाऊ ना कोणी बहीण. मी जिवंत असेस्तोवर तिला लग्न कर म्हणून मागे लागले. साक्षी ला सगळे कळत होते पण तिला लग्नच करायचे नव्हते. शेवटी वडिलांनी 'मरणाची शप्पथ' घालून तिला मनवले. साक्षीला बाबांच्या या वागण्याचा इतका मोठा धक्का बसला होता की तिने मुलाचा फोटो न पाहताच होकार कळवून टाकलेला. लग्न लागल्यावर बाबांना सासरी जाताना एवढंच म्हणाली 'तुमची जवाबदारी आता कायमची तुम्हा पासून लांब चालली आहे, यापुढे सुखाने राहा'.वडील धाय

मोकलून रडले. ही सासरी आली. सासर मुंबईत. घरात सासू आणि नवरा दोनच माणसे. नवरा मोठ्या कंपनीत कामाला. दादरला स्वतःचा फ्लॅट. सगळे मनासारखे व्हायला हवे होते पण नव्याचे नऊ दिवस संपले आणि सासूबाई चे वागणे बदलले. छोट्या छोट्या गोष्टीत सासू तिला घालून पाडून बोलायला लागली. उणे दुणे काढायला लागली. एवढी मनस्वी असलेली साक्षी हे वागणे पाहून आतल्या आत तुटून गेली. तिच्या आई वडिलांनी तिला कधीच असे वागवले नव्हते. नवरा आईच्या म्हणण्यानुसार वागणारा. तिला आतून एकटेपणा जाणवायला लागला. नवऱ्याची ईच्छा की तिने जॉब नाही करायचा. घरात बसून त्याच्या आईची सेवा आणि स्वयंपाक करायचा. लग्नानंतर 1 वर्षात पाळणा हलला. एक सुंदर 'परी' साक्षी च्या आयुष्यात आली. आपल्या या परीकडे पाहत ती तिचे आयुष्य जगू लागली. तिचे हवे नको ते बघत असताना स्वतःचे दुःख विसरू लागली. पण सासूला वंशाचा दिवा हवा होता. साक्षी एकच मूल म्हणून ठाम होती. आणि तिथून सगळेच बिनसले. दररोज ची भांडणे, घरातले वाद, आरोप प्रत्यारोप! बिचारी छोटीशी 'परी' सगळे गुपचूप पहायची. साक्षीचे बालपण आणि परीचे बालपण यात जमीन अस्मानाचा फरक होता. हळूहळू साक्षी आतून तुटायला लागली होती. घरात मुलगा नाही म्हणून नवरा 'परी' कडे नीट लक्ष देत नव्हता. तो कधीच मुलीला घेऊन बाहेर जात नव्हता. परी ची ही मुस्कटदाबी साक्षी च्या जिव्हारी लागायची. शेवटी तिने जॉब करायचा ठरवले. घरातून भांडून बाहेर पडली. फोर्ट मध्ये एका ऑफिस मध्ये कामाला लागली. जे पैसे मिळायचे त्यातून परी ला हँगिंग गार्डन ला ने, मरीन ड्राईव्ह ला ने, जुहू बीच वर ने, रेस्टॉरंटमध्ये ने, पिक्चर दाखव, खेळणे दे अश्या गोष्टी करायला लागली. सासरच्या दृष्टीने ती उधळपट्टी करणारी आणि न ऐकणारी एक बाई होती.

सगळे दुर्लक्ष करून साक्षी स्वतःच्या मुलीच्या संगोपनासाठी जे जमेल ते करत होती. 10वी मध्ये परी जेव्हा आख्या शाळेत पहिली आली तेव्हा पूर्ण सोसायटी मध्ये हिने जाऊन पेढे वाटले होते. घरात सासू आणि नवरा तर 'ही आणि परी' असे दोन ग्रुप झाले होते. चांगल्या कॉलेज ला ऍडमिशन घेताना हिने आपल्या जवळची पाटली मोडली होती. 'परी' आई पेक्षा ही दिसायला सुंदर. पहिल्या च वर्षी तिला 'कॉलेज क्वीन' म्हणून बक्षीस मिळाले. आज मात्र कॉलेज च्या ग्रुप बरोबर एका हॉटेल मध्ये गेलेली असताना बाबांनी पाहिले. आपली मुलगी मुलांबरोबर पाहून तो जाम भडकला. घरी आल्यावर त्याने परी ला जाम झोडपून काढले होते आणि वाटेल तस्से तिला बोलला होता. साक्षी च्या दृष्टीने हे अक्षम्य होते आणि म्हणून आज तिची सहनशक्ती संपली होती. परी ला खालच्या मजल्यावरील तिच्या मैत्रिणीकडे सोडून आल्यावर तिने दरवाजा लावून उशी ला घट्ट पकडून ती मनसोक्तपणे रडली होती. काही वेळाने तिने रडणे थांबविले. आज तिच्या मनाने नक्की ठरविले होते, काय करायचे हे तिचे पक्के झाले होते.

सकाळ झाल्यावर ऑफिसला न जाता ति डायरेक्ट वकीलाकडे गेली. तिला 'घटस्फोटाची नोटीस' पाठवायची होती.

अंतर्गत सगळ्या बाजू समजून घेतल्यावर तिचे 'जुडीशीअल सेपेरशन' चा विचार पक्का झाला होता. या वातावरणात राहून, कुढत जगून, मन मारून 'परी' ला परत चुकीचा निर्णय घेण्यासाठी ती स्वतःचा संसार थांबवणार होती.

आयुष्यात पुढे एकटे राहावे लागले तरी चालेल पण आपल्या सुखा साठी 'परीचे' आयुष्य ती अजिबात पणाला लावणार नव्हती.

वकिलाच्या ऑफिस मधून निघताना तिच्या झालेल्या या 'निर्णयाने' आज इतक्या वर्षांनी ती मोकळा श्वास घेत होती.

29

केक:-

"ताई आज तरी केक मिळेल का ग आपल्याला?" सुधा ने अगदी काकुळतीला येऊन विचारले.

"कोणी टाकला असेल तर मिळेल" मधु सुद्धा एक सुस्कारा टाकून म्हणाली.

दोघी खूप आशेने कचरा पेटी कडे गेल्या. नुकतीच एक घंटा गाडी कचरा टाकून गेली होती. त्यांनी कचरा उलथापालथा करून बघितला, पण त्यांना काही सापडले नाही. दोघी हिरमुसल्या होऊन तिथून निघाल्या. आज 7 वा दिवस होता त्यांना केक मिळाला नव्हता. त्या दोघी बहिणींना केक अतिशय प्रिय. पण अति गरीब असल्यामुळे केक वगैरे लाड कधीच व्हायचे नाहीत. वडील मजुरी करणारे. जवळच्या रस्त्याचे काम चालले होते. त्याच्यावरती वडील कामाला. आई तर वडिलांनांच मदत करायची. मधु मोठी तिच्या मागे तीन मुलं. खाणारी तोंडे सहा. दररोज साडेतीनशे रुपये मिळायचे त्यावरती सहा जणांचा कसं भागणार? शिक्षण नाही, कपडे नाही. मधू सुधाला घेऊन सकाळीच भीक मागायला बाहेर पडायची. छोट्या मुलींना पाहून बरेच लोकं एक दोन रुपये द्यायचे. सगळे पैसे जवळ ठेऊन मधू संध्याकाळी आई -वडील येण्याच्या आधी जमलेल्या पैशातून काहीतरी थोडाफार खायची सोय करायची. अन्न जमा करताना त्या दोघींना समजले की कचऱ्याच्या पेटीत बरेच लोकं उरलेले अन्न टाकून देतात. त्यातच त्यांना केकचा शोध लागला. एवढी अप्रतिम चव लोक कचऱ्यात टाकून देतात हे पाहून त्यांनाच कळवळायला झाले. यापुढे दररोज कचऱ्यामध्ये केक शोधायचा असं त्यांनी ठरवलं. रोज कुठल्या तरी कुठल्या कचरापेटीत केक मिळेल या आशेने त्या फिरायच्या. कधी मिळायचा तर कधी नाही. आपण कचऱ्यातले उष्टे खरकटे अन्न खातो हे त्यांनी आई बापुसपासून व्यवस्थित लपवून ठेवले होते. त्यांच्या दोन छोट्या भावांना त्या असे उष्टे अन्न अजिबात द्यायच्या नाहीत हे सिक्रेट फक्त त्या दोघींचे होते.

आज सातव्या दिवशी पण केक मिळाला नाही तेव्हा त्या हिरमुसल्या होत्या. असं भटकत भटकत एका केक शॉप च्या समोर आल्या. तिथले आकर्षक केक पाहून दोघींच्या तोंडाला पाणी सुटल. त्यांनी केविलवाण्या नजरेने एकमेकांकडे पाहिले आणि हे आपल्याला

मिळणार नाही अशा विचाराने खिन्न झाल्या. बऱ्याच वेळ थांबून अति जड पावलाने त्या तिथून निघणार तेवढ्यात दुकानाच्या मालकाने त्यांना थांबवले.

"काय ग पोरींनो केक खाणार का?"

मधु ने नाही म्हणून मान डोलावली. सुधा ने सुद्धा तिचे अनुकरण केले. त्याला आश्चर्य वाटले. अंगावरील कपड्यावरून त्या भिकारी दिसत होत्या आणि तरीही केक मिळत असताना त्या नाही का म्हणत असतील असा प्रश्न त्याला पडला. तो म्हणाला , " अग घाबरू नका, पैसे नाही द्यायचे आणि घरी पण सांगू नका, इथेच खा" तरी त्या दोघींचे उत्तर ठाम होते. त्या नाही म्हणाल्या. आता मात्र तो संभ्रमात पडला. या मुली का नाही म्हणत असतील हे काही त्याला कळेना.

"काय नाव तुमचे?"

"मधु आणि सुधा"

"छान नावे आहेत. दोन्ही नावात अगदी साखर आहे जशी या केक मध्ये असते"

"तुम्हाला जो हवा आहे तो केक मला सांगा मि देतो. व्हॅनिला, चॉकलेट, मॅंगो अश्या मस्त मस्त पेस्ट्री आहेत माझ्याकडे. सांगा तुम्हाला कुठली पेस्ट्री हवीय? मला द्यायला आवडेल तुम्हाला.."

"काका, तुम्हाला द्यायला आवडेल पण आम्हाला घ्यायला नाही आवडणार"

"पण का?"

"काका तुम्ही आज एकदा चांगला केक द्याल. त्याची चव आम्ही जो केक खातो त्यापेक्षा वेगळी असेल. उद्या आम्हाला परत हाच केक खायची ईच्छा झाली तर आम्ही केक विकत घेऊ शकणार नाही. जे आम्हाला परवडते तेच आम्हाला आवडते."

"बाळा तुझा बाणेदार पणा आवडला. पण आपण केक रोज कुठं खातो? कधीतरी खातो. त्यावेळी तुम्हाला कोणीतरी भेटेलच माझ्या सारखा" तो हसत म्हणाला.

"काका, उरलेले, टाकलेले आणि वाया जात असणारे अन्न खाणारी माणसे आम्ही.आम्हाला नवे कोरे खाण्याची सवय नाही. त्यात आम्हाला केक ची चव कळली. माझ्या घरात अजून 4 माणसे आहेत त्यांना तर ही चव माहिती पण नसेल. जर आम्ही असा केक खाल्ला तर आम्ही आमच्या घरच्या लोकांवर अन्याय करत आहोत असे नाही होणार का?"

"ते कसे?"

"त्यांना असा केक मिळणार नाही आणि आम्ही फक्त आमच्या साठी स्वार्थी होणे योग्य नाही."

त्या मुलीच्या या अफाट समजूतदार पणाने तो माणूस थक्क झाला. या वयात तिच्याकडे असणारे विकसित विचार त्याला फारच आवडले. तो आत मध्ये गेला एक मोठा केक येऊन बाहेर आला. मधूच्या हातात देऊन म्हणाला " हा केक, आपल्या सगळ्यांसाठी! नाही म्हणू नकोस. आज माझा वाढदिवस आहे, म्हणूनच मी तुम्हाला मगाशी केक देत होतो. आता

माझे ठरलंय की, आजचा हा वाढदिवस मला तुमच्या सगळ्यांबरोबर साजरा करायचा आहे. कराल ना?"

मधु आणि सुधा एकमेकिंकडे पाहत होत्या.

तो पुढे म्हणाला, एक सांगू " केक कितीही मोठा असुदे, पण खरा गोडवा सुधा आणि मधु यामध्येच आहे बरं का!"

त्यावेळेस या दोघींच्या चेहऱ्यावरील निरागस हास्य त्या केक पेक्षा कित्येक पटीने जास्त 'गोड' दिसत होते.

30

कर्माचे फळ:-

"आई, दादाचा व्हिडिओ कॉल आलाय बघ." तनु जोरात म्हणाली. आई धावतपळत तर वडील काठी टेकवत लॅपटॉप पाशी पोचले. व्हिडिओ वर आकाश झळकला. आईच्या डोळ्यात पाणी. बाबा स्थितप्रज्ञ. "कसे आहात आई बाबा ? तनु कॉलेज कसे चालू आहे?" हे काही बोलणार तेवढ्यात त्याला कोणीतरी आवाज दिला. तो म्हणाला, "आई आपण नंतर बोलू. बॉस बोलवत आहे. " व्हिडिओ कट झाला होता. आज जवळजवळ २८ दिवसांनी आकाशचा फोन आलेला. तो २८ सेकंडस पण नाही टिकला. आईच्या डोळयांतून पाणी झिरपले. बाबांनी मुठी आवळल्या आणि चिडून म्हणाले, " याकरिता पाठवले होते का त्याला आपण अमेरिकेला? पूर्ण हातातून गेला मुलगा. हिचे लग्न कसे होणार आता? सगळे पैसे याच्यावर लावले होते ते सगळे वाया गेले" आणि ते उठून त्यांच्या रूम मध्ये गेले. आईने पदराचा बोळा करून तोंडाला लावला. तनु ने आईला सांभाळले आणि तिला पाणी आणून दिले. आकाश हा घरचा मोठा मुलगा. त्याच्यात आणि तनुजा मध्ये ६ वर्षाचे अंतर. पहिल्यापासून आकाश अतिशय हट्टी आणि महत्वाकांक्षी. घरची परिस्थिती एकदम हलाखीची. भाड्याचे घर आणि वडिलांची नोकरी क्लार्क ची... वडील अतिशय इमानेइतबारे नोकरी करायचे. स्वतः काटकसरीने राहून मुलांना जे काही देता येईल ते द्यायचा बाबांचा प्रयत्न असायचा. तनु ला अभ्यास काही विशेष आवडला नाही, ह्याला मात्र पहिल्यापासूनच इंजिनियर व्हायचे होते. बाबांनी एक एक करून पैसे जमवले, ह्याला इंजिनियर केले. पुढे याला अमेरिकेला शिकायला जायचे होते. वडिलांना वाटले कि, अमेरिकेत जाऊन हा जास्त पैसे कमावेल आपली परिस्थिती बदलेल. त्यांनी नोकरीत असताना कर्ज काढले. ह्याला अमेरिकेत पाठवले. पण हा गेला तो गेलाच. जवळ जवळ ६ वर्षे झालेली. ६ वर्षात हा एकदाही आला नाही. नाही म्हणायला सुरुवातीला त्याचा फोन मग व्हिडिओ कॉल यायचा पण नंतर हे पण राहून गेले. महिन्यातून कधीतरी एकदा आता हा कॉल करायचा आणि ते सुद्धा अगदी गडबडीचा. मागच्या वेळेस बाबांनी अगदी तळमळून सांगितले होते, "आकाश घर गळतंय रे. आता इथे राहणे अवघड झाले आहे. गेले ४० वर्षे इथेच राहतोय. नवीन घर घेण्याची

आमची ऐपत नाही पण आता भाड्याचे तरी चांगले घर बघून दे. ...." ह्याने फक्त " बघतो" एवढेच तुटक उत्तर दिले होते. आजच्या कॉल मध्ये काही कळेल असे बाबांना वाटले होते पण काहीच झाले नाही. गेल्या ६ वर्षात आकाश ने अगदी तुटपुंजे पैसे घरी पाठवले होते. त्याचा विशेष काही फायदा होणार नव्हता. बाबांपुढे एक मोठा प्रश्न आ वासून उभा होता. पुढच्या महिन्यात ते रिटायर्ड होणार होते आणि अजून 'तनु' चे लग्न व्हायचे होते. आता पुढे कसे होणार याने बाबा काळजीत होते.

आईची काळजी वेगळी होती. आईला खूप माणसे लागायची. नातेवाईकांचे घरी येणे जाणे हि तिच्या दृष्टीने सगळ्यात महत्वाचे. पण आकाश गेल्यावर 'यांना काही मदत करावी लागली' तर या विचाराने नातेवाईक सुद्धा येणे थांबले होते. आता लग्नाची वेळ आली तर कोणी येतील कि नाही इथपासून सुरुवात होती. या घरात फक्त ३ लोक वावरायचे. एक बोलून शांत होता, एक न बोलता शांत होता आणि तनु काहीच व्यक्त व्हायची नाही.

बाबांचा त्रागा सुरू असायचा, 'देव आहे असे काही वाटत नाही. त्याला सुद्धा दया येत नाही. इतके काबाडकष्ट केले, कुणाला आयुष्यात त्रास दिला नाही, कुणाकडून पैसे घेतले नाहीत. दुनियादारी करण्यात कमी पण पडलो नाही' 'काय उपयोग या सगळ्याचा.... म्हातारपणी हे असे दिवस पहायचे होते तर?

आपलाच सिक्का खोटा निघाला'

'आपले हे असेच चालायचे. जन्मलो तरी आणि मेलो तरी. चांगले दिवस दाखवतो आहेस रे' बाबांचा जीवाचा त्रास खरंच संपत नव्हता!

त्या फोन ला सुद्धा येऊन ५ दिवस झाले होते. "उद्या कॉलेज चे एक फ़ंक्शन आहे आणि तुम्हा दोघांना यायचंच आहे असा हट्ट तनु ने केला. बाबांना गुडघ्याच्या त्रासानें कुठे जायला नको वाटायचे पण तनु च्या त्या दिवशी च्या हट्टा पुढे ते नाही म्हणू शकले नाहीत. आई ने सुद्धा समजावले, "मुलगा विचारत नाही पण मुलगी तर घेऊन जात आज ना!"

बाबा येण्यासाठी तयार झाले. दुसऱ्या दिवशी तनु ने "ओला " बोलावली आणि ते तिघे हि निघाले. ओला तिच्या मॅप प्रमाणे जायला लागली आणि बाबांनी विचारले, 'हा कुठला रस्ता?' तनु म्हणाली," फंक्शन कॉलेज मध्ये नाही आहे." आई बाबा बाहेरचा रस्ता पाहत शांतपणे बसले होते. थोड्या वेळात गाडी एका मोठ्या मॅन्शन पाशी येऊन थांबली. तनु ने आई बाबांना हळूच उतरवून आत चालायला सांगीतले.

त्या भल्या मोठ्या वास्तू कडे ते पहात आत निघाले. ते दोघे हळू हळू आत येत असताना त्यांना पोर्च पाशी उभा "आकाश" दिसला. बाबा चष्मा सावरून नीट पाहात असताना, आई लगबग करून त्याच्याकडे गेली. आपल्या मुलाला दोन्ही हाताने कुरवाळत त्याला घट्ट मिठी मारून रडायला लागली. आकाश ने सुद्धा तिला अगदी शांतपणे रडून दिले. भर ओसरल्यावर तो बाबांच्या पाय पडला. बाबानी त्याच्या पाठीवरून हात फिरवला. आई बाबाना तिथल्या सोफ्यावर बसवून तो त्यांच्या पायापाशी खालती बसला. हाताने त्यांचे पाय दाबत म्हणाला " आई बाबा माफ करा. गेल्या ६ वर्षात एकदाही मी तुम्हाला भेटायला

आलो नाही. तुम्हाला नीट वेळ दिला नाही. फोन वर पण धड बोललो नाही. हे सगळे केवळ याच दिवसासाठी केले......गेल्या ६ वर्षात भरपूर पैसे कमावले पण एकही पैसे चुकीच्या गोष्टी साठी नाही खर्च केला. तिथे इतके वर्षे राहून कुठलेही व्यसन न लावू देता, दिवस रात्र मेहनत केली ते आपले घर होण्यासाठी बाबा.....तुम्हाला वाटले असेल कि मुलगा जाऊन आपल्याला विसरला...त्याच्यासाठी केलेले सगळे पैसे वाया गेले. तो परत येणार नाही.......! पण असे अजिबात नव्हते....तुम्हा दोघांना एक क्षण हि बाजूला न ठेवता तुमचे पुढचे आयुष्य चांगले होण्यासाठी मी झटत होतो. हे घर घेण्यासाठी.....तुमच्यासाठी....आपल्या साठी. आपल्या सगळ्यांसाठी.... अजून एक गोष्ट! या मॅन्शन च्या मागे पण एक जागा घेतली आहे तिथे आपण एक मस्त अपार्टमेंट बांधुयात आणि आई, आपल्या सगळ्या जवळच्या नातेवाईकांना त्यांना राहण्यासाठी तिथे घर देऊयात. तुझी सगळी नाती पूर्ववत करण्याचे काम माझे. तुझे संस्कार मी विसरलो नाही आहे. आता मी सगळे सोडून इथेच बिझनेस करणार आहे ना...."

आईला त्याच्या बोलण्याने 'आनंद' सूपा एवढा झाला!

बाबा तर निःशब्द होते....

तो पूढे म्हणाला, "बाबा इथे निश्चिन्त पणे राहा. काही गळणार नाही. ना पाणी ना पाऊस!.....अख्खे आयुष्य भाड्याच्या घरात राहिलात ना आता अगदी राजा सारखे राहा.' यापुढे तुमच्या सगळ्या काळज्या मी घेतल्या आहेत बरं का..!

आता तुम्ही फक्त 'तनु' च्या लग्नाचे बघा."

आयुष्य भर क्लार्क ची नोकरी केलेल्या बाबांनी 'आकाश' च्या रूपाने फार पूर्वी एक छोटेसे रोपटे त्यांच्या संसाराच्या मार्गावर लावले होते. त्याच रोपट्याचे आज डेरेदार वृक्षात रूपांतर झाले होते. त्यांच्या इमानदारीचे, कर्तव्य पूर्तीचे आणि सर्वात महत्वाचे म्हणजे त्यांनी केलेल्या सगळ्या चांगल्या 'कर्माचे फळ' आज एवढ्या मोठ्या प्रमाणात परत मिळत होते

31

अजरामर:-

त्याचे लहानपणापासून स्वप्न होते की त्याने काहीतरी भव्य दिव्य करावे. पण काय करावे हे त्याला कळायचं नाही. त्याचा बाप गिरणी कामगार आणि आई धुणे भांडे करायची. घरची परिस्थिती फारच हलाखीची. याला एक मोठी बहीण. साधी पण नीटनेटकी. बाप फारच कडक आणि आई अति प्रेमळ. त्यामुळे अक्षय ला दोन्ही टोके अनुभवता यायची. अक्षता ह्याच्या पेक्षा 4 वर्षांनी मोठी म्हणून सगळा समजूतदार पणा तिच्याकडे. अक्षय एकदम व्रात्य. भरपूर खोडकर. बापाचा भरपूर मार खाऊन निगरगट्ट झालेला.

कशाचीच काळजी नसणारा. एकदम बिनधास्त. एकदम बेधडक......आणि एक दिवशी ते झाले.

कामावर असताना छातीत दुखण्याचे कारण झाले. हॉस्पिटलमध्ये नेत असताना अटॅक येऊन त्याचा बापुस गेला. त्या दिवसापासून अक्षय बदलला. त्याचा स्वभाव पूर्णपणे चेंज झाला. बिनधास्तपणा आता जवाबदारीने घेतला.

फक्त सोळा वर्षाचा होता तेव्हा तो. पण त्या क्षणाला त्याने घराची सगळी जवाबदारी आपल्या नाजूक खांदयावर घेतली.

आई पूर्ण हताश झालेली आणि बहीण काय करावे पुढे हे न कळणाऱ्या स्थितीत असताना अक्षय उभा राहिला. सर्वार्थाने! रात्र शाळेत ॲडमिशन घेऊन दिवसा हा एका ऑटोमोबाईल गॅरेजमध्ये कामाला लागला. अफाट मेहनत आणि अपार चिकाटीने तिथल्या कामावर त्याने आपला जम बसवला. मालकाचा विश्वासू पोऱ्या बनायला त्याला 6 महिनेच लागले. गाडीच्या सगळ्या ईन आऊट डिटेल्स घेत तो मास्टर होत गेला. सकाळी गॅरेज आणि रात्री शाळेत असे एक अनोखे व्यक्तिमत्त्व तयार होत होते. आपला मुलगा अगदी थोड्या वेळा करिता घरी असतो हे आईला केव्हाच कळले होते पण ती त्याला काहीच म्हणू शकत नव्हती.

अक्षय च्या पुढे 3 मोठी उद्दिष्टे होती आणि त्यासाठी त्याचे अथक प्रयत्न चालू होते.

3 वर्षांनी त्याने ते गॅरेज सोडले. गाठीशी असलेला अनुभव आणि जबरदस्त ईच्छाशक्तीच्या जोरावर त्याने एका उद्योगपती कडून कर्ज घेतले आणि स्वतःचा रिपेअर

वर्कशॉप टाकला. डोक्यावर बर्फ आणि जिभेवर साखर ठेऊन काम करायला सुरुवात केली. वर्षभरात त्याच्या वर्कशॉप चे नाव पूर्ण शहरात झळकायला लागले. पुढच्या दीड वर्षात तो शहरातील एक प्रस्थापित व्यक्ती बनला होता.

अक्षता आता लग्नाची झाली होती आणि अक्षयने आईला तिच्या लग्नाची तयारी करायला सांगितली. तिच्यासाठी एका चांगल्या इंजिनिअरला शोधून मोठ्या धामधुमीत तिचे लग्न लावून दिले. यावेळेस त्याचे पहिले उद्दिष्ट सफल झाले होते.

त्याला आता भाड्याच्या घरातून स्वतःच्या घरात जायचे होते. आई आताशा घरीच असायची. याची काहीतरी मिळवण्याची पॅशन मात्र दररोज वाढतच जायची. ह्याने शहरातील दुसऱ्या बाजूला अजून एक वर्कशॉप उघडले. आता त्याचे नाव हळूहळू ब्रँड बनला होता. 4 कामगारांपासून सुरू झालेले त्याचे वर्कशॉप आता 40 लोकांच्या रोजगाराचे साधन झालेले होते.

एका वर्षात त्याने एक टुमदार फ्लॅट शहरातील नव्याने होणाऱ्या सोसायटी मध्ये घेतला. स्वतःच्या आईला तिथे घेऊन जाताना त्याला अपूर्व समाधान होत होते कारण त्याचे दुसरे उद्दीष्ट आज पूर्ण होत होते.

सगळे ठीक चालू असताना अचानक आई आजारी पडली. सगळ्या टेस्ट करून योग्य ती औषधे देऊन सुद्धा त्याची आई त्याला सोडून गेली. हा धक्का त्याला पचवणं फार अवघड गेले. त्याची बहीण तिच्या संसारात पूर्णपणे रुळली होती. ती 13 दिवस तिथे थांबली पण नंतर अक्षय एकटाच राहिला. पूर्ण 1 महिना त्याने वेळ स्वतःसाठी घेतला पण नंतर उठला. स्वतःचे 3 रे उद्दिष्ट पूर्ण करण्यासाठी.

सगळ्यात पहिल्यांदा त्याने एक मोकळी जागा विकत घेतली. एका मोठ्या मेडिकल ट्रस्ट ला तो अप्रोच झाला. उत्तम डॉक्टरांशी चर्चा करून तो कामाला लागला. अफाट मेहनत आणि महत्वाकांक्षी विचारावर त्याने भरपूर पैसा मिळवायला सुरुवात केली. जो पैसा यायचा तो तो इथे गुंतवायचा. आणि 2 वर्षांत त्याने त्या जागेवर अद्ययावत सुसज्ज आणि सुपर स्पेशालिटी हॉस्पिटल बनवले. त्याच्या उदघाटनाला शहरातील अनेक मान्यवर लोक आले होते. हॉस्पिटल सुरू करताना त्याने त्याचे 3रे उद्दिष्ट पूर्ण केले होते. ज्यावेळेस हे उद्दिष्ट त्याने ठरवले होते त्यावेळेस फक्त वडिलांच्या नावावर हॉस्पिटल काढायचे होते पण त्यात आईचे नाव पण आता जोडले गेले होते.

एका मेकॅनिक पासून सुरू झालेला त्याचा प्रवास आज त्याला या ठिकाणापर्यंत घेऊन पोचला होता. त्याला लहानपणी जी भव्य दिव्य गोष्ट आयुष्यात करायची होती ती आज त्याने पूर्ण केली होती.

हॉस्पिटल च्या माध्यमातून अक्षय ने कधीही 'न क्षय' होणारे त्याचे आई वडिलांवरील प्रेम व्यक्त केले होते. खरंतर त्याच्या या प्रयत्नाने त्याने त्याच्या आईवडिलांना "अजरामर" केले होते.

32

ऋणानुबंध:-

सीमा आणि मीना दोघी सख्या शेजारी.

एकाच शाळेत, एकाच क्लास ला जाणाऱ्या.

दोघींची सायकल एकाच कंपनीची. कपडे सुद्धा एक सारखेच घालणाऱ्या.

त्यांच्यातील नाते सुद्धा अफलातून होते. प्रत्येक क्षणी एकमेकांना साथ देणाऱ्या. भरपूर मदत करणाऱ्या. सगळ्याच बाबतीत एकमेकां बरोबर सगळे शेयर करणाऱ्या. असंख्य गप्पा मारणाऱ्या! दोघींचे वय एकच होते ना! दोघींच्या घरातील लोकांना सुद्धा त्यांचे जिवाभावाचे प्रेम माहिती होते. मजेत सगळे म्हणायचे, 'आता लग्न करून सुद्धा एकाच घरामध्ये जाऊ नका म्हणजे झाले.' अश्यातच ती गोष्ट घडली.

आज मीना ला बघायला एक मुलगा दूरच्या शहरातून येणार होता. मीना ने सीमा ला आधीच धमकावले होते, 'मला त्या मुलासमोर एक ही क्षण एकटे सोडले तर याद राख' आणि सीमा ने तिचे पूर्णपणे ऐकले होते.

दोघी ही जणी सगळ्या कार्यक्रमात अगदी सहज वावरत

होत्या आणि त्या मुलाने मीना च्या ऐवजी 'सीमा' ला पसंद केले. मुलगा उच्चशिक्षित, उत्तम कंपनीत, गलेलठ्ठ पगाराच्या नोकरीवर. सीमा नाही म्हणत असताना सुद्धा तिच्या आई वडिलांनी तिला या लग्नाला राजी केली. सीमाची लग्नाची ईच्छा अजिबात नव्हती पण घरच्या दबावापुढे तिचे काहीच चालले नाही. या प्रसंगानंतर मीना मात्र थोडीशी तिच्यापासून अलिप्त राहायला लागली. सीमा ला कळत होते की जे चाललंय ते मीना ला आवडत नाही आहे पण ती तिला मनवू शकली नाही.

सीमा चे लग्न थाटामाटात झाले. अख्खे गाव लग्नाला आले पण एवढे सख्खे शेजारी असूनसुद्धा तिच्या लग्नात 'मीना कडचे' कोणीच आले नव्हते.

सीमा सासरी जाताना धाय मोकलून रडली पण मीना काही तिला शेवट पर्यंत भेटली नाही....त्यानंतर त्यांचे नाते तुटले ते तुटलेच.

दोन्ही घरांमधील घरोबा पण संपला होता...

........आज सीमाचा लग्नाचा 3 रा वाढदिवस होता आणि तिचा 9वा महिना पण भरत आला होता. कधी हॉस्पिटलमध्ये जावे लागेल याची कल्पना नव्हती. स्वप्नील जेवढी शक्य होईल तेवढी सीमाची काळजी घेत होता...यांचे वाढदिवसाचे घरीच सेलिब्रेशन चालू असताना सीमाच्या पोटात जोरात दुखायला लागले. स्वप्नीलने अजिबात वाट न पाहता ताबडतोब तिला ॲडमिट केले. पण प्रेग्नन्सी मध्ये अनेक कॉम्प्लिकेएशन्स होते. डॉक्टर अफाट मेहनत घेऊन बाळाला आणि सीमा ला वाचवत होते.

"स्वप्नील मला 'O निगेटिव्ह' रक्त कसेही आणून दे" डॉक्टर त्याला म्हणाले.

"डॉक्टर, मी चार ही ब्लड बँक मध्ये सांगून ठेवले आहे, नातेवाईकांना कळवले आहे, मित्र मैत्रिणींना कळवले आहे पण अजून रक्त नाही मिळत आहे" तो हताश होऊन म्हणाला.

" हरी अप यंग बॉय! डू ईट एनी हाऊ" डॉक्टर काही ऐकण्याच्या परिस्थितीत नव्हते.

तेवढ्यात त्याला मीना दिसली . तिच्या वडिलांना स्ट्रेचर वर घेऊन जातांना ती त्या स्ट्रेचर च्या मागे मागे पळत होती . तिच्या वडिलांना ऑपरेशन थेटरात नेले तेव्हा बाहेरच्या बाकावर ती एकटीच बसून होती. आपण नकार दिलेल्या मुलीला, आपणच जाऊन काही विचारावे हे स्वप्नील ला पटेना .

तो तिच्या समोरून हळूहळू मुद्दामूनच जाऊ लागला . त्याच्या अपेक्षा प्रमाणे मीना ने त्याच्या कडे पाहिले. एक क्षणभर त्याच्याकडे बघत , भुवई उंचवत तिने, 'इथे कसा' असा प्रश्न विचारला?

स्वप्नील ने सर्व परिस्थिती विशद केली. मीना एकदमच शांत झाली. ती काहीच बोलेना हे पाहून पुढे काय करावे हा प्रश्न त्यालाच पडला . तिला सांगून तो रक्त आणण्या साठी निघाला. खरंतर त्याचे मन सैरभैर होते पण रक्त आणणे गरजेचे होते. 4 ही ब्लड बँक मध्ये 'O निगेटिव्ह' साठी वेटिंग होते. त्याचा धीर हळुहळु सुटत होता. तेवढ्यात त्याचा मोबाईल वाजला. डॉक्टरांचा फोन होता.

'माय यंग चॅप, आय मस्ट से सॉरी टू यु!'

डॉक्टरांनी फोनवर सॉरी चा फोन केला म्हणल्यावर स्वप्नील एका क्षणात गर्भ गळीत झाला. त्याच्या हृदयाचे ठोके त्याला स्पष्टपणे ऐकू येत होते.

"मी मगाशी जरा जास्त रुड झालो बोलताना पण पेशंट वाचवायचे टास्क माझयापुढे होते. बट डोन्ट वरी नाऊ, दोघी ही आऊट ऑफ डेंजर आहेत. तुम्ही कुठल्याही ब्लड बँकेत आता जाऊ नका. या इथे पटकन"

आपले हार्ट बिट हळूहळू नॉर्मल होत आहेत याची जाणीव स्वप्नील ला झाली. तो तडक हॉस्पिटलमध्ये पोचला. सीमा अजून बेशुद्धावस्थेत होती. आणि त्याचे लक्ष बाजूच्या बेड वर गेले जिथे 'मीना' होती. क्षणात त्याला कळले की मीना ने स्वतःचे रक्त देऊन त्या दोघांना वाचविले होते. तिचे पाय पकडून हात जोडून रडत स्वप्नील तिच्या समोर उभा राहिला. तिने नकारार्थी मान डोलवत असे करू नका असे सांगितले. त्याने धावतपळत जाऊन तिच्या वडिलांची चौकशी केली. ते ठीक आहेत हे कळल्यावर तिला येऊन सांगितले.

ती अलगद हसली.

तो म्हणाला, "माफ कर मीना मी तुझा अपराधी आहे"

"कसला अपराधी स्वप्नील?"

"तुला त्यावेळेस खूप त्रास झाला असेल ना?"

..............ती काहीच बोलली नाही.

तू आम्हाला जन्माच्या ऋणात ठेवले आहेस 'मीना'. हे ऋण आम्हाला कधीच नाही फेडता येणार.

....

....

"एक गंम्मत सांगू स्वप्नील?"

त्याने नुसतीच मान डोलावली.

" मी आणि सीमा अगदी घट्ट मैत्रीणी होतो. आमच्यात काहीच आडपडदा नसायचा. आम्ही खूप जवळ होतो एकमेकींच्या.

एक घटना घडली आणि ती सुद्धा अनपेक्षित तेव्हा सगळे बदलून गेले.

आमचे आई वडील नेहमीच मजेने म्हणायचे , दोघी एकाच घरात लग्न करून जाऊ नका म्हणजे झाले.

तेव्हा गंमतीने घेणारी गोष्ट आज काही बाबतीत खरी झाली. मी नाही तर माझ्या रक्ताचा अंश आज तुमच्या बाळाला मिळाला आणि मी तुमच्या घराशी खऱ्या अर्थाने बांधली गेले."

स्वप्नील अतिशय प्रसन्न हसला आणि म्हणाला, "देवाजीची पण तीच ईच्छा होती"

लहानपणापासून असलेले 'ऋणानुबंध' हे आजन्म तसेच राहावेत म्हणूनच असे घडले, नाही का?"

बाळ रडायला लागले आणि स्वप्नील तिथे धावला. त्याला अलगद पणे उचलून 'उगी उगी' करत तो मीना कडे घेऊन गेला.

"बघ तुला भेटायला कोण आले आहे? तुझी मावशी! बघ बघ"

बाळ तिच्याकडे टुकू टुकू पाहत असताना मावशी त्याच्याकडे बघून छान हसली.

नुकतीच शुद्धीवर येत असणारी सीमा, पुन्हाने जुळत येणाऱ्या "ऋणानुबंधनाना" 'समाधानी नजरेने डोळ्यात साठवत होती.

33

अरेंज कम लव्ह मॅरेज:-

तिला पहिल्या पासूनच "अरेंज मॅरेज" ह्या शब्दाशीच प्रॉब्लेम होता. शी ! अरेंज मॅरेज कसे काय करतात लोक? ना ओळख ना पाळख. एका अनोळख्याशी काय संसार थाटायचा!

लग्न म्हणजे दोन आत्म्याचे, दोन मनाचे, दोन जीवांचे मिलन. हे काही चहा पोह्यांचे काम नाही.

तिला कॉलेज मध्ये असतांना एक आवडायचा. तिचा तो पहिला क्रश होता. पण तो परजातीय, त्यामुळे घरून परमिशन नक्कीच मिळणार नव्हती. म्हणून तिने तिच्या क्रश ला कॉलेज मधेच तिलांजली दिली होती. त्या नंतर खुप प्रयत्न करून ही तिला हवं तसं कोणीच मिळालं नव्हते. सॉलिड छान दिसायची ती, गोरी पान, नाजूक लांब केसांची .तिच्या मागे बरेच लोक होते,पण हिला कोणीच आवडले नाही आणि आज CA झाल्यानंतर एक वर्षांनी हिमाली चक्क कांदया पोह्यांचा कार्यक्रम करत होती .

छान होता मुलगा, खरंतर बेस्ट होता .नाही म्हणायला काही कारणच नव्हते. पण हिचे घोडे लव्ह मॅरेज पर्यंत अडकलेले.

2 दिवसातच त्याच्या कडून पसंती आल्यावर ती बिथरली. काय करावे हे न कळल्याने, शेवटचा उपाय म्हणून तिने त्याला एकटे कॉफी शॉप मध्ये भेटायला बोलावले.

याला नाही म्हणण्या करिता प्रत्यक्ष भेटून आपण काही असे कारण त्याला सांगू की त्यामुळे तो तिथेच नकार देईल असे विचार करून ती त्याला भेटायला गेली.

दहा मिनिटे ती त्याच्या आधीच तिथे पोहोचली. ती चुळबुळत असतानाच तो तिथे आला. त्याच्या प्रसन्न हसण्या पुढे बळजबरीने ती पण थोडी हसली .

तो बसत असतानाच "माझी आतापर्यंत पाच अफेअर्स झाली आहेत आणि ती सुद्धा सिरीयस" तिने धाडकने बोलून दाखवले .

तो फक्त हसला आणि म्हणाला, "बरं!मग त्याचे काय?"

"तुला सिरीयस चा अर्थ कळतो ना? सी री य स....?"

"हो कळतो ना.... सिरीयस म्हणजे गंभीर" तो मिश्किल हसत म्हणाला.

"ह्याने तुला काही फरक पडेल काय?

"नाही."

"हे पाच ही लोक लग्नानंतर माझ्या कॉन्टॅक्ट मध्ये असेल तरी सुद्धा नाही?"

"नाही बिलकुल नाही"

"त्यांच्या बरोबर मी पाट्र्यांना जाईल, पिकनिक ला जाईल,चालेल तुला?"

"हो चालेल की. मी पण तुमच्या बरोबर आनंदाने जॉईन होईल .

"मला मैत्रिणी पेक्षा मित्रच जास्त आहे."

"गोष्ट आनंदाची आहे, याचा अर्थ माझा मित्र परिवार मोठा होणार आहे.

"मला नाईट पार्टी ची जबरदस्त सवय आहे."

"मी कधी केली नाही आहे,पण तू मला शिकवशील ना काय असते ते."

"मी अधून मधून सिगरेट आणि दारू व्यवस्थित घेत असते."

" घेत जा की. जो पर्यंत व्यसन नाही होत तो पर्यंत काय काळजी?"

मी CA तू MBA कस पटणार आपलं?

" B आणि C मध्ये फरक तो किती?आपण एकत्र असलो तर तो ही फरक राहणार नाही."

"तुझ्यात तो नवरे वाला फील येत नाही आहे."

"अजून झालो नाही ना ग! झाल्या वरती येईल"

"ई...असा कसा नवरा बनणार तू"

"चला म्हणजे मी नवरा बनणार हे नक्की आहे."

"प्लिजच! मी अजून होकार कळवल नाही आहे."

"नकार तरी कधी दिला आहेस!"

"तुला काही पझेसिव्हनेस आहे की नाही?"

"आहे ना, नक्कीच आहे, पण पझेसिव्हनेस म्हणजे मालकी हक्क नाही ना"

त्याचा बोलण्याने ती नरमली. एकदम शांत बसली.

तिचे नजरेतील बदललेला भाव पाहून हेमंत म्हणाला,

"हे बघ हिमाली, ज्या वेळेस आपले लग्न होईल तेव्हा पासून आपले नाते सुरू होईल .ते सुरू होण्याच्या आधी तू कोणा बरोबर काय केलें, कुठे गेली, काय वागलीस हे सगळं मला बदलता पण येणार नाही आणि मला याने फरक ही पडत नाही.

जेव्हा पासून नाते सुरू तेव्हा पासून पझेसिव्ह नेस सुरु होईल ना!" त्याच्या या निराळ्या विचारांना ती मना पासून ऐकत होती.

तो पुढे म्हणाला, "मला माहिती आहे, तुझा अरेंज मॅरेज वर विश्वास नाही. पण जर लव मॅरेज वर आहे तर एवढ्या पाच सिरीयस अफेअर्स नंतर पण तू एकटी कशी ?"

तिने त्याची नजर चुकवली .

तो हसला आणि म्हणाला, "कारण तुझ्या कडे पाहून तू असे काही करशील, ह्याचा वर माझा विश्वास बसणं तरी शक्य नाही."

"सॉरी मी खोटं बोलले . माझे कधी कुठलेच अफेअर्स झाले नाही."

"तुझ्या नजरेतून ते कळते. वेगळे सांगणयाची आवश्यकता नाही.

लव मॅरेज मधे आधी प्रेम होते मग लग्न! तर अरेंज मॅरेज मधे अगदी उलटे . तुला भीती वाटते का,की तू माझ्या वर प्रेम करू शकणार नाहीस?"

"नाही रे, असे काही नाही".

"तू कधी एका कळीला उमलून तिचे एका सुंदर फुलात रूपांतर झालेले पाहिलेस? आपल्या नात्याला सुद्धा आपण लग्नानंतर असेच उलगडत जाऊ या."

त्याच्या एवढ्या स्पष्ट विचाराने ती खरंच भारावून गेली होती.

हेमंत आपल्याला कॉलेज मधे का नाही भेटला ज्याच्यावर प्रेम करून आपल्याला कधीच लग्न करता आले असते, असे विचार तिच्या मनात चमकून गेला.

"आता तुझा लव मॅरेजचं करायचे ठरले असेल तर प्रेम करून बघायचं का आपण ?"

त्याचा प्रश्नाला ती खुदकन हसली आणि मनी मोहरून गेली ....

पण लगेच कस हो म्हणायचं म्हणून 'चार दिवसात विचार करून सांगते' अशी म्हणाली.

घरी जाऊन हेमंत च्या फोटोला तिने नीट निरखून पाहिले, त्याची प्रोफाईल दोन दोनदा वाचून काढली.

तिच्या मनाने तिला पसंतीचा कौलं केव्हाच दिला होता.

चार दिवस पूर्ण पणे विचार करून तिने फायनली वॉट्स अप वरती "रेडी फॉर अरेंज कम लव मॅरेज "असा स्टेटस लावला.

आपला होकार कळवण्या साठी तिने त्या स्टेटस चा स्क्रीन शॉर्ट सगळ्यात पहिल्यांदा हेमंत ला पाठवला.

34

हक्क:-

"सुजीत तुला सांगून ठेवत आहे हां पहिलेच, यात तू डोके खुपसू नकोस"

"का मी बाबांचा मुलगा नाही का?"

"आहेस ना पण मोठ्याचा मान जास्त!"

"कसला मान ? पैसे जास्त हवे आहेत तुला म्हणून तू असे करत आहेस"

"ए चल इथून. जा तुझ्या फ्लॅट वर. परत तोंड दाखवू नकोस"

"पुनीत दादा इतके दिवस तू मोठा आहे म्हणून शांत बसलो पण आता या पुढे नाही.......!"

सुजित निघून जाईस्तोवर आई पदर डोळ्याला लावून बसली होती.

वडील जाऊन ३ दिवस झालेले. त्यांच्या अस्थी विसर्जनाला सुद्धा अजून २४ तास न झालेले आणि दोन्ही मुले प्रॉपर्टी च्या हिस्स्या वरून एकमेकांशी भांडत होती.

आई अतिशय कष्टाने स्वतःच्या दुःखाला आवर घालत होती पण आपल्या दोन्ही मुलांचे हे भांडण आणि लोभीपण पाहून ती अजूनच खचली....

दोन्ही भावंडात कधीच पटले नाही. लग्नानंतर सुजित ने स्वतःचा फ्लॅट घेऊन दुसरीकडे राहायला गेला होता. पुनीत तर कधीच वेगळे राहत होता. दोन्ही भाऊ सगळ्याच बाबतीत वेगळी टोके होती फक्त एकाच बाबतीत ते सारखे होते---'आई वडिलांना बिलकुल किंमत न देणे.' दोघांचं हा गुण इतका कमालीचा सारखा होता कि त्यांच्या दृष्टीने आई वडील हे फक्त " होते" आणि त्यातील ही वडील गेल्यामुळे पण आता फक्त आई राहिली होती.

आज तिसऱ्या दिवशी बाबांनी कमावलेल्या एवढ्या संपत्तीचा मी मोठा असल्यामुळे सगळी संपत्ती मलाच मिळाली पाहिजे असे सुजित ला पुनीत ने ओरडून सांगितले होते. त्यावरून दोघांची जुंपलेली पाहून आई व्यथित झाली होती.

13 व्या दिवशीचे विधी झाल्यावर आईने दोन्ही मुलांना बोलावून घेतले आणि सांगितले, "तुमच्या वडिलांनी मृत्यपत्र केले आहे हे तुम्हाला माहिती आहे का....?"

दोन्ही मुलांना हे माहिती नसल्याने दोघेही चपापले.

आईने दुसऱ्या दिवशी सॉलिसिटर उपाध्यांना बोलावून घेतले. उपाध्यांनी आपली छोटीशी ब्रिफकेस काढली आणि त्यातून एक कागद बाहेर काढून वाचायला सुरुवात केली....

" माझ्या मृत्यूनंतर ह्या मृत्युपत्राचे वाचन 1 वर्षे करायचे नाही. त्या आधी याला जोडलेल्या एका कागदातील अट पूर्ण करणे गरजेचे आहे"

अट ही आहे, 'माझ्या मृत्यूनंतर माझ्या बायकोला 1 वर्ष नीट सांभाळले, तिच्याकडे नीट लक्ष दिले, तिची देखभाल केली, तिला भारत भ्रमण केले आणि या सगळ्यामुळे जर ती आनंदी झाली तर तिच्या मर्जी नुसार 1 वर्षाने हे मृत्यपत्र उघडावे अन्यथा सगळी प्रॉपर्टी ही दिगंबर ट्रस्ट ला देण्यात यावी'

दोन्ही मुलांनी एकमेकांकडे नीट बघितले आणि लगेचच त्यांच्यात बदल घडला.

"आई तू माझ्याकडेच राहा. पुनीत ने असे म्हणल्यावर सुजित धावतपळत आईकडे आला आणि म्हणाला ,"नाही आई इतके दिवस तू माझ्या पासून वेगळे राहिलीस आता तुला माझ्याकडे यावे लागेल"

"आई माझ्या कडे राहील"

"आई माझ्याकडे येईल"

"मोठ्या मुलाकडे"

"नाही , माझ्याकडे"

ते दोघे आपापसात परत भांडत असताना आईने आपला निर्णय सांगितला, "मी एक महिना तुझ्याकडे तर दुसरा महिना पुनीत कडे राहील.

आईच्या या निर्णयानंतर थोडेसे नाखुषीनेच दोन्ही भावांनी हे मान्य केले....

पहिला महिना आई सुजित कडे गेली. नव्याचे नऊ दिवस झाले आणि सुजित ला आपल्या आईला सांभाळणे जड जायला लागले. तिच्या गोळ्या औषधे, डॉक्टर, तिचे भजनी मंडळ या सगळ्याचा त्याला वैताग यायला लागला. कधी एकदा एक महिना होतोय असे त्याला झाले....

एका महिन्यानंतर आई पुनीत कडे गेल्यावर आईबरोबर कधीच राहायची सवय नसल्याने जे स्वातंत्र्य मिळाले होते त्याला बंधने आली. आई सुजित कडेच राहिलेली बरी असे विचार त्याच्या मनात यायला लागले....

आईला हे सगळे कळत होते. आपलीच मुले असून आपल्याला अशी वागणूक मिळते हे पाहून ती आतल्या आत त्रास सहन करत होती. सगळे प्रॉपर्टी साठी चालले आहे कोणालाही आपली गरज नाही हे कळल्यावर त्या माऊली ने मनात काही निर्धार केला......

आणि एके दिवशी आई घरात नव्हती. कुठे गेली आई म्हणून सगळीकडे शोधा शोध झाली. आई दोन्ही घरात नव्हती. इतर ठिकाणी फोन गेले तर आई कुठेच आली नव्हती. शेवटी पोलिसांकडे तक्रार नोंदवली. अथक प्रयत्न करून सुद्धा आई सापडली नाही. 2 ते 3 महिने झाल्यावर तिचा शोध घेणे थंड पडले. ....

आज बाबा जाऊन 1 वर्षे झाले होते आणि आईला घर सोडून जायला जवळजवळ 10 महिने झाले होते आणि अचानक दोन्ही भावांच्या घरात ‘तार’ आली....

बाळांनो 1 वर्षे झालंय. तुम्हाला तुमच्या वडिलांची प्रॉपर्टी हवी असेल तर मला येऊन भेटा मी हरिद्वार ला आहे.

दोन्ही मुले क्षणाचीही वाट न बघता ताबडतोब हरिद्वारला ला निघाले. आई तिथे कशी, कधी पोचली याचा काही विचार न करता सांगितलेल्या पत्त्यावर ते पोचले. तिथे गेल्यावर त्यांना दिसले की त्यांची आई एका आश्रमात अत्यंत समाधानाने सगळ्या लोकांबरोबर राहून आश्रमात आपली सेवा अर्पण करत होती.

ते दोघे तिथे जाऊन म्हणाले, "आई एक वर्ष झाले, मृत्युपत्रा प्रमाणे तू कोणाला सगळी प्रॉपर्टी द्यायचे ठरवले आहे?

आई हसली, म्हणाली चला मृत्यपत्र वाचूयात.

आईने सॉलिसिटर उपाध्यांना हाक मारली. ते तिथे पाहून दोघांनाही आश्चर्य वाटले.

उपाध्यांनी मृत्यू पत्र वाचायला सुरुवात केली.

" एक वर्ष माझ्या मुलांना मी दिले असले तरी माझ्या अपेक्षेप्रमाणे दोन्ही मुलांनी त्यांच्या आईचा म्हणजेच माझया बायकोचा नीट सांभाळ केला नसेल. आत्ता माझी बायको कुठल्या तरी स्वयं सेवी जागेत किंवा एखाद्या आश्रमात असेल आणि जर असे खरंच असेल तर त्या आश्रमाला माझी सगळी संपत्ती द्यावी. जर याहून परिस्थिती वेगळी असेल तर माझी बायको योग्य निर्णय घेईल तीच माझी सुद्धा ईच्छा असेल."

ते मृत्यपत्र वाचन झाल्यावर दोन्ही मुलांनी तिथे आकांडतांडव करायला सुरुवात केली. ‘असे कधी असते का? आमच्या वडिलांच्या संपत्तीत आमचा वाटा आहे. ते सगळे आमचे आहे.’

अशी खूप भांडणे झाल्यावर आईने त्यांना शांत केले.

आई म्हणाली, "मला फक्त एका प्रश्नाचे उत्तर द्या."

"काय?" दोघेही एकदमच म्हणाले.

"जर आई वडिलांच्या प्रॉपर्टी मध्ये हिस्सा हवा असतो तर तो हिस्सा आई वडिलांना तोडून का?

आई वडील जड होतात पण त्यांची संपत्ती नाही. भांडणे त्यांच्याशी होतात व त्यांच्या प्रॉपर्टी बरोबर का नाही?

जिवंत माणूस नको, मेलेला माणूस नको पण कृत्रिम संपत्ती हवी.

का असे?"

दोघेही शांत उभे होते....

"संपत्ती वर त्यांचाच हक्क असतो ज्यांना आई वडील हे जड होत नसतात.".....

"आज या आश्रमाने मला आधार दिला, माझी काळजी घेतली. जे कर्तव्य माझ्या मुलांचे होते ते या आश्रमा द्वारे झाले.

मग या संपत्ती वर खरा हक्क कोणाचा?"

त्या दोघांकडेही याचे काहीच उत्तर नव्हते कारण आई वडीलांबरोबर त्यांनी त्यांचा प्रॉपर्टी मधला स्वतःचा "हक्क" सुद्धा गमावला होता.

35

अनुभव:-

"अनुजा!

अगं ऐ अनु! मी आली आहे बघ"

रिया ने आवाज दिला पण अनु तिला रूम मध्ये नाही दिसली.

रिया शोधत शोधत गेली तर ही

बाल्कनीत एकटी उभी राहून दूरवर त्या समुद्राकडे , क्षितिजाकडे बघत असलेली अनु तिला दिसली .

हळूच अगदी दबक्या पावलांनी ती तिथे पोचली.

जवळपास 10 मिनिटे रिया एकटक तिच्या चेहऱ्याकडे बघत होती , पण तिच्या तिथल्या अस्तित्वाची जाणीव सुद्धा अनु ला नव्हती.

अनु आपल्याच विश्वात रमली होती , थोडे खट्याळ, थोडे गोड हसू तिच्या चेहऱ्यावर विलसत होते. अनुला असे बघुन रिया ला आनंद होत होता आणि त्याहीपेक्षा जास्त आश्चर्य वाटत होतं. खूप दिवसांनी त्या दोघी एकत्र आल्या होत्या. अगदी घट्ट मैत्रीणी होत्या त्या फक्त आपापल्या व्यापात अडकून पडल्याने फोनवरून बोलायच्या.

अनुजा एक हुशार, चंट, खिलाडू मुलगी . तिच्या बोलक्या स्वभावाने सगळ्यांना आप लेसे करणारी. रिया आणि अनुजा शाळेपासूनच्या मैत्रिणी अगदी इत्यंभूत एकमेकींशी बोलणाऱ्या. पण गेली काही वर्षे अनु पार बदलून गेली होती. एकलकोंडी , रागीट आणि चिडचिडी जो तिचा स्वभाव मुळातच नव्हता . कोणाला भेटणं नाही , कुठे जाणे नाही फक्त व्याप निभावायचा इतकेच ती करत होती. मग एके दिवशी अचानक ती नाहीशी झाली . गेले जवळपास चार वर्ष तिचा काही पत्ता नव्हता आणि जशी गेली तसाच अचानक फोन 2 दिवसांपूर्वी फोन करून तिने रिया ला एका बीच रिसॉर्ट ला बोलावले तेही 4 दिवसांची रजा घेऊन ही ताकीद देऊनच. आनंद, काळजी , हुरहूर या सगळ्या भावना एकाच वेळी मनात आल्या आणि लगेच भराभर सगळं आवरून रिया सांगितलेल्या पत्त्यावर पोहोचली. हे सगळं क्षणात मनात येऊन गेलं आणि रिया पुन्हा वास्तवात आली.

" अनु " तिच्या खांद्यावर हात ठेऊन स्वतःचे असणे जाणवून दिले .

"रिया" आनंदाने रिऍक्ट होत अनुने घट्ट मिठी मारली "केव्हा आलीस? मला कळलेच नाही बघ!"

रिया एकदम खळखळून हसत म्हणाली "आत्ता आले"

हातातील बॅग, पर्स खाली टीपॉयवर ठेवत रिया ने स्वतःला सावरले आणि फ्रेश होण्यासाठी गेली.

बाहेर आली तर मस्त गरम वाफाळलेला कॉफी चा मग हातात देत अनु म्हणाली"थँक्स रिया , कुठलाही प्रश्न न विचारता, मी उद्या पोहोचते म्हणालीस आणि आलीस सुद्धा. मला माहित आहे तुझ्या मनात खूप प्रश्न आहेत , सगळं बोलेन, सगळं सांगेन , थोडं रिलॅक्स हो आणि मला ही जुळवून घेऊ दे कसे काय आणि कुठून सुरू करू."

" अनु, प्रवासाचा सगळा क्षीण निघाला , तुला बघून आणि सोबत मस्त कॉफी घेऊन " हसत रिया म्हणाली.

थोड्याच वेळात छान गरम बटाटे वडे , कांदा भजी, व्हेज कटलेट्स आणि ग्रील सँडविच असा हाय टी मेनू वेटर ने आणला . शांतता खुप काही बोलत होती , सोबत छान रोमँटिक गाणी सुरू होती हसत जुन्या शाळेच्या गप्पा रंगात आल्या होत्या.

एक शब्दही रिया तिला काही विचारात नव्हती , फक्त बोलू देत होती.

समुद्र किनारा अगदी जवळ होता. Hi Tea झाल्यावर संध्याकाळी चालत दोघी फिरायला निघाल्या , तो वारा , त्या लाटांचा आवाज छानसा तो संधीप्रकाश जणू मुद्धाम हे सगळं साधले जात होते.

त्या लाटा अंगावर घेत, भिजत ,ओले होत जणू पुन्हा अनु लहान झाली होती .

तिचे अस हे वागणं रिया छान निरखत होती आणि ती म्हणेल त्याला साथ देत होती.

दमून थोड्या वेळाने त्या दोघी वाळूत बसल्या. बाजूला वाळूत हात फिरवत अनु मनाची तयारी करत होती .

" आज जवळपास चार वर्षाने आपण भेटतोय. तूला खूप काही विचारायचं आहे हे मला माहित आहे , मलाही खूप बोलायचं आहे . मी अचानक का गेले? कुठे होते आजवर ? अचानक का तुला फोन केला ? काय केलं चार वर्ष? अनेक प्रश्न भेडसावत असतील तुला, हो ना?"

" अनु , तुझी प्रचंड काळजी वाटत होती. बरं वाटलं खूप काल तुझा आवाज ऐकून . राहिले हे सगळे प्रश्न तर त्याचे उत्तर तू देणार आहेस हे मला माहित आहे. तुला आनंदी बघून खूप बरे वाटतंय ,तुला आज मी पुन्हा लहान झालेलं बघितलं खूप शांत वाटतेय. मी काहीच विचारणार नाहीय . तुला जे बोलायचं , सांगायचं ते तू बोल , मी फक्त ऐकण्याच काम करणार आहे. तू पार कोलमडली होतीस , जगायला धडपड करत होतीस , कोंडली होतीस , या पलीकडे का आणि कसं हे तूच सांगू शकशील."

"रिया , कुठून सुरवात करू कळत नाहीय . तुला आठवत का, आपण कधी बोलायचो की काय हवं आयुष्यात ते?"

"अनु ,मुक्त बागडणारी तू , तुला हवं होतं फक्त मुक्त आयुष्य ज्यात फक्त आणि फक्त प्रेम असावं ."

थोडंस हसत अनु ने सुरवात केली " आणि बघ न काय पुढ्यात आलं ते !

माझं आयुष्य हे फक्त देणं दिल्यासारखं सुरू होते. प्रेम काय ते माहीत झालच नाही कधी. व्याप पुरे करायचे फक्त! काम असो की शरीर असो, का तर बांधले गेलो म्हणून, खूप रडायचे की का हे असे? का यातून सुटका नाही? नको होते मला जगणेच. कोणीतरी फक्त डोक्यावर हात ठेवावा , प्रेमाने बोलावे इतकीच माफक अपेक्षा होती ना! काय चूक होती यात ?"

हलकेच अनुचा हात हातात घेत रिया ने कुरवाळला.

" नोकरी करायचीच होती ,का तर तोच एक मार्ग होता स्वाभिमान जपण्याचा.ते करत होते पण सगळं कृत्रिम वाटत होतं. कंटाळा आला होता सगळ्याचा. नको ऑफिस मधले दुतोंडी लोक नको झाले होते . कोणी नको होते की जे मला ओळखतील वीट आलेला सगळ्याचा , म्हणून एक दिवस केली हिम्मत आणि निघाले नवीन जग शोधायला जिथे मला कोणी ओळखणार नाही आणि काही विचारणार नाही. कुठे जायचे , काय करायचे काहीच मनात नव्हते. होती ती फक्त उद्विग्नता ,संताप आणि एक प्रयत्न करण्याची इच्छा.

जिथे कधी गेले नाही अस ठिकाण शोधून 4 दिवस फक्त शांत व्हायचे हे ठरवून मोबाईल सुद्धा बंद केला का तर कोणी फोन करू नये , काही विचारू नये.

शांत निवांत असे ठिकाण जिथे फक्त निसर्गाची कूस असावी म्हणून नागरहोले नॅशनल पार्क च्या एका रिसॉर्ट चे तिकिटं बुक केलं आणि निघाले.

फक्त झोपावे खूप शांत इतकेच काय ते मनात होते , प्रवास सुरु झाला त्यातही कोणी जास्त सोबत नको म्हणून 1st AC चे तिकीट काढले होते. बाहेर निसर्ग दिसत होता पण मनापर्यंत पोहोचत नव्हता . मजल दरमजल असे करत , कोणाशीही काहीही संवाद नाही , काही खाणे पिणे नाही असा तो प्रवास मी पूर्ण केला. ठरल्याप्रमाणे मला पीक करायला रिसॉर्ट ची गाडी आली होती , त्यामुळे तेही सहज झाले आणि रिसॉर्ट ला पोहचले.

तिथे जात असताना मात्र जे बघत होते , ते सृष्टी सौंदर्य, अफलातून biodivesrsity याने माझे भान पूर्णपणे हरपून गेले बघ . मनातले सगळे सावट जणू धक्का लागल्याप्रमाणे बाजूला होत गेले.

खूप सिम्पल पण खुप छान असे ते ठिकाण होते. छान ती ‘कबिनी’ नदी ,हिरवेगार जंगल , उंच उंच झाडे जणू मी निसर्गाच्या कुशीत शिरले होते.

तिथे पोचल्यावर मस्त गरमागरम कॉफी घेतली, छान फ्रेश झाले, पोर्च मध्ये बसून हलकासा आहार घेतला आणि खूप दिवसांनी कोणतीही गोळी न घेता शांत झोप लागली तेही पोर्च मधल्या सोफ्यावर. कधीतरी झोप लागली आणि मध्येच कोणीतरी वावरतेय अस जाणवलं.

मी डोळे किलकिले करून बघितले तर कोणी एक माणूस माझ्या अंगावर ब्लँकेट टाकत होता.

मी दचकले आणि ओरडले

" कोण तुम्ही ? मला हात लावायची हिम्मत कशी झाली?" या आवेगाने मी रागावून बघितले तर जणू त्याला कळले या अविर्भावात " खूप थंड वाटते इथे रात्री. तुम्ही गेल्या तासभारपासून इथे आहेत , मी बघतोय केव्हाचा . पण इतकी शांत झोप कशी मोडावी म्हणून फक्त ब्लँकेट टाकायला आलो. " चक्क मराठीत बोलला तो.

मी फक्त "ओके" इतकंच बोलले आणि उठून रूम मध्ये जाऊन धाडकन दार लावून घेतले आणि बेड वर झोकून दिले स्वतःला. थकव्यामुळे की मनाच्या शांततेमुळे माहीत नाही पण खूप गाढ झोप लागली त्या दिवशी.

पहाटे जागी झाले ती पक्षांच्या किलबिलाटाने.

उठून छानसा आळस दिला आणि दार उघडले तर तोच व्यक्ती समोर पोर्च मध्ये समोरील झाडाकडे बघत होता. मला खंत वाटली आणि जाणीव झाली की कालचा त्याचा उद्देश वाईट नव्हता. याच विचारात फ्रेश व्हायायला गेले . मस्त गरम पाण्याने चेहरा धुतला , आणि फ्रेश होऊन तशीच नाईट ड्रेस वर रुम च्या बाहेर आले. तिथल्या केअरटेकर ला सांगून कॉफी पोर्च मध्येच मागवली आणि छान निसर्गाचा अनुभव घेत दिवसाची सुरवात केली. कालचा तो व्यक्ती कोण असेल हा विचार सारखा मनात येत होता , तेवढ्यात कसला तरी मोठा आवाज झाला मी दचकून मागे पाहिले तर एक लहान मुलगी घाबरून उभी होती आणि तिच्या बाजूला एक झाडाची मोठी फांदी पडली होती आणि एक माणूस खाली पडला होता.जे कोणी होते ते एकदम धावत गेले " जॉय , हाऊ आर उ माय सन?" म्हणत एक वयस्क त्याला उठवायला बघत होता.

त्याला लागले होते तरी हसत " हे माय ओल्ड मॅन , आय आम गुड " म्हणत उठला.

कपडे झटकले ,वर मान केली तेव्हा लक्षात आले की हा तो कालचाच व्यक्ती ज्याने आज या लहान मुलीला फांदीपासून वाचवले होते.

त्याचे नाव जॉय इतके तर कळले होते.

हसत बाजूने जात असताना "एक्सक्यूज मी , आय आम सॉरी फॉर येस्टरडे अँड थँक्स." मी म्हणाले.

फक्त गोड स्माईल देऊन तो निघून गेला. थोड्या वेळाने मी बाहेर फेरी मारावी म्हणून रूम बंद केली आणि रिसॉर्ट च्या मेन गेट पर्यंत चालत आले आणि तिथून गार्डन एरिया कडे वळाले. छान रंगीबेरंगी फुलझाडे , मुलांचे झोपाळे , उंच उंच झाड आणि कानावर येणार पाण्याचा खळखळाट ,मन प्रसन्न करत होता. मागून 'हाय'असा आवाज आला बघते तर तो जॉय होता.

" काल तू गोड झोपली होतीस , उठवावेसे वाटत नव्हते पण इथली हवा, गारठा सोसणार नाही म्हणून न विचारता तसे केले . नजरेतील राग समजू शकतो कारण एक अनोळखी

एकदम जवळ का आला हा प्रश्न अगदी साहजिक आहे. "

" तुम्हाला मराठी कसे येते आणि मी मराठी हे कसे कळले?"

पुन्हा तेच मिश्किल हसत " अनुजा जोशी , बरोबर ना?"

माझ्या नजरेत खूळ प्रश्न बघून " मी जॉय , म्हणजे आनंद माझे नाव. जन्माने मराठी पण वाढलो इथे त्यामुळे मराठी येते. इथला कारभार जरी दुसरे बघत असले तरी मी या रिसॉर्टचा दत्तकपुत्र आहे. म्हणजे माझे बाबा इथे मॅनेजर होते , एका अपघातात ते गेले आणि त्यांचे मित्र असलेले इथले मालक म्हणजे सकाळचे ते ओल्ड मॅन माझे काका यांनी मला आधार दिला. त्यांना मी आणि मला ते असे आम्ही बांधले गेलो."

पहिल्याच भेटीत खूप मोकळेपणाने तो बोलत होता आणि मला त्याचा तो मोकळेपणा , चांगुलपणा भावत होता.

हसत थोड्या गप्पा झाल्या , तोवर सूर्य छान वर आला होता आणि पोटात कावळे ओरडायला लागले होते. जणू हे त्याला जाणवत होते.

" मला तर खूप भूक लागलीय ,छान गरमगरम इडली सांबार चा वास येतोय मी तर जातोय " म्हणत उठला आणि चालायला पण लागला. नकळत मी पण त्याच्या मागोमाग निघाले.

त्याच्या त्या नि:संकोच वागण्याने , बोलण्याने मलाही मोकळे वाटत होते आणि हसत , दिलखुलास मनाने मी त्याच्या सोबत वेळ घालवत होते. प्रत्येक वेळी त्याचे वागणे कधी मिश्किल पणे , तर कधी अगदी मॅच्युरिटी ने तर कधी मैत्री वजा अधिकार वाणीने तो सगळ्यांशी खूप छान वागत होता . माझ्यासाठी हा खूप नवीन अनुभव होता ज्या मधून शिकायला मिळत होते आणि कुठेतरी जो वेगळेपणा अनुभवण्यासाठी आणि नवीन काही शोधायला बाहेर पडले ते मिळत होते.

नकळत त्याचा सहवास आवडत होता आणि तिथले रम्य वातावरण , साधे सिम्पल आयुष्य हवे हवेसे वाटत होते.

काही दिवसांसाठी आलेली मी आता जवळपास महिना व्हायला आला होता.

आणि एकहि दिवशी मला "काय मग अनुजा मॅडम , कश्या आहेत ? आमच गाव , परिसर , लोक कशी वाटतात?" जॉय मिश्कीलपणे बोलत होता.

" जॉय , खर तर तुम्हाला हे नाव अगदी शोभत. तूम्ही दुसऱ्याला आनंद देता कायम , हसू आणता निर्जीव चेहऱ्यावर . तूम्ही खर तर इथला जीव आहात. परिसर , लोक जागा म्हणले तर हेच मला हवे होते असे वाटते. आयुष्यात कधी काय हवे हे कळले नव्हते पण आता वाटत आहे की कदाचित हेच आणि असेच काही."

"काय म्हणताय मॅडम , चक्क माझी तारीफ!"

"आधी बघा, आपण समवयस्क न ? मला सगळे माझे जवळचे अनु म्हणतात , तुम्ही पण तेच म्हणा . मला आवडेल."

"ओके , मॅडम म्हणजे अनु , थोडा वेळ लागेल पण म्हणतो.

तू पण मला जॉय च म्हण फक्त.

मी हसून मान डोलावली.

पण काय म्हणताय ? सगळं ठीक ना , नाही एक विक म्हणून आलीस आणि आज महिना झाला तरी तुझं बुकिंग सेम आहे."

नकळत त्याने विषयाला हात घातला होता , थोडं ओशाळून " नाही म्हणजे मला कुठे जायचे ते ठरले की जाईन मी. का रे तुला काही प्रॉब्लेम आहे का?"

" अनु असे नाही , तुला योग्य वाटले तर बोल नाहीतर नको. पण मला जितके कळते त्यावरून काहीतरी वेगळे हे मला पहिल्यापासून जाणवते आहे. तू एक चांगली व्यक्ती म्हणून थोडी काळजी वाटत होती म्हणून बोललो . माफ कर जर तुला तुझ्या वैयक्तिक गोष्टीत बोललो असेल तर." आणि हसत तो कोणीतरी हाक मारली त्या दिशेने लगेच गेला.

मी पण पुन्हा माझ्या पूर्व विचारावर आले , मधल्या काळात मी कोणाला आठवले नव्हते आणि फोन म्हणशील तर मी बंदच करून ठेवला होता.

न जाणे का पण जॉय न माझे नकळत छान बॉडिंग जमले होते.

"जॉय " मी हाक मारली तसा तो मागे फिरला " मी बोलू का तुझ्याशी? तुझे काम झाले की मला त्या गार्डन ला भेटशील का?"

"ओके मॅडम" हसत तो गेला.

तासाभराने रूम च्या दारावर नॉक झाले "येऊ का? मी जॉय".

"अरे ये ना. किती वाजले रे?"

"5 वाजत आलेत! एक काम कर ना! तू फ्रेश हो आणि ये बाहेर . मी थांबतो बेंच वर आहे बाहेर , मग छान कॉफी घेत बोलू ,मी तयारी सांगतो तशी."

त्याचे बोलणे आवडले मला , 15 मिनिट मध्ये फ्रेश होऊन छान तयार होऊन मी बाहेर आले तर लॉनवर मस्त कॉफी आणि टोस्ट ब्रेड बटर ची तयारी झाली होती.

हसत त्याने स्वागत केले आणि कॉफी आणि तयार ब्रेड टोस्ट हातात दिले , मस्त ते अनुभवत मी सुरवात केली .

" जॉय ,मी पुण्यात लहानाची मोठी झाले. माझे आयुष्य हे बऱ्यापैकी आनंदात, मोकळे गेले . मी एक स्पोर्ट्स पर्सन होते त्यामुळे इतर मुलींसारखे मला नाही जमले कधी. आयुष्यात जगण्यासाठी आणि आनंदासाठी प्रेम हीच एक भावना गरजेची या विचाराची मी होते. पुढे एक कंपनीमध्ये चांगल्या पोस्ट वर काम पण केले. पण आयुष्यात पुढे जे आले त्याने मी पार खचून गेले. खूप प्रयत्न केला सगळे नीट करण्याचा , सांभाळण्याचा पण नाही रे जमले. जो ही भेटला त्याला फक्त स्वतःचा स्वार्थ हवा होता, आपले असो की परके . शेवटी एक दिवस हिम्मत केली आणि निघाले स्वतःचं जग शोधायला जिथे मी ही मीच असेन आणि स्वार्थी लोक जे माझ्यापासुन लांब असतील. इथे आले पोचले तुला भेटले , इथली लोक बघितली , इथला निसर्ग , जीवन खूप भावले .मला हेच हवे होते का हा प्रश्न मला पडतोय. ज्या पासून पळत होते तेच नेमके आज तू विचारले."

जॉय ने पहिल्यांदा थोडं गंभीरपणे बघितल आणि विचारले , " का सांगितले मला हे सगळे? मी पण तर परका न? "

" असे म्हणू शकतोस , पण तरीही भावला तू ! निर्मळ वाटला मनाचा. जे कोणाशी बोलले नाही ते तुझ्याशी बोलावेसे वाटले. का हे मला ही माहीत नाही . तू काही मार्ग दाखवू शकशील हे वाटले ."

"अनु, तयारी असेल तर तू इथे कायम ही राहू शकतेस. मला ही कंपनी होईल , काम कर , मला ह्या व्यापात जॉईन हो आणि सुरू कर नवीन आयुष्य. तुझं पूर्व आयुष्य काय मला माहित नाही आणि गरज नाही त्याची , एक छान मैत्री झाली आहे आपल्यात बघू आणखी कुठे नेते हे आयुष्य. "

"किती छान आणि पटकन मार्ग दाखवला रे! बोल काय पोझीशन देतो तुझ्या या रिसोर्ट मध्ये , बायोडाटा देऊ का?"हसत म्हणाले.

"हो , तो तर लागेलच ना, त्याशिवाय आम्ही कोणाला जॉब देत नाही! "खट्याळ हसत तो त्याच्या त्या डॅड शी बोलायला गेला.

तोवर मी रूम मध्ये जाऊन माझा लॅपटॉप सुरू करून फॉर्मलिटी पूर्ण केली .

रात्री मस्त सगळ्या स्टाफ सोबत नव्याने ओळख झाली ती माझी तिथली अडमिन इंचार्ज म्हणून.

मोकळ्या मनाने जेवण झाले " थँक्स जॉय माझ्या नव्या आयुष्याच्या सुरवातीसाठी."

"वेलकम माय डिअर फ्रेंड !" असे म्हणत त्याने मला विश्वास दिला.

दुसऱ्या दिवशी पासून नवीन उत्साहात , नव्या दमाने आयुष्य सुरू झाले . हळू हळू तिथंली भाषा कळायला लागली. खूप साधे लोक आहेत ग ते , दोन शब्द प्रेमाने बोलले की ते लगेच आपले समजतात . प्रेमळ, साधे आयुष्य खूप छान सुरु होते.

आयुष्यातील बराच काळ पुढे गेला आणि

एक दिवस अचानक जॉय ने मला माझ्या सोबतीने आयुष्य जगायला आवडेल का असे डायरेक्ट विचारले.

मी त्याला म्हणाले "मी एकटी जगतेय पण नावाचे लेबल माझे नाहीय , दुसऱ्याचे आहे".

त्यावर पुन्हा तेच विचारले आणि म्हणाला "मला तू व्यक्ती म्हणून आवडलीस आणि अनु म्हणूनच तुला विचारतोय. लेबलच महत्वाचे राहिले नावाचे तर त्याने मनात आणि त्यामुळे निर्माण झालेल्या नात्यात फरक पडतो असे मला वाटत नाही."

आज जवळपास दोन वर्ष झालीय आम्ही एकत्र राहातोय. कसलाही स्वार्थ नाही, अवास्तव अपेक्षा नाही. फक्त ओढ एकमेकांच्या सोबतीची आणि जो अनुभव हवा होता तो फक्त प्रेमळ आयुष्याचा जो आज मिळतोय.

आयुष्य असेच पुढे कायम राहावे हीच एक ईच्छा.

प्रतीक्षा म्हणशील तर जॉय च्या म्हणण्याप्रमाणे एक छान से मुल दत्तक घ्यायचे ज्याला खरी प्रेमाची आणि आधाराची आवश्यकता असेल.

जसा त्याला आधार मिळाला तसाच आपण कोणाला द्यावा आणि त्याचे आयुष्य मार्गी लावावे ही त्याची ईच्छा मला मनापासून पूर्ण करायची आहे."

"आयुष्याच्या ह्या सगळ्या उतार चढावामध्ये फक्त तू होतीस की जी सतत आठवणीत होतीस म्हणून तुला एकदा तरी नक्की भेट हा जॉयचा च आग्रह होता.

म्हणून तुला फोन केला, पण फोनवर बोलणे योग्य नव्हते , तू समजून घेशील हा विश्वास होता म्हणून तुला भेटायला बोलावले आणि पुन्हां एकदा लहान झाल्यासारखं काही क्षण उपभोगावे असेही वाटले."

रिया स्तब्ध होऊन थोडी विचारात सगळं ऐकत होती. ज्या अनुला आपण गमावले ती आज पून्हा नव्याने भेटली असेच तिला वाटत होते. " अनु खर तर हे सगळंच थोडं धक्कादायक आहे पण मला हा धक्का सुखद वाटतोय. तुला जो आयुष्याचा 'अनुभव' आला तो खरच खूप सुंदर आहे. उशिरा का नसो तुला तुझा मार्ग मिळाला यातच मला आनंद आहे . मलाही आवडेल तुझ्या जॉय ला भेटायला , जेव्हा कधी तुला योग्य वाटेल मला बोलावं मी नक्की येऊन भेटेन आणि हो मी खूप खुश आहे तुझ्यासाठी. "

छान चांदणं वर आलं होतं चंद्र प्रकाश पसरला होता, दूरवर फक्त अंधार आणि समुद्राच्या लाटांचा आवाज येत होता ती निरव शांतता सुखावत होती .

दोघी मैत्रिणी हळूहळू चालत एकमेकींच्या हात हातात धरून आज खूप वर्षांनी मोकळेपणानं एकत्र आल्या होत्या.

पुढचे 4 दिवस छान छोट्या मोठ्या गोष्टी सांगत, लहान मुलींसारखे बागडत, समुद्राच्या किनाऱ्यावर घोड्यावरून फेरी मारत, संपूर्ण वेळ एकत्र घालवून पुन्हा नक्की भेटण्याचे ठरवून पुन्हा आपल्या मार्गाने निघाल्या. रिया शहराच्या तर अनु तिच्या शांत सरळ प्रेमळ आयुष्याच्या जिथे स्वतःला हरवून जगण्यात तिला तिचा 'आनंद' नव्हे 'जॉय'वाट पहात होता.

रियाला सुद्धा कळले होते की अनु ला तिच्या आयुष्याचा खरा 'अनुभव' तिच्या 'जॉय' मध्ये मिळाला होता!

36

रेशीमगाठी:-

पूजा ची आज सकाळपासून खूप गडबड सुरू होती थोड्याच वेळात ते सर्व प्रवासाला निघणार होती . उद्या सकाळपासून तिच्या मैत्रिणी च्या म्हणजे गौरीच्या घरी तिच्या भावाच्या लग्नाचे प्रोग्रॅम सुरू होणार होते. लग्न म्हणावे तर डेस्टिनशन वेडिंग असे नव्हते तर त्यांच्या गावी जे कर्नाटक गोवा सीमेजवळ होते तिथे छान साग्रसंगीत पद्धतीने होणार होते.

गावात तर पूजा ला फारसा रस नव्हता , तिच्या मते गाव म्हणजे गावंढळ पणा! तिथली लोक त्यांचे राहणीमान कसे हे सगळे गावठी होते पण गौरी ही तीची खूप जवळची मैत्रीण असल्यामुळे ती या सगळ्यात सामील झाली होती.

छान 4 दिवस वेगवेगळे कार्यक्रम होणार होते आणि मग पाचव्या दिवशी लग्न असा सगळा फंक्शन चा आराखडा होता. त्या बेताने पूजा ने ट्रॅडिशनलस , काही पार्टी वेयरस आणि काही कॅज्युएलस असे ड्रेस घेतले होते.गव्हाळ वर्ण , धारदार नाक आणि बोलके डोळे यामुळे चारचौघात उठून दिसेल असेच पूजा चे रूप होते आणि सोबतीला बांध्याला साजेशी उंची.

दुपारी सुरू झालेला प्रवास तसा तिला थोडा रटाळ वाटला पण जसजशी संध्याकाळ होत होती आणि ज्या परिसरात तिचा प्रवेश होत होता ते बघून ती स्तब्ध होत होती आणि हरखून गेली होती. शहरातील गोंगाटासून दूर , निसर्ग , हिरवळ , नजर जाईल तोपर्यंत पसरलेली शेती , नद्या ,डोंगर सगळे तिचे लक्ष वेधून घेत होते. साधारण 7 च्या सुमारास ते गावच्या स्थळी पोहचले पण आता तिला कसलाही थकवा जाणवत नव्हता की कंटाळा. कसलीशी हुरहूर जाणवत होती आणि नकळत उत्साह संचारला होता. आनंदही वाटत होता. जशी त्यांची कार गावाच्या वेशीत आली तसे काही लोक स्वागतासाठी उभे होते , त्यामध्ये एक हसरा चेहरा तिला दिसला. तिच्याच वयाचा पण काहीतरी नक्की वेगळे त्याच्यात तिला जाणवले. फारसा विचार करायला वेळ नव्हता आणि तिला गरज पण नाही वाटली.

सगळे मुक्कामाच्या ठिकाणी पोहोचले , जुन्या पद्धतीचा लाकडी बांधकामाचा वाडा होता तो , तिथेही तिला त्या व्यक्तीचा अगदी सहज वावर जाणवत होता. सगळ्यांशी बोलत , तिथली व्यवस्था सांगत, नकळत त्याचे लक्ष आपल्याकडे जाते आहे हे तिने हेरले होते.

अगदी आपलेपणाने तो सगळ्यांची चौकशी करत होता , मदत करत होता.

"पूजा , हा बघ माझा मंदार दादा." गौरी ने ओळख करून देण्यासाठी हाक मारली.

वळून बघते तर हा तोच व्यक्ती जो डोळ्यांनी हसत तिच्याकडे पाहत होता.

" हॅलो , मी पूजा " इतकेच ती बोलली .

" हॅलो मी मंदार , काही लागले तर नक्की सांगा , नाही म्हणजे तुम्हाला गावातील राहणीमान आणि वावराची सवय नसते म्हणून सांगतोय." इतकेच पण लाघवी बोलून तो पुढे गेला.

त्याच्या बोलण्यात गर्क झाल्यासारखे वाटून ती तशीच उभी होती तेवढ्यात "अग पूजा ,चल तुला आपली रूम दाखवते बघ कशी मस्त आहे " असे म्हणत गौरी ने बॅग उचलली आणि पूजा तिच्या पाठोपाठ मूर्तीवत चालत होती पण डोळ्यासमोरून तो हसरा चेहरा जात नव्हता.

" गौरी हा तुझा कोणता नवीन दादा ? मला कसे नाही माहीत?" पूजा आपल्याच नादात विचारत होती.

"अग, बाबांच्या मित्राचा मुलगा आहे आणि आपल्या दादाच्या बरोबरीचा. दोघे एकदम घट्ट मित्र बरं का! मी पण बरेच महिन्यांनी भेटले आज त्याला. " गौरी म्हणाली.

थोडी फ्रेश होऊन , कपडे बदलून ती खाली आली तर, घरच्या जेवणाचा छानसा बेत होता सोबत तिचा आवडीचा कर्ड राईस . हलके फुलके जेवण झाले . जवळपास सगळ्या वयोगटातील लोकांचे ग्रुप तयार झाले होते त्याप्रमाणे गप्पा सुरु होत्या. मंदार आपल्याच नादात जवाबदारी पेलत काय हवे नको ते सगळे बघत होता , दुरून कोणीतरी आपल्याकडे बघतय याचे त्याला भान नव्हते आणि कोणीतरी त्याच्याकडे नकळत वारंवार बघताय हे गौरी च्या मात्र लक्षात येत होते.

" छान आहे ना गाव आमचे " गौरी तिची तंद्री भंग करत म्हणाली "अं...हो ना" म्हणत पूजा ओशाळली , तशी गौरी मोठ्याने हसत चोरी पकडतेय असे दर्शवत होती.

"मुलींनो, उद्या सकाळी लवकर उठून आवरून यायचे आहे खाली, त्यामुळे वर जा आता आणि लवकर झोपा" काकू म्हणाल्या तश्या दोघी उठल्या आणि आपल्या खोलीत गेल्या. गौरी ने पहाटे 5.30 चा गजर लावला आणि पटकन झोपली पण पूजा ला आज झोप येत नव्हती. का हे कळत नव्हते. काय होतंय नक्की याचा विचार करत तिला कधीतरी झोप लागली मात्र कसलासा आवाज झाल्याने सकाळी लवकर जाग

आली . रूम मधून बाहेर गॅलरीत येऊन बघते तर खाली गडबड सुरू होती . गरम पाण्यासाठी मोठमोठे बंब लावले होते , कोणी त्यातून पाणी नेत होते तर कोणी ते पुन्हा भरत होते . तिला हे सगळं नविन होते ,कधीतरी आजीने सांगितले आणि चित्रात पाहिले होते म्हणून याला बंब म्हणतात इतके माहीत होते.

तशीच उभी राहून ती सगळी गडबड बघत होती , तेवढ्यात कोणीतरी बुलेट गाडी घेऊन त्यावर बरेच सामान आणताना तिने पाहिले. गाडी गॅलरी खाली थांबली तेव्हा दिसले तर तो

दुसरा कोणी नाही मंदारच होता.त्याचे लक्ष वर गेले तशी ती थोडी मागे झाली आणि हलकेच खाली डोकावून पाहिले तर तो मिश्किल हसत होता. आता थोडे उजेडायला लागले होते. स्वच्छ ताजी हवा , हलकेच दिसणारे सूर्यकिरण पाहून आज तिला वेगळीच अनुभूती होत होती. खूप प्रसन्न वाटत होते. दूरवर दिसणारी हिरवीगार शेतजमीन जणू आपण दुसऱ्या विश्वात आलोय असेच पूजा भासवत होती.

" कधी उठलीस गं आणि हे काय कसली गोड हसतेय? क्या बात है मॅडम?" गौरी म्हणाली.

" नवीन अनुभव घेतेय , नवीन जग वाटतंय जे मी पहिल्यांदा बघतेय . किती स्वच्छ सुंदर वातावरण आहे गं , काही गोंगाट नाही गर्दी नाही . मस्त एकदम फ्रेश वाटत आहे "

" आपल्याच नादात बोलते आहेस की माझ्याशी ?"

"अगं, तुझ्याशीच बोलत आहे"

"मॅडम तुम्ही तर यायला तयार नव्हतात! ये तो सुरवात है, आगे आगे देखो क्या होता है.

आता तुला कळेल मी का सारखी यायची इथे ते आणि मी गावाला जाते म्हणाले की तू वैतागायची. बर चल आवर पटकन . आपल्याला प्रोग्रॅम अटेंड करायचा आहे."

थोड्या वेळाने ट्रॅडिशनल गेट अप करून दोघीही खाली आल्या. पूजा ने छान गुलाबी रंगाचा अनारकली ड्रेस घातला होता त्यावर साधा मोत्याचा सर आणि तसेच कानातले आणि अगदी हलकासा मेकअप.

मस्त गरम कॉफी प्यायला मिळाली ,तोवर काय ते विधी सुरू झाले होते.

पूजा चे मन त्या विधी मध्ये लागतच नव्हते, नजर काहीतरी शोधत होती.

तिची चलबिचल गौरी मार्क करत होती. थोड्या वेळाने एक कार आली आणि त्यातून एक स्त्री, एक पुरुष, एक तिच्या वयाची मुलगी उतरली आणि ड्राइवर च्या तिथून मंदार बाहेर आला.

पांढऱ्या शुभ्र कुडता पायजमा घातला होता , त्यात त्याचे गौरवर्ण खूप उठून दिसत होता.

त्याला बघताच जणू काही एक लहर आपल्यातून उठली अशी जाणीव पूजा ला झाली आणि ती शहारली. नकळत तिचा चेहरा खुलला आणि तिने हात दाखवून त्याला ‘हाय’ केले.

तोही तिला तसा रिप्लाय देत , हसत घरात गेला तशी ती खट्टू झाली . हलकेच तिला ढुशा देत कोपऱ्याने गौरी ने खुणावले आणि डोळा मारत काहीतरी चिडवले, पूजा एकदम लाजली. "काय मग पूजा, काय विचार आहे? ईतका वेळ मंदार चीच वाट बघत होतीस का?" गौरी तिला डिवचत होती.

" गप गं , काय तुझं !मी तर निरीक्षण करतेय इथलं सगळं." पूजा विषय बदलत म्हणाली.

थोड्या वेळाने मंदार बाहेर आला आणि बाईक घेऊन जायच्या बेतात होता "अरे मंदार दादा , कुठे निघालास?" गौरीने विचारले.

" अगं थोडं काम होते , जरा जाऊन येतोय बाजूच्या गावातून थोडं राहिलाय ते आणायचं आहे. का ग?"

" अरे एक कर नां ! ही पूजा बघ खूप बोअर होतेय , जा हिला घेऊन . आपलं गाव दाखव फिरवून आण .नेशील का?"

हे ऐकून खुश झालेला चेहरा पूजाला बिलकूल लपवता नाही आला पण उगाच लटक्या रागाने ती गौरी ला म्हणाली" अगं काय हे ? मी ओळखत नाही त्याला आणि तू डायरेक्ट मला ने म्हणून सांगते आहेस. मला ऑकवर्ड वाटतंय."

" ते दिसतंय चेहऱ्यावर ,आणि ओळख करून घ्यायलाच पाठवते आहे." तिची चेष्टा करत गौरी म्हणाली.

इकडे मंदार पण मनात खुश होत लगेच तयार झाला. दोघे निघाले " किती वेळ लागेल आपल्याला यायला?" पूजा म्हणाली. बसताना थोडी अवघडत होती.

" 2 तास तरी लागतील तिथे जाऊन यायला आणि थोडा वेळ वस्तू घ्यायला. तू नीट तुला योग्य वाटेल तशी बस ."

आतापर्यंत मंदार ला ती गावातील असाच एक समजत होती पण त्याचे बोलणे, सांगणे ऐकून तिला तो सुशिक्षित वाटत होता.

" तुम्ही काय करता इथे गावात ? म्हणजे व्यवसाय?" पूजा म्हणाली.

" आधी तर तुम्ही पेक्षा मला तू म्हणलेले जास्ती योग्य वाटेल. गावात म्हणशील तर आमची 20 एकर जमीन आहे ,त्याची देखरेख आणि त्याच्या रिलेटेड नवीन व्यवसाय करण्याचा माझा मानस आहे."

" तुमचे म्हणजे तुझे शिक्षण इथेच झाले का?" कुतूहलाने पूजा बोलत होती.

" माझं शालेय शिक्षण इथे जवळ गावात झाले , पण नंतर मी कॉलेज शिक्षण बेळगाव मध्ये झाले. मी MSC ॲग्री केले, त्यासोबत नवीन तंत्रज्ञान शिक्षणासाठी 2 वर्षे जर्मनी ला होतो पण मला नाही तिथे करमले म्हणून परत आलो. सुरवातीला म्हैसूर ला एक कंपनी मध्ये जॉब केला 1 वर्ष, पण मन हे गावाकडे धावते . शेवटी ठरवले की जे करायचे ते इथेच राहून."

हे ऐकत तिला खूप आश्चर्य वाटत होते. तिला तो सामान्य शिक्षण घेऊन काहीतरी करत असेल असे वाटत होते पण त्याचे शिक्षण परदेशी सुद्धा झाले आणि तरी तो गावात याचे नवल वाटत होते.

एक ओढ तिला जाणवत होती, नकळत त्याच्या कडे आपण खेचले जात आहोत हे जाणवत होते. त्याचप्रमाणे काहीसं मंदार ला पण वाटत होते.त्याला तर ती बघता क्षणी आवडली होती.

"तुझ्याबद्दल काय?"

भानावर येत ती म्हणाली " मी पूजा सबनीस. माझं कॉम्प्युटर इंजिनीरिंग झाले आहे. मला नवीन तंत्रज्ञान यात खूप इंटरेस्ट आहे. मी गावातील जीवन पहिल्यांदा अनुभवते आहे.

माझ्या अपेक्षेपेक्षा खूप वेगळे आहे हे सगळे."

इतके बोलणे होईस्तोवर, इकडेच तिकडचे बोलून ते परत आले. पण रस्ता संपूच नये आणि असेच बोलत असावे हे दोघेही मनात म्हणत होते. खरंतर भेट होऊन काही तास झाले होते पण ओढ जणू वर्षोनुवर्षे ची होती .

"काय मग , कशी झाली खरेदी ?" तिला खुणावत ती मंदार ला म्हणाली. तो पण मिश्किल हसत " एकदम झकास" म्हणत तो आत गेला . गौरी च्या खोड्या दोघांनाही कळत होत्या.

जरी ते दोघे सगळ्यामध्ये होते तरी एकमेकांना शोधत होते अशीच त्यांची अवस्था होती, चोरून बघणे लक्षात आले की ओशाळणे सुरू होते आणि त्यावर गौरी वॉच ठेऊन होती.

दिवसाची सांगता झाली . गौरी आणि मंदार काहीतरी बोलत होते हे पूजा वरून गॅलरी मधून बघत होती आणि मध्येच वर बघून ते आपल्याबद्दल बोलत आहेत का असेच तिला वाटत होते.

" काय बोलत होतात माझ्याविषयी?"

" हो गं,तू तर महाराणीच ना, की तुझ्याबद्दल च बोलू" तिला चिडवत गौरी म्हणाली.

पूजा नुसतीच हसली.

"आवडला का गं तुला मंदार? खर सांगायचं तर खूप छान आहे तो. मनमिळाऊ , केयरिंग आणि सगळ्यात महत्वाचे म्हणजे पक्का भारतीय. तो कधीच गाव , राज्य आणि देश सोडून जाणार नाही. नीट विचार कर. मला काय आनंदच होईल तुझ्यासाठी."

हे ऐकून चोरी पकडल्यासारखी पूजा लाजली.

"आवडणे आणि आयुष्य घालवणे यात फरक आहे गं. मला तो आवडला की फक्त ओढ वाटते ते कळू दे. मला त्याला जाणू दे आणि त्याला मला. गावात राहणे कसे ते मला समजू दे . तू आहेसच तर मला ते समजेल यासाठी मदत करु शकतेस ना?" पूजा ने अगदी स्पष्ट व्यक्त केले.

गौरी ने तिला घट्ट मिठी मारत " मी आहे तुझ्यासोबत ,उद्या बघाच काय करते ते म्हणाली."

रात्री बराच वेळ पूजा तशीच उभी होती , नक्की काय होतंय , योग्य की नाही याचा विचार करत. असे काही घडेल, आपण गावात येऊ , मंदार नावाचे कोणी भेटेल सगळं कसं अचानक ठरल्यासारखं घडत होतं. शेवटी जे होईल ते बघू आणि योग्य निर्णय घेऊ असा विश्वास ठेवून ती पण झोपायला गेली.

पुन्हा कालच्या सारखीच रमणीय सकाळ अनुभवत तिच्या दिवसाची सुरुवात झाली. सगळं आवरून दोघी 9 पर्यंत खाली आल्या. मंदार आलाच होता आणि कधी एकदा या खाली येतात याचीच जणू वाट बघत होता.

" गुडमॉर्निंग" दोघींनाही म्हणत त्याने कॉफी चे मग दिले. तेवढ्यात गौरी आईशी बोलायला गेली " मग कसे वाटतंय आमचं गाव?" मंदार सूचक काही विचारत होता.

" गाव छान आहे , लोक कसे आहे ते कळतील " तिने पण तसाच रिप्लाय दिला आणि तो छान हसला.

" क्या खिचडी पक रही है?" म्हणत गौरी जॉईन झाली आणि दुपारच्या वेळेत काही कार्यक्रम नसताना, मंदार चे शेत बघायला जायचा प्लॅन नक्की झाला.

तिघेही कार ने त्यांच्या शेताकडे निघाले , शेतात अगदी मधोमध फार्म हाऊस असावा असे मंदार चे घर होते. अगदी सुस्थितीतले हे घर बाहेरून बघून सुद्धा लक्षात येत होतं. छानसे दुमजली, त्यात अत्यानुधिक सगळ्या सुविधा तरी पण बाहेरून काही जुन्या पद्धती जपल्या होत्या. विस्तृत अंगण, पोर्च, झोपाळा आणि नक्षीदार लाकडी इंटेरिअर होत. पूजा पार हरखून गेली होती त्यात त्याच्या घरच्यांचं अगदी त्याच्याच सारखे मनमोकळं वागणं , स्वागत करणे, आपलंसं वागणं तिला आणखी भारावून टाकत होत आणि नकळत ती अजून मंदारच्या कडे ओढली जात होती.

" जा रे तुम्ही दोघे , दादा शेत दाखव न तिला, तोपर्यंत मी काकू शी गप्पा मारते" म्हणत गौरी ने त्यांना खुणावले आणि पिटाळले जेणेकरून ते एकमेकांशी बोलू शकतील अनि जाणू शकतील.

" चल पूजा " म्हणत मंदार तिला शेताकडे घेऊन गेला. तो तिला माहिती देत होता , तंत्रज्ञान सांगत होता जे सगळं तिला नवीन होते. त्याची सोबत हवीहवीशी वाटत होती आणि तो ही उत्साहाने सगळं बोलत होता. एकमेकांशी आवडी निवडी शेयर होत होत्या, गप्पा रंगत होत्या. आपण एकमेकांना आवडतो आहे हे दोघांनाही जाणवत होते.

असेच एकमेकांच्या सोबतीने भेटीगाठीने 4 दिवस कुठे गेले हे तिला कळले पण नाही......

आणि आज लग्नाचा दिवस होता. गौरी आणि पूजा आज छान नटून थटून तयार झाल्या होत्या.

जिन्यावरून येणाऱ्या पूजा कडे मंदार बघतच राहीला. सी ब्लु रंगाची छान जॉर्जेट ची साडी नेसलेली , त्यावर मोकळ्या केसांची हेअर स्टाईल ,चकाकणारे खड्याचे नाजूक दागिने तिने घातले होते. समोर मंदार ला बघून ती पण लाजली.. तितक्यात मंदार च्या समोर टाळी वाजली आणि तो भानावर आला. गौरी मोठ्याने हसत होती आणि आपण आज पूर्ण सापडलो या जाणिवेने मंदार एकदम केसात हात घालून , तिरके बघत तिथून मागे वळला.

मंदार ला पण आकाशी रंगाच्या शेरवानी सारख्या ड्रेस मध्ये बघून पूजा पण हरखून गेली होती. लग्न समारंभ सुरू होता पण 2 दिवसात जायचे या विचाराने ती व्याकुळ होत होती. मध्येच मंदार मुद्दाम काही निमित्त काढून येत होता , बोलत होता आणि नजरानजर होत होती.

" पूजा, मला वाटत की एकदा बोला तुम्ही. जर दोघांनाही एकमेकांबद्दल सारखेच वाटत असेल तर हे नक्की कसे जमेल याचा विचार करा आणि मगच ठरवा. तो गाव सोडणार नाही आणि तू शहरात वाढलेली , मग नीट विचार कर ."

याच विचारात पूजा गर्क होती आणि थोड्याच वेळात" पूजा मला बोलायचे आहे तुझ्याशी ! आपण बाहेर जाऊ यात का?" मंदार तिला म्हणाला.

" मी थोडं कम्फर्टेबल होऊन येऊ का , मग जाऊ. अवघडल्यासारखं होतंय.".

त्याने हो म्हणताच ती लगेच रूम वर गेली ,जीन्स आणि छानसा टॉप घालून ती खाली आली. त्या ड्रेस मध्येही ती खूप आकर्षक दिसत होती.

गौरी शी बोलून दोघेही बाहेर पडले , गावाबाहेर असलेल्या नदीकाठी मंदार ने गाडी थांबवली . छानशी जागा बघून दोघेही तिथे बसले.

" पूजा ,मला वाटते, मला तू आवडायला लागली आहेस. पहिल्या नजरेतील प्रेम वगैरे म्हणतात ते असेल पण बघताक्षणी तुझ्याबद्दल काहीसं वेगळं फीलिंग आले. तुझी सोबत हवीहवीशी वाटते , खूप ओढ वाटते तुझी. तुला माझ्याबद्दल काय वाटतं?"

" मंदार खर सांगायचं तर मलाही तुझ्याबद्दल खूप ओढ वाटते आहे. 2 दिवसांनी जायचं आणि तू भेटणार नाही या विचाराने मन चलबिचल होतंय. मला तुझ्यासोबत राहावे असच वाटतंय. मला वाटतंय की मी सुदधा तुझ्या प्रेमात पडली आहे" हे बोलताना पूजा चे गाल पूर्ण आरक्त झाले होते. तिची नजर नकळत खाली जमिनीवर गेली आणि लाजेने ती पार चूर चुर झाली.

तिला असे बघून मंदार ला पण आभाळ ठेंगणे वाटत होते , हलकेच तिचा हात हातात घेत त्याने तिची मान हाताने वर केली. काही क्षण ती दोघे फक्त एकमेकांच्या नजरेत बघत होती आणि एकमेकांच्या मिठीत ते कधी सामावले हे त्यांना पण नाही कळले.

असाच काही वेळ गेला, " पूजा मी इथेच गावात नवीन तंत्रज्ञानाने काहीतरी करायचे आणि पुढे जायचे हाच माझा विचार आहे. तू इंजिनिअरिंग केले आहेस , तुझी पण स्वप्न असतील त्याबद्दल विचार केला आहेत का?"

" मंदार खूप कमी दिवसात आपण जवळ आलो आहोत , पण हे बंध जणू विधिलिखित आहेत. आपली भेट हे पण वरूनच लिहिलेले . मी नीट विचार केलाय , माझे शिक्षण याचा उपयोग आपण इथे आपल्यासाठी आणि इतर लोकांसाठी पण करू शकते. माझ्या आईवडिलांना आश्चर्य वाटेल पण माझी खात्री आहे की मी त्यांना नक्की समजावू शकेन.

माझी पूर्ण तयारी आहे तुला कायम सोबत करण्याची आणि इथे राहण्याची."

थोडा वेळ आणखी काही बोलून ती दोघे परतीच्या मार्गी असतानाच गौरी चा फोन आला काय ते विचारायला.जुजबी बोलणे झाले , तशी तिला कल्पना होतीच .

घरी पोचले तर " अभिनंदन" म्हणत ओरडत गौरी धावत आली आणि तिने दोघांनाही मिठी मारली. एव्हाना ही बातमी तिने आई वडिलांना आणि मंदार च्या घरच्यांना सांगून दिली होती त्यामुळे त्यांचे स्वागतच तसे झाले.

आता मात्र 2 दिवसांनी जायचे पण परत लगेच आणि लवकर यायचे या विचारांनी पूजा आनंदित झाली होती आणि तसे तिने घरीही सांगितले.

निघायच्या दिवशी एकांतात " आय लव्ह यु " म्हणत दोघांनीही एकमेकांना घट्ट मिठी मारून एकमेकांचा निरोप घेतला.

घरा बाहेर मंदार, पूजा ला सोडायला आला तर, गौरी ने ऑलरेडी त्याची बॅग त्याच्या कार मध्ये ठेवली होती. ती बघून " अग हे काय करतेय गौरी" म्हणत तो आश्चर्य चकित होऊन बघत होता.

" अरे दादा, असा कसा रे तू लगेच बाय करतोय. तू आमच्या सोबत येतो आहेस काही दिवस."

आनंदाचा धक्का बसलेली पूजा कृतार्थ नजरेने गौरी कडे बघत होती आणि गौरी हलकेच डोळा मारून " चल" म्हणत गाडीत बसली.

त्यांच्या मागून मंदार आणि पूजा गाडीत आपल्या भावी जीवनाचे स्वप्न रंगवत आणि देवाचे आभार मानत मार्गस्थ झाले.

गाव न आवडणारी पूजा आज त्याच गावाला आपलं कर्मस्थान आणि आयुष्य मानून तिथेच कायमस्वरूपी राहण्यासाठीच पुन्हा परत येण्यासाठी निघाली होती.

आणि ती येणारच होती कारण तिच्या जीवनातील सगळ्यात सुंदर अशी ‘रेशीमगाठ’ या गावात 'मंदार रूपाने बांधली गेली होती!

37

लेबल:-

"आज मैं उपर , आसमां नीचे , आज मैं आगे, जमाना है पिछे। " आनंदात बेधुंद होत मोठ्याने गाणे म्हणत सोनाक्षी आज वावरत होती. खूप खुश दिसत होती ती आज!

कोणी परक्यानेही बघितले असते तर नक्कीच आज ही मुलगी आनंदात आहे हे तो म्हणला असता.

छानसा पिच रंगाचा तिचा आवडता वनपीस घालून, थोडासा मेकअप करून ती कुठेतरी निघाली होती आणि काहीतरी नक्कीच वेगळे आहे ,ती खूप आनंदात आहे हे बघणाऱ्याला कळत होते.

"आई मी बाहेर जाते आहे , मला वेळ होईल . मी तुला फोन करेन " म्हणत ती तिच्या ऍक्टिव्हा ची किल्ली घेऊन निघाली .

" सोनाक्षी, अग कुठे निघाली आहेस? मी तुला अडवत नाहीय पण निदान सांग तरी!"

गोड हसत आणि काही न सांगता, तशीच ती गडबडीने निघाली. आज कुठे जातेय , कोणाला भेटतेय हे तिने काहीच सांगितले नव्हते कारण नंतर तिला सगळ्यांना सरप्राईज द्यायचे होते. मुख्य म्हणजे आईला!

खूप प्रेमाने, कष्ट घेऊन आईने तिला मोठे केले होते. त्यांचं नाते हे आई मुलीपेक्षा मैत्री असेच जास्ती होते.

वडीलांबद्दल ते हयात नाहीत एवढेच तिला माहीत होते , यापलीकडे तिला कधी विचारावेसे वाटले नाही आणि आईने सांगितले पण नाही. एक ट्रॅव्हल कंपनी मध्ये आई जॉब करत होती. सिंगल परेंट अशीच तिची ओळख होती. आईने पण खूप छान संगोपन केले होते आणि संस्कार सुद्धा जे विचारात होते तेच वागण्यात होते.

सोनाक्षी जिथे पोचली ते अगदी आधुनिक असे ऑफिस होते , तिथे फ्रंट ला जी बाई होती तिला परिचय देऊन आणि येण्याचे करण सांगून ती सोफ्या वर येऊन बसली. 15 मिनिटे झाली आणि त्या लेडी ने तिला केबिनमध्ये जायला सांगितले.

'अभिमन्यू कारखानीस' नावाची पाटी तिने पहिली आणि आत्मविश्वासाने

"सर , आत येऊ का?" केबिनचे दार नॉक करत तिने विचारले.

"येस , कम इन. "

आत साधारण पंचेचाळीस वय असेल असा एक व्यक्ती तिला दिसला. शांत पण करारी अशी त्यांची मुद्रा तिला भासली. विलक्षण तेज चेहऱ्यावर होते आणि ते निर्विवाद हॅंडसम होते.

ती आत आली तसे " बस " असे शब्द तिने ऐकले. खुर्ची वर बसून थोडी रिलॅक्स झाली .

"मिस ?"

"सोनाक्षी कुलकर्णी. "

" बोला मिस सोनाक्षी ."

" सर , मी सायन्स ग्रॅज्युअट आहे. शिक्षण गरजेचे म्हणून पूर्ण केले पण मला खरा इंटरेस्ट आहे तो कलेमधे. मला पेंटींग जमते , शिक्षण घेतले असे नाही पण मला गाणं म्हणता येते आणि सगळ्यात प्रभुत्व म्हणाल तर माझ्या बोलण्यावर मला वाटते. मला मराठी , हिंदी , इंग्रजी आणि गुजराथी या चार भाषा येतात."

ते व्यक्ती खुप बारकाईने ऐकत पण होते आणि निरीक्षण पण करत होते ,जणू मनाचा ठाव घेत होते आणि त्यांची स्वच्छ पण भेदक नजर खूप काही बोलत होती.

" मिस सोनाक्षी, तुम्ही ऑडिशन दिले आहे का कधी?"

" खर सांगायचं तर नाही सर ! हा माझा पहिलाच प्रयत्न आहे. "

"तुम्ही बायोडाटा आणला आहे का?"

पर्स मधून तिने बायोडाटा काढला आणि त्यांच्या समोर ठेवला. त्यांनी हातात घेऊन एक नजर फिरवली आणि तिच्याकडे पाहिले.

" यात 5.3‘ उंची, रंग,डोळे याचे स्पेसिफिकेशन का मांडलेत?" त्यांनी एकदम विचारले.

"सर आजकाल कलेपेक्षा ह्या बाह्य गोष्टी जास्त बघतात असे मला माझ्या मैत्रीणिने सांगितले , फॉर्मल म्हणून मी ते मांडलेत."

तिच्या स्पष्ट पण मोकळ्या बोलण्याने त्यांच्या चेहऱ्यावर एक स्माईल आले आणि पुढे "ठीक आहे , मला याची गरज भासत नाही उद्या सकाळी 10 ला ऑडिशन ला या."

ऐकून थोडी आनंदली आणि गडबडली पण , त्यांच्या हे लक्षात आले " अगदी नॉर्मल आहे हे , फक्त उभे राहायचे आणि मनापासून म्हणून दाखवायचं बस!"

थोडा धीर वाटलं तिला " थँक्स सर !" म्हणून ती बाहेर पडली.

तिथून बाहेर निघून सरळ गणपतीच्या देवळात गेली , बाप्पाला मनापासून नमस्कार करून "यश दे" अशी प्रार्थना केली आणि थोडा वेळ बसली. नंतर थेट घरी गेली तेव्हा आई तर ऑफिस मध्यें गेली होती. फ्रेश झाली आईने तिच्या आवडीचे थालीपीठ केले होते ते मायक्रोवेव्ह मध्ये गरम केले आणि TV बघत जेवण आटोपले.

उद्या आपले पाहिले ऑडिशन आहे या विचारात त्या तयारीला लागली. तिच्या आवडीची गाणी हेड फोन लावून ऐकली आणि काही व्हिडिओ बघितले. तोपर्यंत 5 वाजले होते, आईच्या

यायची वेळ झाली होती.

आईला आवडतो तसा छान आले घालून चहा करायची तयारी केली आणि डिश मध्ये बिस्किटे काढून ठेवली. थोड्याच वेळात दाराची बेल वाजली ," आई" म्हणत दारातच आईच्या गळ्यात पडली. आईला थोडे नवल वाटले पण तसे न दाखवता " अगं आत तर येऊ दे" म्हणत पर्स बाजूला ठेऊन सोफ्यावर बसली.

आत जाऊन फ्रेश होऊन येईस्तोवर मस्त चहा चा कप आणि बिस्किटे समोर आली.

" काहींतरी विशेष आहे आज!" दोघींनीही चहा घेतला आणि थोड्या इकडल्या तिकडच्या गप्पा झाल्या.

" बोल , कुठे गेली होतीस सकाळी इतक्या घाईने ? सगळं ठीक आहे ना?"

"आई रागावू नकोस पण मी तुला न सांगता एक म्युझिक कंपनी मध्ये गेले होते. मला जॉब नाही करायचा , मला माझं करीयर आवडीच्या क्षेत्रात करायचे आहे . एकदा प्रयत्न करू देना "

"सोनू, मी कायम तुझ्या सोबत आहे . मनापासून प्रयत्न कर , पण हो जपून हां! प्रत्येक क्षेत्रात चांगले आणि वाईट असे दोन्ही असते."

"थँक्स आई" म्हणत सोनाक्षीने आईला घट्ट मिठी मारून अनुभव कसा आला हे सांगत होती "अभिमन्यू कारखानीस , नाव बघ कस वजनदार वाटते ना . मला ते हुशार , चाणाक्ष आणि खूप चांगले वाटले. पहिल्याच भेटीत एक आदर वाटला बघ मला त्यांच्या बद्दल. उद्याचा दिवस माझी खरी परीक्षा आहे."

" मनापासून प्रयत्न कर , मी आणि तुझा बाप्पा तुझ्या पाठिशी आहोत." म्हणत आई उठली आणि संध्याकाळच्या तयारीला लागली.

कस होईल, काय होईल , मिळालेला चान्स याचा आनंद अश्या सगळ्या एकत्र भावना यांचा विचार करत तिची उरलेली संध्याकाळ गेली. रात्री जेवण करून जरा लवकरच झोपली.

सकाळी लवकर जाग आली तशी रूम बाहेर आली तर आईची नेहमीप्रमाणे कामाची गडबड सुरू होती . ती फ्रेश होईपर्यंत आईने चहा तयार ठेवला आणि स्वतःचा डबा भरून बाकी तयारीला लागली.

" देवाला नमस्कार कर , ऑल द बेस्ट " म्हणत तिची एक पापी घेऊन आई कामावर गेली.

स्वतःचे नीटसे आवरून , छानसा गेट अप करून ती वेळेच्या 15 मिनिटे आधीच तिथे पोहचली. पहाते तर कारखानीस सर तिच्या आधीच तिथे हजर होते, तिला खूप नवल वाटले आणि रिस्पेक्ट पण की हे किती डेडिकेटेड आहेत. जसजसा वेळ जात होता ती थोडी नर्व्हस होत होती. तिला अनिरुद्ध सरांनी केबिन मध्ये बोलावले "मग मिस सोनाक्षी तयार ना? "

"हो सर !" असे थोडे बिचकत म्हणाली खरी पण टेन्शन चेहऱ्यावर दिसत होते. " रिलॅक्स , डोळे बंद कर आणि तुला मनापासून जे आवडते ते गाणं तू म्हण. कोण ऐकतंय, बोलतंय, बघतंय याचा विचार करू नकोस"

"थँक्स " म्हणून ती ऑडिशन रूम ला गेली. तिथे लिस्ट चेक केली तर तिच्या आवडीचे एक गाणे होतेच, ते म्हणू का असे तिने विचारले तर समोरून हो ऐकून ती खुश झाली.

देवाचे स्मरण करून तिने डोळे बंद करून बिट्स कॅच करत सुरु केले आणि खरंच कोणताही विचार तिच्या मनात आला नाही . आपल्याच नादात ती गात होती , एकदम म्युझिक थांबले तशी ती भानावर आली. ऑडिशन रूम बाहेर येऊन बसली , काय होईल , कसे झाल-असेल असे ना ना विचार मनात येत होते. साधारण अर्ध्या तासानंतर तिला बोलावणे आले . जाऊन बघते तर कानाला हेड फोन लावून अभिमन्यूसर काहीतरी ऐकत होते आणि थोड्या वेळाने ते स्वतः गाऊ लागले. बिना म्युझिक चे त्यांचे ते गाणं तिला खूप भावलं. त्यांचा आवाज खूप छान होता. ती तशीच थांबली... काही वेळाने ते गायचे थांबले आणि समोर सोनाक्षीला बघून थोडे चकित झाले.

" तुम्ही कधी आलात ? "

" सर, सॉरी पण मला बोलावले असा निरोप मिळाला म्हणून मी आत आले. तुमचं गाणं मी ऐकलं,खूप छान गाता तुम्ही आणि आवाज खूप छान आहे तुमचा."

हलकीशी स्माईल देत " सोनाक्षी तुम्ही पण छान गायलात, त्याबद्दल तुम्ही शिक्षण नाही घेतले हे खरे वाटत नाही. थोडं काही आत्मसात केले आणखी आपल्याला पुढे जायला हरकत नाही. शिकायची तयारी आहे का?"

"हो सर ,मी नक्की शिकेन!"

"ठीक आहे, उद्यापासून तुमचं ट्रेनिग सुरू करू. त्यात जर तुम्ही योग्य करू शकला तर पुढे नक्की चान्स देता येईल मात्र यासाठी माझे नियम मात्र पाळावे लागतील."

त्यांच्याशी बोलून तिने त्यांचे नियम, त्यां ची काम करण्याची पद्धत समजून घेतली .

दुसऱ्या दिवशीपासून तिचे ट्रेनिग सुरू झाले. सर स्वतः हे सगळं घेतात हे बघून तिला नवल वाटले. रोज नवीन काही शिकायचे त्याची प्रॅक्टिस करायची यात एक दिवस कसूर झालेली त्यांना चालायचे नाही. त्यांच डेडिकेटेड असणे, कडक असणे, खूप भावत होत तिला. त्यांचा तो आपलेपणा, परफेक्शन, समजावण्याची पद्धत आणि घेत असलेली मेहनत बघून तिला अभिमन्यू कारखानीस हे व्यक्तिमत्त्व खूप आदरणीय वाटत होते .

असा जवळजवळ 6 महिन्याचा काळ गेला. त्यांच्या वागण्याबद्दल ती खूप सहज पणे समजून घेत होती आणि तेही तिच्यासोबत बरेच फ्रेंडली वागत असत. नकळत थोडी जवळीक निर्माण झाली होती, एक दिवस ती म्हणाली " सर, एक विचारू का तुम्हाला?"

" बोल ना " .

"तुमचा स्वतःच आवाज इतका छान आहे , तुम्ही इतके शिकले आहेत याबद्दल मग तुम्ही का नाही पुढे गेलात यात?"

तिचा प्रश्न ऐकून ते थोडे स्तब्ध झाले आणि म्हणाले,

" मी आणि माझी त्यावेळची परिस्थिती खूप वेगळी होती. मला हे हवे होते पण काही कारणांमुळे शक्य झाले नाही , त्यामुळे जिथे मला टॅलेंट वाटतो तिथे मदत करावी हे मी ध्येय

बाळगले. पैसा भरपूर आहे माझ्याकडे पण तरी कुठे तरी काही तरी कमी वाटते." नकळत बोलून गेल्यावर ते एकदम ठाम5ले आणि पटकन उठून गेले.

ती पण आपल्या विचारात हे असे का बोलले , काय कमी असेल या नादात घरी आली .

आईला आता हे नवीन नव्हते , सोनाक्षी मध्ये बदल होतोय हे त्या अचूक हेरत होत्या पण ती आता मोठी झाली आणि तिला योग्य वाटेल तेव्हा बोलेल म्हणून गप्प राहिली.

सोनाक्षीच्या मनात अभिमन्यू सरांबद्दल आदर तर होताच पण आता कुतूहल निर्माण झाले होते. त्यांनी सांगावे त्यांच्याबद्दल माहीत करावे असे तिला वाटायला लागले होते. त्यांची सोबत हवी, ते भेटावे याकडे तिचा कल वाढला होता . त्यांच्या नकळत ती कायम त्याच प्रयत्नात असे. त्यांचे व्यक्तिमत्व , समजूतदारपणा , चांगुलपणा तिला हवाहवासा वाटत होता.

आता तिचे ट्रेनिग संपायला आलं होते, आपण इथे येऊ की नाही , भेटु की नाही असे विचार तिला अस्वस्थ करायला लागले होते.

एक दिवस " सर , मला तुमच्याशी बोलायचे आहे तुम्हांला वेळ आहे का?"

" बोल ना " म्हणत ते पुन्हा काहीतरी ऐकत गुंतले.

ते अगदी सहज म्हणाले होते कदाचित तिच्या वागण्याची त्यांना कल्पना सुद्धा नव्हती.

" सर , योग्य की नाही ते मला माहित नाही पण मला वाटतंय मी तुमच्या मध्ये गुंतत चालली आहे . तुम्ही माझ्याशी खूप छान वागता, बोलता तुम्हाला माझ्याबद्दल काय वाटते?"

हे ऐकून ते एकदम चपापले. " सोनाक्षी तुला काय माहीत आहे माझ्याबद्दल? तू एक छान, निरागस आणि हुशार मुलगी आहेस. तुला तुझं भवितव्य घडवायचं आहे. या नादात तू स्वतःला गमावशील."

"सर सांगा ना मला तुमच्याबद्दल."

"मला नसते हट्ट नकोत सोनाक्षी, चल मला एक मीटिंग आहे." असे म्हणत ते सरळ बाहेर पडले. काय झाले एकदम हे तिला कळले नाही पण त्यांच्यामागे ती बाहेर पडली आणि सरळ घरी आली.

तिचा पडलेला चेहरा बघून आईने तिला जवळ बसवले आणि विचारले " काय झाले? आजकाल तू नादात असतेस. सगळं ठीक आहे ना?"

ती एकदम रडायला लागली आणि काय घडले, काय बोलणे झाले ते तिने आईला सांगितले.

आई म्हणाली " सोनाक्षी, आज मला तुला काही सांगायचे आहे. तू कधी बोलली नाही आणि मी सांगितले नाही पण तुझे बाबा हे आजही जिवंत आहेत. माझं सुदधा लव्ह मॅरेज झालं हो ते. आई वडिलांच्या मनाविरुद्ध मी पळून जाऊन लग्न केलं. पण जेव्हा काही दिवसात प्रेमा चा ढोल फुटला तेव्हा कळलं की काय घोडचूक केली होती मी आयुष्यात. तुझा बाबा आणि त्याची कायमची प्रेम प्रकर णे, व्यसनी असणे, सारखी दारू पिणे, सिगारेट

ओढणे मला असह्य झा ले होते. लग्न केलं होतं मी, म्हणून सहन करत होते. पण जेव्हा तू काही महिन्यांची असताना तो तुझ्या जीवावर उठला तेव्हा मात्र मी ठाम निर्णय घेऊन शहर सोडलं आणि इथे आले. माझ्या मैत्रिणीच्या आणि तिच्या नवऱ्याच्या मदतीने आयुष्यात उभी राहिले . आता ती दोघे परदेशात आहेत पण ते होते म्हणून आज आपण आहोत."

सोनाक्षी हे ऐकून सुन्न झाली, काही न विचारता आईच्या मांडीवर डोकं ठेऊन शांत पडून राहिली.

त्या दिवसानंतर ती एकदम शांत झाली , अभिमन्यू सर असो की कोणीही ती कामापूरती बोलत असे आणि ते आटोपले की घरी निघून येई. तिच्यासारख्या गोड मुलीचे हे असे झालेले पाहून सर सुदधा विचार करायचे. तिला या ना प्रकारे हसवणे, बोलणे, गुंतवणे हे त्यांनी करून पाहिले पण सगळे प्रयत्न फोल ठरत होते.

एकदा ते स्वतः तिला घेऊन लंच ला आले आणि म्हणाले " सोनाक्षी, तुझ्यातला हा बदल योग्य नाहीय. तू उद्याची कलाकार आहे. पुढल्या आठवड्यात तुला एक संधी मिळाली आहे त्याच तू सोने कर. तू नावाप्रमाणे आहेस तशीच खूप छान राहा."

"मग सर तरी तुम्ही का काही सांगत नाही मला. काहीतरी नक्की आहे हे मला जाणवत पण ते काय हे तुम्ही सांगावं असे वाटते. "

"सोनाक्षी मी एक लग्न झालेला पण एकटा असलेला व्यक्ती आहे. माझं आयुष्य खूप विचित्र आहे.

मी माझ्या बायकोवर खूप प्रेम केले पण ती दुसऱ्या कुणाचा हात पकडून निघून गेली. तिच्या या अश्या वागण्याने माझ्या आयुष्यात कोणतेही प्रेमाचे नाते येत नाही मी येऊ पण देऊ शकत नाही कारण मला त्याला नावच देता येणार नाही. मला तुझे आयुष्य खराब करायचा अधिकार नाही. तू तुझ्या आयुष्यात यश मिळावे आणि आनंदाने राहावे. माझ्या बेस्ट विशेष कायम तुझ्या सोबात आहेत. जगात कोणताही नाते असो त्याला समाजात नाव लागते आणि ते मी देऊ शकणार नाही."

तिने आपल्या आई आणि बाबांबद्दल त्यांना सगळं सांगितले. " सर मला वाटते की भावना ही जास्त महत्वाची आणि मोठी असते. कोण काय म्हणेल , कोण काय विचार करेल यापेक्षा आपल्याला काय वाटते हे जास्त महत्वाचं. जग हे नावे ठेवते. चांगलं करा किंवा वाईट आणि खरंतर त्यांचा काहीच सहभाग नसतो. आईने लग्न केले म्हणून सहन केले का तर तिला ती तिची गरज वाटली माझ्या साठी नाव द्यायला. पण जेव्हा तिने शहर सोडले आणि इथे आली, पायावर उभी राहिली तेव्हा जगाचा काही संबंध आला का?

माझे म्हणालं तर, मला व्यक्ती , त्यांच्यावरचे प्रेम आणि विश्वास महत्वाचा वाटतो. ते असेल तर कुठेही कोणाशीही टक्कर देत येईल पण फक्त ते नाव द्यावं, किंवा ते एक लेबल लावावं म्हणून आयुष्यातील सुख गमवावे हे मला मान्य नाही.

आज तुम्हाला जर माझ्याबद्दल काही वाटत असेल तर ते महत्वाचे आहे मला बाकी काही नाही. माझं मत हे स्पष्ट आहे आणि ठाम सुद्धा! तुम्ही नीट विचार करा मला तुम्ही

महत्वाचे आहात बाकी सगळ्या गोष्टी दुय्यम आहेत. माझी आई म्हणाल तर माझा आनंद या पलीकडे तिचे जग नाही. ती मला समजून घेईन तिला तुमच्याकडून माझ्याबद्दल मिळालेला विश्वास हा सगळ्यात महत्त्वाचं ठरेल."

तिचे स्पष्ट बोलणे, मत व्यक्त करणे ऐकून अभिमन्यू सर स्तब्ध झाले. जर मी मनाने प्रामाणिक राहणार असेल तर नात्याचे 'लेबल' महत्वाचे की त्याचे प्रेम ज्याने आयुष्य निभावून जाते हा विचार त्यांच्याही मनात डोकावून गेला.

"यावर पुन्हा विचार कर " म्हणून ते गप्प झाले.

"सर ,मी उद्या तुमची घरी 11 वाजता वाट बघेन. आई ला उद्या सुटी आहे , जर माझे बोलणे पटत असेल तर आणि माझ्याबद्दल च्या भावना खऱ्या वाटत असेल तर नक्की या." म्हणून ती बाय म्हणून तिथून निघाली. तिच्या पाठमोऱ्या आकृतीकडे ते आश्चर्याने बघत राहिले.

दुसऱ्या दिवशी सकाळी 11 ला सोनाक्षी च्या घराची बेल वाजली , तिच्या आईने हसतमुखाने स्वागत केलं तसे अभिमन्यू सर आत आले. ते काही बोलणार त्याच्या आतच त्या म्हणाल्या "माझा माझ्या मुलीवर आणि तिच्या विचारांवर पूर्ण विश्वास आहे. तुम्ही येणार की नाही याची खात्री नव्हती पण आलात यावरून तुम्हाला माझ्या मुलीबद्दल वाटणारे प्रेम मला महत्वाचं वाटते. ती आनंदात असावी हे माझे स्वप्न आणि ध्येयं आहे. तुम्ही तिला कायम आनंदात ठेवाल एवढेच मला फक्त वचन द्या इतकीच माझी माफक अपेक्षा आहे."

तिच्या आईचे हे एकदम असे बोलणे अभिमन्यू ला अपेक्षित नव्हते, त्यांचे बोलणे सुरु असेपर्यंत सोनाक्षी बाहेर आली नाही. तिच्या आईला खात्री वाटल्यानंतर त्यांनी हाक दिली तशी साडी नेसून तयार असलेली सोनाक्षी हसतमुखाने बाहेर आली.

आपल्या मनाशी आणि प्रेमाची प्रामाणिक असलेल्या सोनाक्षी ने आयुष्याच्या नात्या चे 'लेबल' नावाचं खूळ बाजूला सारून नवीन आयुष्याकडे वाटचाल सुरु केली आणि तिला तशीच प्रेमळ साथ देण्याचे वचन देऊन अभिमन्यू ने तिच्या करीयर मध्ये तिला साथ दिली.

त्यांचे आयुष्य पुढे चालत राहिले पण कुठल्याही फॉर्मल गोष्टीची त्यांना कधीच गरज भासली नाही कारण जगातील सगळ्यात श्रेष्ठ अशी भावना जिला 'प्रेम' असे म्हणतात ती त्यांच्या मनात, आचरणात होती आणि ते टिकवण्यासाठी त्यांना कुठल्याही 'लेबल' ची आवश्यकता भासणार नव्हती!

38

वळण:-

निशांत एक अति श्रीमंत घरातील मुलगा. मध्यम उंचीचा, गौर वर्ण, बोलके डोळे आणि बोलघेवडा स्वभाव. घरात कायम सुखवस्तू पाहिल्याने कशाची किंमत अशी राहिली नव्हती. पैसे हवे तसे मिळत होते त्यामुळे टोळकं जमवून उडाणटप्पू पण करायचा असे आयुष्य. फिरायला जाणे, मुली फिरवणे, डिस्को ला जाणे, खाणे पिणे बस्स. शिक्षण म्हणाल तर घरचेच कॉलेज मग काय कोण विचारणार. जा नाहीतर नका जाऊ पास मात्र दरवर्षी होणार!

अतिशय चाणाक्ष बुद्धीचा हा मुलगा आई वडिलांच्या अति लाडाने वाया जातोय असे कायम त्याच्या आजीला वाटत असे. आजीने आपले आयुष्य कष्टाने,स्वाभिमानाने जगले होते त्यामुळे तिला हे अजिबात पटत नव्हते पण काही करू शकत नव्हती आणि घरातल्यांना म्हणाला तर पैशाचा माज आल्याने तिला कोणी फारसं मनावर घेत नव्हतं. तिला कायम वाटे की निशांत मनाचा वाईट नाही, त्याची संगत जर चांगली झाली तर तो खूप काही करू शकेल.

निशांत ला आजीचं फार वेडं होते कारण त्याच्याकडे लक्ष द्यायला आईला वेळ नव्हता आणि बाबा राजकारणात अडकलेले. थोडं मोठं होईस्तोवर तो आजीचं पूर्णपणे ऐकत असे पण जसा मित्रमंडळी चा वेळ वाढला तसे आयुष्य बदलत गेले. मग त्याला वाटे की आजी जुन्या विचारांची तिला काय आणि कशी लाईफ जगायची कुठे कळते? आणि मित्र मंडळीला हा पैसे खर्च करतो

म्ह णल्यावर काय फरक पडणार. त्याची वरवर करायची, त्याला चढवायचे आणि आपल्या मनासारखे करायचे हे त्याच्या मित्रांचे मुख्य काम. कधीतरी त्याच्या हे लक्षात येई पण दुर्लक्ष करून तो पुन्हा तेच करायचा जसे त्याचे मित्र म्हणतील.

" आज खूप छान दिवस आहे निशु, तुझा वाढदिवस आहे! आज माझ्याकडून तुला एक गिफ्ट आहे बघ तुला आवडते का?" आजीने तिच्या पिशवीमधून एक फाईल काढली आणि त्याच्या हातात दिली. ते वाचून आणि पाहून निशांत ला आनंद पण झाला आणि आश्चर्य सुध्दा कारण ते पेपर साधे नव्हते तर आजीच्या नावावरील गावाकडील 100 एकर

शेतजमीन आणि गावातील त्यांचा मोठा वाडा याचे होते.

आजी त्याचे हावभाव टिपत होती. शेवटचा पेपर बघताच मात्र त्याची नजर स्थिर झाली आणि तो आजीकडे बघू लागला.

त्यात आजीची एक अट होती. हे सगळे त्याला तेव्हा मिळणार होते जेव्हा एक वर्ष तो आजीबरोबर त्यांच्या गावी जाऊन राहणार होता आणि त्यात त्याच्या कुठल्याही मित्र मैत्रिणीला येता येणार नव्हते.

काय करू आणि काय नाही असे त्याचे विचार होते आजीला नमस्कार करून म्हणाला "हे बघ आज्जे, माझा बाबा मला पैसे देत आहे, मग कशाची कमी? तू ठेव तुझे तुझ्याजवळ मला नको."

" फक्त 1 वर्षाचा प्रश्न आहे निशु, मग तू पुन्हा तुझे मित्र मंडळी, ट्रीप करायला मोकळा. 1 वर्ष फक्त माझ्यासोबत रहा त्यानंतर एक दिवस पण मी तुला थांबवणार नाही".

फारसा रस न दाखवता तो मित्र आले म्हणून त्याची 'स्कॉर्पिओ' घेऊन बाहेर निघाला. तो कसल्यातरी विचारात आहे हे पाहून त्याचा मित्र प्रशांत म्हणाला " निशांत काय विचार करतोय? अबे लेका, तुझा वाढदिवस आहे आज, ऐश कर मज्जा कर, पार्टी दे ".

"हम्म" इतकेच तो म्हणाला आणि आपल्याच नादात गेला. सगळे डिस्को ला गेले, धिंगाणा खाणे पिणे दोन्ही सुरू पण आज त्याचा नूर प्रशांत ला काही ठीक वाटत नव्हता.

" निशांत बोल ना काय झाले?"

निशांत ने आजीचं गिफ्ट आणि अट या दोन्हीबद्दल सांगितलं. सगळं नीट ऐकून लालची प्रशांत म्हणाला" अरे तू वेडा आहेस का रे? 100 एकर जमीन लेका, 'तेरी तो निकल पडी! वाडा पण, नशीबवान आहेस, तुझ्या बाबाला न देता तुला देतेय आजी.... आणि एक वर्ष असाच जाईल रे,आम्ही पण येऊ तुझ्या सोबत."

" अरे नाही, कोणीही मित्र-मैत्रीण नाही हे तिने आधीच सांगितलंय. फक्त मी, ती आणि आमची गावकडले लोक, आई पण नाही."

जरा विचार करून प्रशांत म्हणाला" अरे जा, तीच तुला वैतागून पाठवून देईल बघ" आणि फिदीफिदी हसायला लागला.

कुठेतरी स्वार्थ दिसताच त्याला दुजोरा मिळाला. रात्री खूप उशीरा घरी गेला त्यामुळे उद्या आजीशी बोलावं या विचारात झोपला.

कधी नव्हे ते निशांत लवकर उठला, आवरले आणि आजीच्या खोलीत गेला.

"आजी मी तयार आहे तुझ्या सोबत गावी यायला.उद्याच निघुयात का आपण?"

देव पावला म्हणत मनोमन आजीने कुलदैवताला नमस्कार केला, तसे दाखवले मात्र नाही "बरं निशु बाळा उद्या सकाळीच निघू, तुझ्या बाबाला काय सांगशील?"

"तू कशाला काळजी करतेय, नाहीतरी मी कुठे आहे काय करतो कोणाला पर्वा आहे का? ती आई तिच्या पार्ट्यात गर्क आणि बाबा राजकारणात." त्याचा चेहरा नकळत खजील झाला होता. आजीने ते टिपले पण काही बोलली नाही.

त्याने मी उद्या आजीला घेऊन गावी जातोय इतकेच घरी सांगितले आणि दुसऱ्या दिवशी सकाळी सकाळी आजी आणि नातू आपले गावाकडे निघाले.

निशांत कधीही 10 च्या आत उठत नसे पण आज तो सूर्योदयापूर्वीच उठला होता आणि आवरून निघाला होता. मनात होते ते वेगळेच, "आजीला उल्लू बनवायचं, इतका वैताग द्यायचा की तिनेच म्हणावे जा बाबा तू तुझ्या शहरात".

इकडे आजीच्या मनात अगदी विरुद्ध, होते " हा आता माझ्या तावडीत सापडला आहे, देवा कृपा कर आणि माझे मनोरथ पूर्ण कर! 101 नारळाचे तोरण वाहीन तुला. माझं पोरं, मार्गी लागू दे."

आज त्याच्याही नकळत सकाळचा तो गारवा त्याला सुखावत होता, तो कोवळा प्रकाश तो पक्षांची किलबिलाट, स्वच्छ शुद्ध, ताजी हवा त्याला स्फुर्ती देत होती. आजूबाजूची हिरवळ, मोठाली झाडे उलट दिशेने जणू पळत होती. तो गाणं गुणगुणत गाडी चालवत होता. त्याचे हे बदलते भाव बाजूला बसलेली आजी अगदी बारकाईने निरखत होती आणि मनोमन सुखावत होती. मधेच थांबून थोडे खाणे झाले, चहा झाला थोडे आजूबाजूला फिरणे झाले आणि पुन्हा प्रवास सुरु झाला. ते सिमेंटचा जंगल कधीच मागे पडला होते, त्याचा मागमूसही जाणवत नव्हता. दिसत होतं ते स्वच्छ निर्मळ जग, निसर्ग आणि खळखळणारे पाणी, नद्या.

5 तासाचा प्रवास करून जेव्हा ते गावाच्या वेशीजवळ आले तेव्हा आजीने त्याला गाडी थांबवायला सांगितली आणि गावाबाहेरील मंदिरात त्याला दर्शनाला नेले. आजीचे संस्कार काही प्रमाणात असल्याने तोही काहीही न बोलता मंदिरात गेला, दर्शन घेतले आणि ओट्यावर बसला " आजी कसे छान वाटतंय ना! इतकं फ्रेश तर मला जिम मध्ये व्यायाम करून पण वाटत नाही, का असे?"

"निशु, बेटा अजून तू आपला वाडा, शेत तरी कुठे बघितले? चल आपली वाट बघत असतील तिथली लोक, आपण येतोय हे त्यांना कळवलं आहे."

तसे दोघे वाड्याकडे निघाले. वाडा कसला निशांतला तो पिक्चर मधला महाल भासला दुरून. " आजी मी इथे कधीच का नाहीआलो?"

"लहानपणी आलास रे राजा, पुढे तुझा बाप येईनासा झाला आणि मलाच उचलून तिथे आणले."

गाडी वाड्याच्या प्रवेशदारात येऊन थांबली, तशी गडी माणसे,बायका पोर लगबगीने पुढे आली आणि आजीच्या पाया पडली. आजीचे ओलावलेले डोळे खूप काही बोलत होते, शब्द स्तब्ध झाले होते पण शांतता खूप बोलत होती.

गड्याने गाडीतील समान उचलले,वाड्याच्या बाहेर मोरीत त्याला हात-पाय धुवायला गरम पाणी होते. एकाने सांगितले" धाकले धनी इकडे या, पाणी ठेवलया तुमचं."

तो गेल्याबरोबर त्याने पायावर पाणी टाकलं, हातावर दिलं आणि लगेच एक पंचा हात पुसायला दिला. निशांत च्या घरात पण नोकरचाकर खूप होते पण त्यांच्या आणि

या लोकांच्या नजरेत त्याला खूप फरक जाणवला. ह्या लोकांच्या हालचालीत,बोलण्यात, वागण्यात त्याला खूप प्रेमळ भाव जाणवत होता.

त्याच्या खोलीत त्याला नेलं, आधुनिक सुखसोयी होत्या पण त्याला त्याचे काही अप्रूप वाटले नाही. कपडे बदलून तो खाली आला तर आजी च्या आजूबाजूला खूप बायका जमल्या होत्या, निशांत ला बघताच दोघी चौघी उठून आल्या त्याची दृष्ट काढली. तर कोणी त्यांचा गाल धरून कौतुकाने पापी घेतल्यासारखे केलं. हे सगळं त्याला नवीन होत पण ते खूप आवडला त्याला, असे प्रेम त्याला त्याच्या आईकडून पण मिळालं नव्हते.

" चला धनी, स्वंयपाक तयार आहे.." तसे ते स्वयंपाकघरात गेले, तर ते पाहून निशांत चे डोळे फिरले. त्याला एक मोठे गोडाऊन वाटले ते. म्हणजे खूप सगळ्या कोठ्या रचलेली भांडी, बाजूला पाण्याचे माठ, कांद्याचे वर अडकवलेली मेटल चे गोलाकार भांडे. हे सगळं निशांत हरखून बघत होता तोच खाली चटई टाकली होती त्यावर आजीने बसायला सांगितले बाजूला चुलीवर एक बाई भाकऱ्या करत होती, समोर ताटात गरम गरम वाफ येत असलेला मटणाचा तिखट रस्सा, बाजूला फोडलेले कांदे, लिंबू,टमाटे आणि ताटात पडणारी गरम भाकरी. मग काय किती जेवतोय आणि काय खातोय याच भान कोणाला? तुडुंब जेवण झाले आता एक घास पण जाणार नाही असे जेव्हा वाटले तेव्हाच तो थांबला. हे सगळं कौतुकाने दोन थकलेले डोळे बघत पण होते आणि साठवत पण होते.

" आज मी किती जेवलो मलाच कळत नाहीय, खूप मस्त बनवले होते. पोट बिघडले नाही म्हणजे मिळवले"असे म्हणत आजीला डोळा मारून तो उठला.तसे खाली बसायची सवय नसल्याने तो आखडल्यासारखं झाला पण त्याची पर्वा त्याला नव्हती.

"जा बाळा, थोडा आराम कर आणि दुपारनंतर जरा गावात चक्कर मारून ये ! ह्या रामुचा मुलगा तुझ्याच वयाचा आहे तो नेईल तुला."

तसाही जेवण अंगात आल होते, आज्ञाधारक मुलासारखा लगेच खोलीत गेला आणि ताणून दिली.

तशी आजीने सगळ्यांची मीटिंग बोलावली, आपला उद्देश सांगितला आणि प्रत्येकाला त्यांचे काम नीट समजावून सांगितले आणि तंबी दिली की यात कसूर चालणार नाही.

दोन तासानंतर आपोआप निशांत ला जाग आली आणि तो खाली आला तर जेमतेम 4.30 वाजले होते. " झाली का ओ मालक झोप?" रामुने विचारले.

" हो मस्त! आजचा दिवस खूप वेगळा भासतोय."

रामू एका मुलाला घेवून आला" मालक हे माझं पोरग मारुती! हे घेऊन जाईन तुमास्नी गावाकडं."

मारुती तसा चुणचुणीत वाटला निशांत ला, तोवर रामुची बायको चहा घेऊन आली. चहा पिऊन तो जबर फ्रेश झाला आणि कपडे बदलून गावात फेरी मारायला निघाला.

गावातील लोक तो जरी नव्याने बघत असला तरी त्याला सगळेच ओळखत होते,गावच्या पाटलाचा नातू म्हणून नमस्कार करत होते. ते सगळं त्याला अप्रूप वाटत होतं.

गावातील साधी लोक, त्यांचे वागणे, प्रेमाने बघणे त्याला भावत होते. अंधार पडेपर्यंत ते गावात फिरले, नदीकिनारी बसले, गप्पा झाल्या त्याला मारुती आवडला होता.

" मालक अंधार होतुया, घराकडं जायचं का?" खरंतर ही खरी वेळ होती की जेव्हा निशांत बाहेर पडत असे पण आज या वेळी तो घराकडे निघाला होता.

घरी आल्यावर,"काय रे निशु बरा आहेस न? नाही या वेळी तू घरात आलास " आजी चिडवत म्हणाली तसा निशांत पण गोड हसला

"अग म्हातारे काय ग हे! तुझ्या गावात मला वाटलं पोट बिघडेल तर पुन्हा सणकून भूक लागली बघ."

"अरे गावचं पाणी हे, काही तब्येत बिघडत नाही आणि कितीही खा अन शेतावर जा बघ, जाड पण होणार नाहीस."

आपण आजीला मूर्ख बनवायला आलो हे त्याच्या ध्यानीमनी पण राहिले नव्हते, एकाच दिवसात त्याला ते सगळं भावलं होत.

रात्री मस्त पिठलं, वांग्याचे भरीत- मोठ्या भाकरी, ठेचा आणि कांदा सोबत चुलीवर शिजलेला गुरगुत्या भात पुन्हा तुडुंब जेऊन तो झोपायला गेला. घड्याळात बघतो तर फक्त 9 वाजले , आपल्याला काय होतंय हा विचार मनात येताच त्याला झोप पण लागली.

पहाटे पक्षांच्या आवाजाने तो जागा झाला तर सूर्य पण उगवायचा होता. तसाच खाली आला तर आजी चहा पित होती सोबत रामू, त्याची बायको आणि मारुती बसले होते." काय रे निशु आज सूर्य कुठे उगवला तू आणि इतक्या सकाळी उठलास?" आजीने चिडवत विचारले.

"अगं सूर्य उगवलाच नाही ना म्हणून मी उगवलो " हसत निशांत ने उत्तर दिले तसे सगळेच हसले.

निशांत पण फ्रेश झाला आणि गरम गरम चहा प्यायला. " मारुती शेताकडे जा याला घेऊन" आजी म्हणाली.

तसे आवरून तो निघाला, शेत म्हणजे नजर पुरत नाही इतक्या मोठा उसाचा मळा, त्यातून वाहणारे पाटाचे पाणी. जबरदस्त गारवा त्याला जाणवत होता .मारुतीने आपल्यासाठी जॅकेट का आणले ते त्याला आत्ता कळले पण तो मात्र बिनधास्त महिती देत फिरत होता.

" आपले शेत इतके मोठे आहे?"

"मालक, हा तर एक भाग बघा, तिथे केळ्याची बाग, संत्र्याचा बगीचा, आंब्याची लागवड केलीय गेल्याच वर्षी बघा.

आपली 100 च्या वर जनावर आहेत, 8 जोड्या बैलाच्या आहेत ट्रॅक्टर पण आहे."

हे सगळं ऐकून निशांत आवाक झाला.

"धनी आपल्याला किमान 3 दिवस तरी लागेल बघा सगळं बघायला आणि समजायला."

पोटात कावळे ओरडायला लागले होते त्यामुळे ते परत घरी आले. लगेच हात घुटले आणि तटावर बसले, ताटात वांग्या बटाट्याचा रस्सा, दह्याची वाटी, भेंडीची भाजी आणि भाकरी.

अधाश्यासारखे तो जेवत होता आणि हे पाहून आजी हसत होती.

जेवण झाल्यावर लगेच " चल शेताकडे जाऊ" म्हणत निशांत निघाला. शेतावर असलेल्या छोट्या घरी ते गेले. पाटाच्या पाण्यात मारूती सोबत मस्ती करत संध्याकाळ केव्हा झाली ते पण त्याला कळले नाही.

पुन्हा तुडुंब जेऊन, घरच्या गाईचे पेलाभर दूध पिऊन तो 9 च्या आत झोपला. दोन दिवसात त्याने मोबाईल पाहिला नाही की टीव्ही नाही. आजी मनोमन सुखावत होती.

पुन्हा दुसऱ्या दिवशी लवकर उठुन आणि आवरून तो शेताकडे निघाला.

" धनी, आज जेवण तिथंच आणू का?" रामुने विचारले तसे हो म्हणून तो घाईनेच मारुती सोबत गेला.

उन्हात शेतात ते दोघे फिरून दमून बसले तेवढ्यात रामू जेवायचे घेऊन आला. ओल्यातुरीची भाजी, जवस चटणी, ज्वारी- भाजरी भाकरी - कांदा मिरची ठेचा आणि कुस्करायला बटाट्याचा रस्सा.सोबत मसाले भात होताच. मग काय जेवणाची वेगळीच लज्जत तो शेतात अनुभवत होता. उत्साहाने सगळे विचारत होता, समजून घेत होता.

आता हेच त्यांचे रुटीन झाले होते, सकाळी इथून आवरायचं शेतात जायचे.. आता तो शेतीच्या कामात पण सहभाग घेत होता. हे सगळे रिपोर्टिंग आजीला बरोबर जात होते.

आवडीने तो काम करत होता, करवून घेत होता आणि नवीन काही करता येईल का याचा अभ्यास पण करत होता.

शेतीला तंत्रज्ञानाची जोड देऊन अजून प्रगती कशी करता येईल याचा विचार आणि कृती तो करायला लागला होता.

बघता बघता दिवस गेले, महिने गेले आणि 1 आठवड्यात वर्ष व्हायला आले होते.

आता आजी थोडी बेचैन झाली होती तर तो ह्या सगळ्या वृत्ती चा हिस्सा झाला होता. या काळात तो दारू प्यायला नाही, की सिगारेट ओढली नाही. जिमला न जाता त्याची तब्बेत बनली होती आणि तो जास्त देखणा आणि आनंदी दिसायला लागला होता.

एके दिवशी सकाळी तो खाली आला तेव्हा आजीने त्याला फाईल दिली. त्याने ती उघडली आणि नीट वाचली आणि सरळ स्वयंपाकघरात जाऊन चुलीत टाकली.

" अरे हे काय केलास" म्हणून आजी ओरडली.

"आज्जे, मला काय मूर्ख समजलीस का? तू अमिश दाखवलं मी भुललो आणि वेगळा विचार करत इथे आलो. पण खरं सांगू आता मला त्या उडाणटप्पू लोकांमध्ये जावेसे नाही वाटत. इथली हवा, दुध, दुभते, भाकरी , भाजी शेतातील काम मला आनंद देत आहेत. ह्या लोकांचे प्रेम, माया, मला खरी दौलत वाटते आहे. जे तुझं ते माझंच आहे मला माहित आहे, पण मला ‘वळण’ लागावं, माझं आयुष्य मार्गी लागावं म्हणून तू अवलंबलेला मार्ग मला भावला.मी इथेच राहणार आहे , तुझा काय बेत आहे?"

यावर पाणावलेल्या डोळ्यांनी आजीने देवाचे आभार मानले आणि म्हणाली "आज संध्याकाळी आपल्याला देवाला जायचे आहे . तिथे तू 101 नारळचे तोरण तुझ्या हाताने

वाहा. मी फक्त डोकं टेकून त्याचे आभार मानेन."

आजी नातवाच्या या क्षणाचे साक्षीदार असलेले रामू, त्याची बायको आणि मारुती भारावून हे बघत होते आणि होत्या त्या जागेवरून हात जोडून देवाचे आभार मानत होते.

आज एका जीवनाला वेगळेच वळण प्राप्त झाले होते...समाधानाचे...स्वप्नांचे आणि सुंदर वाटचालीचे!

आणि का नाही होणार, या वळणा मागची खरी सूत्रधार 'आजी' त्या जीवनाला दिशा द्यायला स्वतः खंबीरपणे उभी होती, ज्या वळणावर आज तिचा नातू तिला परत मिळाला होता!

39

आव्हान:-

नीलम! नीलम! मोठमोठ्याने हाका ऐकायला येत होत्या, पण लांबवर कोणीही त्याला रिस्पॉन्स देताना दिसत नव्हते.

एक तरुण मुलगा बाईक वरून फ़िरत हाका देतच होता. गर्द झाडी होती -शेताचा बांध होता आणि जवळपास समुद्रकिनारा असल्याने खारट दमट वास पण येत होता.

दूर एक दगडावर कोणीतरी बसले आहे हे दिसत होते. बाईक कडेला लावून तो चालत वजा धावतच त्या दिशेने गेला, ती मुलगी म्हणजे नीलम आपल्याच विचारात त्या दगडावर बसली होती.तिन्हीसांजेची वेळ होत आली असल्याने सगळीकडे संधीप्रकाश पडला होता.

" नीलम, तू न सांगता इतक्या लांब का निघून आलीस? तुझा फोन पण बंद येतोय! चाललंय काय? बोलशील का जरा."

विनीत नीलम चा भाऊ तिला तिथे शोधत आला होता आणि काळजीवजा रागानेच तिच्याशी बोलत होता. ती उत्तर देत नाही पाहिल्यावर आणखीच वैतागला, पण तिची थंड नजर बघून त्याच्या काळजात चर्रर्र झालं. तिला प्रेमाने जवळ घेत, डोक्यावर हात फिरवत तो शांत बसला.

थोड्याच वेळात ती त्याच्या कुशीत शिरून हमसाहमशी रडायला लागली, तिला मोकळं होण्याचा हाच एक मार्ग वाटल्याने त्याने ही तिला रडू दिले. थोड्या वेळाने ती जरा सावरली " विनू आपण इथून दुसरीकडे जाऊ यात का राहायला? मला वाटते आपण आपल्या गावातील आपले घर दार सगळे विकून शहराकडे जाऊयात. तुझं कॉलेज च शेवटचं वर्ष संपत आलंय, तू पण नोकरी बघ आणि आयुष्य स्थिर करायचा प्रयत्न कर. मी तुला आयुष्याला पुरणार नाहीय, तुझं तुला शिकावं लागेल. कधीपर्यंत तू दुसऱ्याच्या भरवशावर असणार आहेस?" ही अशी विचित्र का बोलतेय हे त्याला कळत नव्हते. दोघेही भावंडे आपले आयुष्य एकमेकांच्या सोबतीने जगत होती, नीलम मोठी आणि विनीत तिच्यापेक्षा दोन वर्षाने लहान होता. नीलम एका शाळेत ऑफिस मध्ये कामाला होती आणि विनीत त्याच्या BBA च्या शेवटच्या वर्षाला.

छोटसे घर होत त्यांचे. अंगणात झोपाळा, छोटीसी पण सुंदर फुलबाग नीलमने तयार केली होती. तसे कामास काम इतकेच त्यांचा लोकांशी संबंध होता.काही वर्षांपूर्वी वडील गेले होते आणि आई ही तर त्यांच्या लहानपणीच गेली होती. आपले असे कोणीच नव्हते.

काही वेळ बसून " जायचं का घराकडे?" विनीत म्हणाला तशी ती उठली आणि त्याच्या हाताला धरून बाहेर आली.चालत रस्त्यापर्यंत पोचले पण ती काहीच बोलत नव्हती. गेल्या काही दिवसांपासून ती अंतर्मुख होतेय हे त्याला जाणवत होते पण कारण मात्र काही कळत नव्हते.

" चल आज मस्त हक्का नूडल्स, शेजवान राईस आणि पनीर मंचुरीयन खाऊ यात" म्हणत त्याने त्यांच्या आवडत्या रेस्टॉरंट ला बाईक थांबवली. तिच्या आवडत्या जागी आली, आवडते फूड खाल्ले की ती फ्रेश होईल असेच त्याला वाटत होते.

त्याचे मन राखण्यासाठी तीने थोडेफार खाल्ले पण फारसा उत्साह त्याला जाणवत नव्हता. थोडा वेळ देऊयात या विचाराने तो शांत बसला.

त्या दिवशी त्यांचा डिनर असाच न बोलता पार पडला.

दुसऱ्या दिवशी विनीत कॉलेज च्या लायब्ररी मध्ये होता तेव्हा अचानक त्याचा फोन वाजला," विनीत बोलताय का?

"हो"

"असाल तसे निघून या! मी पत्ता पाठवतोय, एक मुलगी बेशुद्ध होऊन पडलीय. तिच्या मोबाइलला मध्ये शेवटचा कॉल झालेला नंबर तुमचा असल्याने फोन केलाय."

विनीत एकदम घाबरून धडपडत बाहेर आला. थोड्या वेळापूर्वी नीलमशी त्याच बोलणं झालं होतं. शक्य तितक्या वेगाने तो दिलेल्या पत्त्यावर पोचला, थोडा लोकांचा घोळका दिसला. पटकन बाईक तशीच फेकून तो धावत आला तर एक स्त्री नीलमला आधाराने बसवत होती आणि तिला शुद्ध नसल्यासारखी भासत होते.

पटकन तिला जवळ घेत " मी विनीत, हीचा भाऊ! खूप धन्यवाद मला फोन केल्याबद्दल "असे म्हणून लगेच रिक्षात तिला बसवले तो ही बसला आणि मित्राला फोन करून माझी बाईक आण असे सांगितले. रिक्षा सरळ थांबली ती त्यांच्या फॅमिली डॉक्टर च्या क्लिनिक समोर.

तिला चालवत नसल्याने हातावर उचलून त्याने दवाखान्यात आणले आणि टेबलवर निजावले.

" अंकल मला नाही माहीत नक्की काय ते, पण गेली काही दिवस ही खूप बेचैन आहे आणि काहीशी विचित्र वागते आणि बोलते सुद्धा. मनातले सांगत नाही पण आपण इथून जाऊ असे कायम म्हणते. आपण हिला मोठ्या दवाखान्यात नेऊ हवे तर पण तुम्ही आधी बघाल का?"

" शांत हो विनीत, जा बस बाहेर आणि पाणी पी जरा." असे म्हणून डॉक्टर तपासायला गेले.

विनीत चा जीव वरखाली होत होता, 15 मिनिटाने डॉक्टर बाहेर आले " तिला इंजेकशन दिलंय, थोड्या वेळात ती नॉर्मल येईल. मला वाटत की ती खूप स्ट्रेसड आहे. तिला घेऊन कुठे बाहेर जा त्यापूर्वी मी काही टेस्ट देतोय त्या करून घे. माझ्या अंदाजाप्रमाणे ती प्रेग्नेंट आहे!"

विनीत ला एकदम शॉक बसला, काही ही न बोलता तसाच तिची शुद्धीवर यायची वाट पाहत राहिला.

ती शुद्धीवर आल्यावर नीलमला घेऊन तो घरी आला. तिला ज्यूस दिले, आणि शांत पडून राहायला सांगितले.

" विनू मला तुझ्याशी बोलायचे आहे!"

" नीलम आपण नंतर बोलू, आधी तू थोडा आराम कर. मी तुझ्या सोबत आहे, काही काळजी करू नकोस."

लहान मुलासारखे तिने ऐकले, औषधांचा इफेक्ट असेल, तिला गाढ झोप लागली. डायरेक्ट दुसऱ्या दिवशी ती सकाळी उठली तसा विनीत ने तिला गरम चहा आणून दिला.

"कस वाटतंय माझ्या नीलम ला?"

ती फक्त हसली," विनू मी आई होणार आहे. मी वाईट नाहीय रे!" इतकेच म्हणून ती पुन्हा ओक्षाबोक्शी रडली.

त्यानेही तिला काही विचारले नाही, त्या दिवशी तो कॉलेज ला गेला नाही तिच्या ऑफिस मध्ये रजेंचा अर्ज फक्त द्यायला गेला, आणि घरी आला . नीलम रूम मध्ये निपचित पडून होती ती जेवलीही नाहीय हे माहीत असल्याने तो स्वतः ताट घेऊन आला आणि स्वतःच्या हाताने तिला भरवायला गेला. ती नको नको म्हणत असताना त्याने प्रेमाने तिला थोडं भरवलं आणि मग स्वतःही थोडं जेवला.तो काहीच विचारत नाही हे पाहून ती जास्तीच बेचैन होत होती.

" या कारणाने तुला दुसरीकडे राहायला जायचे होते का?" एवढेच तो बोलला.

मानेनेच "नाही" असे तिने दर्शवले.

त्याने एक बॅग घेतली ज्यात तिचे कपडे भरले आणि एक छोट्या बॅग मध्ये स्वतःचे. ती फक्त बघत होती पण काहीच बोलत नव्हती, नक्की काळजी की भीती हेच तिच्या वागण्यावरून कळात नव्हते.

त्याने तिला आवरायला सांगितले, थोड्याच वेळात एक कार दारात येऊन थांबली. त्याने दोन्ही बॅग, तिची औषधे वगैरे सगळे समान नीट त्यात ठेवले आणि तिला घेऊन कार मध्ये बसवले. दाराला कुलूप लावून तोही तिच्या शेजारी मागेच बसला.

साधारण 2 तास प्रवास करून एक शांत ठिकाणी असलेल्या रिसॉर्ट च्या गेट मधून कार आत आली. त्याने आधीच बूक केले असल्याने वेटरने त्यांचे सामान त्यांच्या खोलीत नेऊन ठेवले.

हाताला धरूनच विनीत ने नीलम ला रूम मध्ये नेले . गॅलरी च दरवाजा उघडला तशी स्वच्छ हवेचा झोक आत आला आणि तिथून छान देखावा दिसत होता तो

निरखून बघत नीलम उभी राहिली.

छान गरम गरम चहा मागवला, तो त्याने गॅलरी मध्ये बसत तिच्या हातात दिला. निर्विकार पणे ती सगळं ऐकत होती आणि करत होती, हे बघून विनीत आतल्या आत पिळवटून निघत होता.

थोड्या वेळाने फ्रेश होऊन त्याने तिला आराम करायला सांगितले आणि तो पुन्हा बाहेर येऊन बसला.

" आता मला खचून चालणार नाही. नीलम चे विचार मला माहित आहेत, ती काहीच चूक कधी करणार नाही. मला तिला भक्कम पाठबळ द्यायचे आहे आणि सोबत पण करायची आहे. ती हसली पाहिजे हे माझ्यापुढचे आव्हान आहे." स्वतःच्या मनाशी तो बोलत होता. आत जाऊन बघितले तर ती शांत डोळे मिटून पडून होती.

" नीलम चल उठ, बघ मी तुला कुठे नेतो. तू आवाक होशील आणि मला थँक्स म्हणशील बघ." बळेच तिला उठवले, स्वतः तिची जीन्स आणि छानसा टॉप तिच्या हातात देत" हेच घालायचे,माझी नीलम कशी छाप पडेल सगळ्यांवर बघ" म्हणत हसत तो रूम बाहेर गेला आणि 10 मिनिटे झाल्यावर नॉक केलं आणि आत आला तर ती तशीच बसली होती.

"तुला कळतंय का,मला तू आधीसारखी हवी आहेस आणि हो तू जर नाही ऐकलं तर मला खूप वाईट वाटेल."

पुन्हा तो बाहेर गेला आणि 10 मिनिटे झाली तास पुन्हा नॉक करून आत आला तर तिने कपडे बदलले होते.मग त्यानेच तिच्या चेहऱ्यावर क्रीम लावले,छान केसांचा पोनी बांधला तिची पर्स तिच्या खांद्यावर अडकवली आणि तिला हातात हात घालून छान हसत बाहेर आणले.

बाहेर कार होतीच, त्याने छान मोठी फेरी मारत एक जुन्या चर्च जवळ गाडी थांबवली. चर्च मध्ये जायला तिला आवडते हे माहीत असल्याने तो प्रत्येक प्रयत्न करत होता ज्याने ती नॉर्मल व्हावी.

चर्च बघून ती आपोआप कार मधून उतरली आणि पायऱ्या चढायला लागली. विनीत तिला फॉलो करत होता पण आता हाताला धरले नव्हते. त्याला हवे होते की ती आधीसारखी स्ट्रॉंग बनवावी.

ती हळू हळू चालत होती, तिथली शांतता तिला दिलासा देत होती. तिथे कँडल लावून ती आत आली तिथल्या लाकडी बेंचवर येशू समोर बसली आणि डोळे मिटून घेतले. काही क्षण,मिनिटे अशीच शांत गेली तिच्या मागच्या बेंचवर बसलेला विनीत फक्त न्याहाळत होता आणि मनोमन " माझ्या नीलमला पुन्हा पाहिल्यासारखे बनव" इतकेच बोलत होता.

बराच वेळ ते तिथे बसले होते, ती ऊठेपर्यंत हलायचे नाही हे त्याने मनोमन ठरवले होते.

तासाभराने ती उठली आणि "विनू मला भूक लागली" इतकेच म्हणाली, तिच्या तोंडून इतके शब्द सुद्धा त्याला दैवी संकेत वाटला " जैसी आपकी मर्जी मॅडम" तिला हसवण्याच्या प्रयत्नात वाकून कुर्निसात करत तो म्हणाला आणि तिला घेऊन निघाला.

रिसॉर्ट च्या अलीकडे असलेल्या एका बांबू हाऊस रेस्टॉरंट ला कार थांबवली. तिथले सगळे वातावरण खूप आल्हाददायक होते. तिच्या आवडीचे असे सगळे फूड ऑर्डर केले. आज बऱ्याच दिवसांनी ती बऱ्यापैकी जेवली, आणि बोलण्याला हावभावाने थोडं रिस्पॉन्ड करत होती.

रात्री परत आले , तिच्या गोळ्या औषधे विनीत ने तिला दिली आणि तिच्या अंगावर टाकून तिला झोपवले. तोही तिच्या बाजूला शांत पडला, थकल्याने त्याचाही डोळा लागला.

सकाळी जाग आली तर नीलम बाजूला दिसली नाही तसा तो थोडा घाबरला, पण उठून थोडा पुढे येऊन बघितले तर ती गॅलरी मध्ये खुर्चीत बसली होती. तो तसाच फ्रेश व्हायला गेला, आणि मस्त चहा, एग व्हाईट ऑम्लेट्स आणि टोस्ट बटर ऑर्डर केले. ते घेऊनच तिच्यासमोर गेला तर तिने थोडे हसत रिप्लाय केले, त्याला मनापासूनबरे वाटले. खाद्य टवाळ गप्पा मारत त्याने तिचा मूड नीट करायला प्रयत्न केला.

तोही दिवस थोडं फिरून, तिच्या मनासारखे फुलांचे गार्डन ला जाऊन पुरा झाला.

त्याच्या दुसऱ्या दिवशी ते चहा पित असताना तीच म्हणाली "विनित तुला आश्चर्य वाटत असेल ना हे सगळे कळल्यावर?"

" नीलम, जेवढे मी तुला ओळखतो तू कधीच काही चूक करणार नाही.काहीतरी नक्कीच आहे त्यामुळे तू इतकी खचलीस. मी तुझ्या सोबत कायम आहे, तू बोल ना!"

" विनीत माझ्या एकट्या आयुष्याच्या वळणावर मला ते भेटले, नाव सांगण्याची गरज मला वाटत नाही कारण तसे करून मला त्यांना दुखवयाचे नाही. आयुष्य खूप भरकटले होते, त्यांच्या सोबतीने ते बरेच मार्गावर आले पण त्या दरम्यान मी गुंतत गेले. का, केव्हा, कशी मला नाही माहीत पण हो खूप सुंदर झाले होते माझे आयुष्य. एक अस्तित्व किती आनंद देऊ शकते,भरभरून प्रेम देवू शकते याचा मला प्रत्यय आला. सगळं कसं जादूमय झालं होतं किंबहुना आजही आहे. ते क्षण माझे सोबती आहेत. मन ,शरीर हे एकच झाले होते दोघांच्याही भावना एकच होत्या.

अशाच एका क्षणाला बरेच काही घडून गेले, मला आधीच कल्पना होती की हे नातं जगाच्या पूर्णत्वाच्या भाषेत बसणार नाही पण मला त्यानी काही फरक पडणार नव्हता कधी. आजही ते आहेत पण मला त्यांच्यापाऊन दूर जावे लागणार याच विचारात मी मलाच नकोशी झाले. आज जे तुला कळले ते त्यांना माहीत नाही आणि कळले तर ते सहन ही करू शकणार नाहीत. पण जे आहे ते माझे स्वतःचे आहे, त्यात कोणताही स्वार्थ नाही आणि नव्हता. मग मी ते का नाकारू? मला हे हवे आहे जे माझ्या आयुष्याच्या पुर्ततेला मला लागतंय, जगायला एक उद्देश आणि ती कायमची सोबत सुध्दा. तो अंश, ती साक्ष जी मला कधीच नाकारायची नाही. मला फक्त तुझी साथ हवी माझ्या या निर्णयाला, ते कायम माझ्या सोबत आहेत, पण आज मला लांब जाण्याशिवाय पर्याय नाही.तू आहेस माझ्या सोबत?"

तिची ती ठाम पण भावनिक नजर खूप काही बोलत होती.

" तू कधीच काही विनाकारण करणार नाहीस याची मला खात्री आहे. मला सांगितले नाही तरी माझा तुझ्या विश्वासावर विश्वास आहे. तू निर्णय घेतला आहेस आणि हे आव्हान पेलायला मी तुझ्या कायम सोबत आहे."

भावनिक होऊन तिने लगेच त्याला मिठी मारली, पुढील काही दिवसात त्यांनी काहीसे प्लॅन करून ते गाव सोडले. नवीन ठिकाणी जाऊन ते दोघेही आयुष्याचे नवीन 'आव्हान' पेलायला तयार झाले.

या आव्हानात होती एक खंबीर साथ 'लोकां' च्या नजरेला पेलण्याची, नवीन निर्माण होणाऱ्या जीवाला कायम समाधानात ठेवण्याची.

मामा रूपा मध्ये राहून आपल्या बहिणीच्या बाळाला पुढे न्यायची आणि सगळ्यात महत्वाची म्हणजे त्याच्या नीलम,ला जीवनाच्या या वाटेवर कधीही एकटे न सोडण्याची.

या सगळ्याच 'आव्हानासाठी' विनीत मनापासून सज्ज झाला होता!

40

संवेदना:-

ऋषीकेश आज खूप खुश होता, पहिला फोन त्याने प्रीती ला केला, " प्रीती काय करते आहेस?"

" हे असं काय विचारतो रे तू नेहमी? बरं असो, मी तर माझी आवडती कादंबरी वाचत बसलेय.... कालच लायब्ररी मधून आणलीय. तुला सांगते अशी जबरदस्त, रोमँटिक स्टोरी आहे ना! त्यात ना काय होते....."

" ए बस ना...., मी काय तुझी स्टोरी ऐकायला फोन केलाय का?" मधेच तिला तोडत ऋषीकेश म्हणाला.

थोड्या रागानेच," बोल काय काम होते? मला वाचताना डिस्टर्ब केलेलं आवडत नाही कोणी."

"राहू दे मग, चल बाय..."म्हणत त्याने फोन ठेवला.

तिला गिल्टी वाटलं, आपण त्याला दुखावले. यावेळी फोन केला म्हणजे तसेच काही असेल उगीच फालतुपणा करणारा तो नाही.

तिने त्याला फोन लावला.

" बोल ऋषी, तू मला त्या लव्हस्टोरी पेक्षा महत्वाचा आहेस. बोल पटकन नाहीतर बघ फोनच घेणार नाही तुझा!"

नाराज झालेला तो पण तिचा फोन आला म्हणून त्याची कळी खुलली होती," आपल्या नेहमीच्या जागेवर येतेस का?"

" ठीक आहे, पण काहीतरी पार्टी हवी मला तरच येईन."

"हो ग बाई, किती वेळ लागेल?"

" 5 मिनिटे तयार व्हायला आणि 15 तिथवर पोचायला 5 मिनिटे एक्स्ट्रा ".

" कळलं तुझं वेळेचं गणित! मी अर्धा तास कंसिडर करतोय, पोहोच वेळेत." म्हणत त्याने फोन ठेवला आणि खुशीत तिची येण्याची वाट बघत काय बोलू आणि काय नाही अशा विचारात नेहमीच्या जागेवर जाऊन बसला. जाणारा प्रत्येक मिनिटं त्याला तासासारखा भासत होता पण ती भेटणार या खुशीत मस्त गाणी ऐकत बसला.

बरोबर अर्ध्या तासात प्रीती तिथे पोहचली आणि त्याला टपली मारत, हसत त्याच्या बाजूला बसत ती म्हणाली " ऋषी घड्याळ बघ मी अगदी वेळेत आलेय".

तिला बघून ऋषी चा चेहरा प्रफुल्लित झाला आणि तिच्या हातात त्याने एक लिफाफा दिला.

जरा प्रश्नार्थक नजरेने प्रितीने त्याच्याकडे बघत तो ओपन केला आणि त्यातला पेपर वा चायला सुरुवात केली ..जसे ती वाचत होती तसे तिचे भाव क्षणाक्षणाला बदलत होते. एकदम ओरडून ती म्हणाली ," व्वा .... अभिनंदन ऋषी ! पहिला जॉब आणि तोही इतक्या मोठ्या ऑर्गनायझेशन मध्ये म्हणजे लॉटरी यार. क्या बात है , झकास! आता तर मोठी पार्टी." म्हणत तिने ऋषी चे अभिनंदन केले.

तिला खरच मनापासून आनंद झाला हे तिचा चेहराच सांगत होता आणि गोड दिसणारी प्रीती कडे बघत ऋषी पण मनोमन खुलत होता.

" आता सांग जरा सविस्तर, जॉइनिंग ला अजून 10 दिवस आहेत. पूर्वतयारी केलीस का? आणि हो तिथले लोक आणि तुझं हे साधं राहणीमान यात काहीतरी चेंज हे करावे लागणार सो आपण उद्या शॉपिंग ला जातोय" तिने ऑर्डर सोडली.

" अहो मॅडम पगार हा एक महिन्याने मिळणार आहे.."

" तुला ऑर्डर चा अर्थ समजत नाही का? तुला विचारात नाहीये मी." ठसक्यात ती म्हणाली तसे तो गप्प झाला.

ऋषी आणि प्रीती यांची मैत्री वेगळीच म्हणजे ना ते कॉलेज मध्ये सोबत ना की शेजारी ना ही त्यांचे काही फॅमिली कनेकशन.

प्रीती च्या एका कॉमन फ्रेंड मुळे यांची ओळख झाली. ऋषी हा छोट्या शहरातून आलेला पण अगदी हुशार,चुणचुणीत लाघवी मुलगा. घरची परिस्थिती अगदी बेताची असल्याने जाणीवपूर्वक वागणे, बोलणे आणि खर्च करणे आणि अभ्यास म्हणाल तर त्यात तो सगळ्यात पुढे.

पहिल्याच भेटीत तिला त्याचा चांगुलपणा जाणवला त्यामुळे ती अगदी बिनधास्त बोलत होती.

दिसायला गोड वाटणारी प्रीती एका श्रीमंत घरातून असल्याचे कळताच ऋषि जरा लांबूनच वागण्याचा प्रयत्न करायचा. जरी ती खूप चांगली असली, फ्रेंडली असली तरी स्वतःबद्दल असलेला कॉम्प्लेक्स त्याला तिच्याशी मैत्री करू देत नव्हता. याउलट ती दिवसेंदिवस त्याला जवळचा मानायला लागली होती. त्याचा निरागसपणा, समजूतदारपणा, आणि जाणीवपूर्वक वागणे तिला फार भावले होते. त्यामुळे कितीही प्रयत्न केला तरी म्हणतात ना विधिलिखित त्याप्रमाणे त्यांची गट्टी जमलीच. प्रीती ही BSC इलेक्ट्रॉनिक्स करत होती, तिच्या बाबांची फॅक्टरी होती. पुढे जाऊन तीच ते सगळं सांभाळणार हे पक्के...कारण तिला कुणी भावंडे नव्हती. याउलट ऋषि हा जॉइंट फॅमिलीतील मुलगा. त्याला एक लहान भाऊ होता. ऋषी ने मेरिट च्या बेसिस वर इंजिनिअरिंग ला

ॲडमिशन मिळवली होती. त्याने इलेक्ट्रॉनिक्स हा विषय निवडला होता आणि दरवर्षी तो टॉप करत होता त्यामुळे कॉलेज मध्ये सगळ्यांना हवाहवासा होता तर शिक्षकांचा अगदी लाडका. कुठेतरी त्यांची तार ही शिक्षणातील विषयावर पण जुळली होती आणि मनाच्या पटलावर पण. छान मैत्री झाली होती, कधी काही अभ्यासातील अडचणींवर तर कधी काही इतर विषयांवर असे त्यांचे चर्चासत्र सुरू असे. एक दिवस असा जात नसे की काही बोलले नाही किंवा कधी वाद झाले नाही,कारण ऋषी हा परफेक्टनिस्ट तर प्रीती थोडी अवखळ. तरीही कायम परिस्थीची तफावत ही दरी ऋषि च्या मनातून जात नसे त्यामुळेच कितीही वाटले तरी त्याने आपले मन प्रीती पुढे उघडे केले नव्हते. तिच्याबद्दल ज्या काही भावना, संवेदना त्याला जाणवत असे त्या त्याने उघडपणे कधीच मांडल्या नाही उलट तिला जाणवू नये हाच प्रयत्न तो करत असे.पण काही चांगले घडो किंवा तो बेचैन असो, फोन मात्र प्रीती लाच जात असे आणि हे तिला पण चांगले माहीत होते. त्याच्या बोलण्यावरून, त्याच्या शब्दांवरून त्याचा मूड जाणवण्याइतपत प्रीती पण त्याला ओळखायला लागली होती. त्याचा स्वाभिमान तिला आवडत असे आणि त्याने नक्की काहीतरी मोठे आयुष्यात बनावे यासाठी त्याच्याशी वेगवेगळ्या यशस्वी लोकांबद्दल चर्चा ही करत असे. ऋषि ला स्वतःबद्दल आत्मविश्वास निर्माण करायचा, त्याला मोठी स्वप्न दाखवायची आणि त्याच्यातील खूप काही करण्याची ईच्छा ती कायम तेवत ठेवत असे.

BSC झाल्यावर तिने MSC ला ॲडमिशन घेतली होती आणि त्याच दरम्यान पुन्हा युनिव्हर्सिटी मध्ये टॉप करून ऋषीचे इंजिनिअरिंग पूर्ण झाले होतं.

शांत बसलेल्या ऋषी चा हात धरून त्याला उठवत," उद्या कशाला चल, आजच सुरू करूयात शॉपिंग " ती म्हणाली.

ऋषी थोडा कचरत होता कारण त्याचा प्रश्न हा बजेट चा होता आणि जे प्रीती ने कधी विचारात सुद्धा आणले नव्हते.

याची जाणीव प्रीतीला होती तरी ती ते कधी दाखवत नसे कारण हे अंतर तिला मान्य नव्हते.

" आज मी तुला लोन देतेय,हे घे माझे कार्ड आणि जे खर्च करशील त्यावर मला व्याज म्हणून तू छानशा हॉटेल मध्ये तुझा पहिला पगार झाला की पार्टी दे" सहज पणे म्हणत त्याच्या हातात कार्ड कोंबून तिने तिच्या ज्युपिटर ला स्टार्ट पण मारला.

तिच्या पुढे चालणार नाही हे माहीत असल्याने गप्प आपला तो तिच्या मागे बसला आणि गाडी फिनिक्स मॉल च्या दिशेनं निघाली.

पूर्ण मॉल मध्ये फिरून तिने कॅज्यूल जॅकेट, जीन्स, टीशर्ट घेऊन झाले.

" अरे शूज राहिलेत चल ते पण घेऊ" म्हणत ती शॉप ला शिरली सुध्दा. तिच्या मागे फिरत आणि शॉपिंग बॅग सांभाळत ते दोघे बाहेर पडले तर अंधार पडला होता.

" किती रे फिरवलेस मला वेड्यासारखं भूक लागली बघ आता, पाय पण दुखत आहे" मिश्किल पणे हसत ती म्हणाली. बॅग्स खाली ठेऊन तिला कोपरापासून हात जोडत त्याने

नमस्कार केला आणि 'हुश्श' असे रिॲक्ट केले तसे ती खळखळून हसली. मॉल मधल्या रेस्टेरां मध्ये ती गेली. तिच्या मागे जाण्याशिवाय पर्याय नसल्याने ऋषि ही गप्प आपला आत शिरला. तिने सँडविच, कॉफी आणि फ्रेंच फ्राईज ऑर्डर केले.

" ऋषी ही पार्टी तुझ्याकडून बर का" म्हणाली तसा त्याचा चेहरा नॉर्मल झाला. त्याचे अवघडलेपण तिच्या लक्षात आले होते, त्याचा स्वाभिमान दुखायला नको आणि जे करायचे ते पण करायचे हे दोन्ही ती साधत होती.

त्याच्यातील काही करायची तडफ तिला आवडत होती,स्वाभिमान तिला जिवंत ठेवायचा होता आणि सोबत तिला कायम हवी होती. काही जाणीव तिला पण होत होत्या पण न बोलता ती कृतीतून ते करत होती कारण तिला ही हवे होते की तो आयुष्यात काही मोठा बनावा.

" भूक लागल्यावर खायची मज्जा काही औरच " म्हणत तो सँडविच खात होता आणि ती पण कडकडून भुकेलेली फ्राईज वर तुटून पडली होती. न बोलता 15 मिनिटे गेली तेव्हा कुठे कळकळणारे तीचे डोकं शांत झालं

त्याला त्याच्या रूमजवळ सोडताना ती म्हणाली," उद्या मला 2चे लेक्चर आहे, बरोबर 10.30 ला कॉलेज जवळ भेट" म्हणत ती जायला निघाली.

"हो भेटतो, पण काय प्लॅन उद्याचा?"

" आहे काहीतरी" म्हणत भुर्रर ती निघून पण गेली आणि हा आपल्या बॅगा सांभाळत रूम वर आला.

त्याचा मित्र सुद्धा आश्चर्याने बघत राहिला कारण व्यर्थ पैसे खर्च करणार्यातला ऋषी नाही हे त्याला माहित होते.

"काय राजे, कोणाचं लग्न आहे?" त्याला डिवचत मनोज म्हणाला.

ऋषी ने अपॉइंटमेंट लेटर दाखवले तस तो पण उडी मारूनच उभा राहिला आणि त्याने जोरदार मिठी मारत" सॉलिड अभिनंदन " असे म्हणाला.

"कुठे प्रीती सोबत होतास का?" मनोज ने हसत विचारले.

फक्त मानेनेच हो म्हणत ऋषी ने वर पाहिले.

" ऋषी तू बोलत का नाहीस तिला?"

" मनोज अरे, ती कुठे मी कुठे? ती सोन्याच्या चमच्याने दूध पिते, मला तिच्या मनातले माहीत पण नाही आणि काही बोलून मला ते दूर पण करायचे नाही. आपण आपल्या पायरीनेच मित्र राहिलो तर निदान ते तरी कायम असू!" ऋषी खेदाने म्हणाला.

" ऋषी, मला नाही वाटत की असे काही होईल. कोणी उगाच कोणासाठी सगळे करत नाही. असो काळाला ठरवू दे, पण खूप उशीर करू नकोस."

दुसऱ्या दिवशी ठरल्याप्रमाणे तो कॉलेज जवळ पोहोचला, ती वाटच बघत होती. आता गाडी वळली ती कॉटन किंगच्या शोरूम कडे जिथून चांगले 10 फॉर्मल शर्ट तिने खरेदी केले ते ही स्वतःच्या चॉइसने! नंतर मेन्स फॉर्मल वेयर च्या दुकानात जाऊन ट्रॉउजर्स आणि सॉक्स पासून सगळे शॉपिंग झाले.

रोज काहीतरी घे, काहीतरी तयारी कर, भेटत बोलत 10 दिवस गेले. त्याच्या ऑफिसच्या पहिल्या दिवशी सकाळी फोन करून त्याला शुभेच्छा देऊन तिने दिवसाची सुरवात केली.

पहिला दिवस कसा गेला, कसा अनुभव आला या विषयावर संध्याकाळी चर्चा झाली आणि एकूणच तो उत्साही असल्याचे तिला जाणवले.

तो त्याच्या ऑफिसमध्ये रुळायला लागला.

मुळातच हुशार असल्याने कामाने सगळ्यांच्या नजरेत येत होता.

तिची परीक्षा झाली, निकाल पण आला ती पण छान 'डीस्टी'ने पास झाली. तिचा तर प्लॅन होताच, आता तिने बाबाची कंपनी जॉईन केली आणि त्याच दरम्यान ऋषीला 1 वर्ष परदेशी जाण्याचा चान्स आला.

" प्रीती खरच जाऊ का ग मी? मला नाही जायचे!" ऋषी थोडं नाराजीने म्हणाला.

" अरे काय डोक फिरलय का तुझं? तुझ्या करिअर ला नवीन दिशा मिळेल, व्हॅल्यू ऍडिशन होईल तुझ्या कारकिर्दीला. 1 वर्ष उडून जाईल." मनात तर ती पण थोडी धास्तावलेली होती की हा भेटणार नाही पण त्याचे स्वतःला साबीत करणे हे तिलाच हवं होतं, त्याला तस कारण ही होते.

"तुला चालेल मी गेलेलं? न भेटलेले? " आज पहिल्यांदा तो वेगळ्या नजरेने बघत बोलत होता.

तिलाही ते जाणवत होते पण त्याला कच खाऊ द्यायची नव्हती

"हे बघ मी काही लग्न वगैरे करत नाहीय 1 वर्षात! तू आला की तूच कोणी शोध मग बघू" त्याला डीवचत ती मुद्दाम म्हणाली कारण तिला हसत खेळत वातावरण ठेवायचं होते.

थोडा शॉक झालेला तो, 'वेळ आहे आपल्याकडे' विचार करत जायला निघाला.

त्याच्या तिथे जायच्या तयारी साठी पण तिने पुन्हा तोच कित्ता गिरवला, 2 दिवस फक्त शॉपिंग आणि मज्जा करत सोबत वेळ घालवत होते.

शेवटी त्याचा जायचा दिवस आला त्याही सकाळीच त्याच्या रुम वर पोचली, " मी वाट बघेन" एवढेच सूचक बोलत तिने बाकी सगळे बोलायचे टाळले आणि एअरपोर्ट ला सोडायला पण गेली.

" प्रीती, मला तुझ्यासाठी यायचं आहे पण आपल्यातील जी दरी आहे त्याचे काय?" असे त्याने विचारले.

काही कळलं किंवा नाही असं दाखवत " आता काय बुवा एक माणूस फॉरेन रिटर्न असणार,आणि स्वतःच्या कर्तृत्वावर ! जग आपोआप नमेल. हॅपी जर्नी " म्हणत तिने त्याला बाय केले आणि तिथून निघाली.

एअरपोर्ट च्या पार्किंग मध्ये तिने आपल्या अश्रूंना वाट मोकळी करून दिली.

त्या एक वर्षात तिने स्वतःला कामात झोकून दिले, कंपनी जरी वडिलांची असली तरी आता ती तिच्या मार्गाने पुढे नेत होती आणि इथे 1 वर्ष कधी संपत याची दोघेही वाट बघत

होते.

बघता बघता एक वर्ष सरले. ऋषी जेव्हा एअरपोर्ट ला पोहोचला तेव्हा तिथे प्रीती एकटी नव्हती तर यावेळी तिचे बाबा पण आले होते. त्यांना बघून ऋषि ला आश्चर्य वाटले पण तसे न दाखवता त्याने कॉन्फिडेंटली त्यांच्याशी ओळख करून घेतली बऱ्याच गप्पा झाल्या . त्या रात्री डिनर पण सोबत एअरपोर्ट च्या बाहेर एका मोठ्या 5 स्टार हॉटेल ला झाले, त्याला तिला एकट्याला भेटायचे होते पण तसे न घडता हे वेगळेच सुरू होते.

रात्री तिने वडिलांना घरी सोडले आणि जरा चक्कर मारून येऊयात म्हणून ती ऋषी ला घेऊन कार ने निघाली.

" प्रीती,आज मी खूप खुश आहे. तुझ्याशी खूप बोलायचे आहे."

त्याला तोडत मिश्कीलपणे म्हणाली" मग कोणी पसंत केलीस की नाही फॉरेन मध्ये? आता काय बुवा मज्जा आहे एका माणसाची."

तसे तो थोडं वैतागला त्याला काय बोलायचे होते आणि प्रीती काही वेगळंच बडबडत होती, तो शांत होऊन बसला आणि डोळे मिटून बसला.

त्याची आपण जास्त खेचतोय हे जाणवून तिने गाडी साईड ला घेतली, " ऋषी माझ्याशी लग्न करशील का? " तिने डायरेक्ट विचारले तसे त्याने खाडकन डोळे उघडून तिच्याकडे बघितले, त्याचा विश्वास बसत नव्हता.

" प्रीती!" इतकेच तो म्हणाला तर हसून " ऋषी तुझ्या भावना मला कधीच कळल्या होत्या. पण तुझा स्वभाव स्वाभिमानी आहे आणि तीच तुझी ताकद आहे जी मला आवडते. तुझं स्वतःहून मोठं होणं हेच तुझ कर्तृत्व आहे जे मला जगाला दाखवायचं होत. माझे बाबा सुद्धा हे बघूनच तयार होतील हे मला माहित होतं म्हणून आज तुझी ओळख मी तिथे एअरपोर्ट ला करून दिली. माझ्या आयुष्यात येणारी व्यक्ती हि त्या लेव्हल ची असावी हे त्यांचं बोलणे खूप योग्य होते, म्हणूनच ती ओळख मला करून द्यायची मी आजवर वाट पाहिली." एक दमात ती सगली बोलली आणि ऋषी फक्त बघत राहिला.

न राहवून तिला एक घट्ट मिठी मारून फक्त तो व्यक्त झाला आणि तिला मनापासून " मला या दरीची कायम भीती वाटत असे" इतकंच बोलू शकला.

आज त्यांच्या मधील संवेदनांला मैत्रीच्या पलीकडे अर्थ मिळाला होता जो सगळ्यांनी मान्य करावा अशीच स्थिती प्रीती ने निर्माण केली होती.

त्यांच्यातील त्या भावनेचा उल्लेख जो आज झाला पण ज्या कायम दोघांनाही त्यांच्याच नकळत जपल्या होत्या.

त्या भावना सांभाळताना त्यांनी एकमेकांना जीवापाड सांभाळले होते.

त्या भावनेच्या बळावर यापुढे आपण एकत्रपणे आयुष्याचे हे दिव्य सहज पार करणार या आनंदात ते दोघेही एकमेकांची 'संवेदना' बनत होते!

41

भावना:-

दिपा ला आज खूप वेगळी अनुभूती वाटत होती. खूप हलके, खूप मोकळे आणि शांत. सकाळी लवकर जाग आल्यामुळे मस्त गरम चहा पित ती गॅलरी मध्ये उभी होती.

गेल्या काही दिवसांमध्ये तिचे आयुष्य पूर्ण बदलून गेले होते. तिचा विश्वास तिला परत मिळाला होता, आयुष्य पुढे नेण्यासाठी काही ठोस कारण तिला मिळाले होते.

दिपा एका मोठ्या कंपनीत मार्केटींग हेड होती. त्यामुळे सतत फिरतीचा जॉब होता. हर प्रकारच्या लोकांशी संपर्क यायचा. तशी ती फार चोखंदळ होती माणसांच्या बाबतीत, कधी कोणी पटले तर खूप छान गट्टी नाहीतर डायरेक्ट सुट्टी. कामाच्या बाबतीत हयगय नको आणि तशी कडक असल्यामुळे ती खडूस म्हणूनच ओळखली जायची . पण तिला याची कसलीही परवा नसायची , तशी फटकळ म्हणा किंवा फटकून असायची . कोणी आपल्या जवळ यायला नको आणि आपणही कोणाच्या जवळ जायला नको याचे काटेकोर पालन ती करत असे.

दिसायला तशी चांगली होती पण कधी त्याचा उपयोग तिला कुठल्याच अर्थाने करता आला नाही. तिच्या विश्वात कोणालाच जागा नव्हती. कधी भावना काय आणि प्रेम काय याच्या फंदात ती पडली नाही. नाही म्हणायला कॉलेज मध्ये असताना कोणी प्रपोज केले, दिपाने हो पण म्हणले पण ते पुढे गेले नाही कारण थिल्लरगिरी कधी हिला जमली नाही आणि त्या अपेक्षा असल्यामुळे ती प्रेम कधी करू शकली नाही. त्यामुळे कुठेही न गुंतता तिने हा विषयच मिटवून टाकला. तिच्या ठाम स्वभावामुळे घरचे तिला स्वतः प्रमाणे फिरवू शकले नाही. मुलींसारखे राहण्यापेक्षा नीट नेटके कसे राहता येईल आणि नजरेतल्या कडक पणामुळे दुसऱ्याला कसे अंतरावर ठेवता येईल हेच ती करायची.

पण या सगळ्यात, नकळत ती एकलकोंडी झाली होती आणि तापट सुद्धा. तिला कसल्या कोण जाणे पण कायम काहीतरी भीती मनात घर करून असायच्या पण हे कोणाला कळू नये म्हणून तितकीच स्ट्रॉग असल्याचे ती कायम भासवायची आणि आपले आयुष्य एखाद्या यंत्रवत जगायची. कामाच्या बाबतीत योग्य असल्याने तिच्या या गोष्टीचा कुठेच

कनेक्ट न होता सगळे सुरू होते.

एकदा कामाच्या निमित्ताने दिल्ली ला गेली होती ऐका कॉन्फरन्स साठी. तिच्या कंपनीचे पूर्ण सादरीकरण, त्यांचे प्रॉडक्ट आणि गुणवत्ता दिला दाखवायची होती . त्याप्रमाणे तिने आपली तयारी ठेवली होती. प्रेझेंटेशन, टेस्टीमोनिअलस, व्हिडिओस म्हणा किंवा इतर सगळ्या गोष्टी ज्या अपेक्षित होत्या त्या सगळ्याच तयार होत्या. बऱ्याच इतर कंपनीचे पण लोक तिथे होते, जणू एकदम टफ कॉम्पिटिशन होती. सगळ्यांचे बुकिंग एअरपोर्ट जवळच्या च्या महिपालपुरच्या पंचतारांकित रेडीसन हॉटेल मध्ये केले होते.

पहिल्याच दिवशी एन्ट्री केल्यावर आत जात असताना एका शानदार लिफ्ट मध्ये ती शिरली आणि लिफ्टचे दार बंद होणार इतक्यात कोणीतरी मध्ये हात घालून लिफ्ट थांबवली. दार उघडल्यावर तिच्याच वयाचा कोणी व्यक्ती आत आला. जरा रागानेच तिने लुक दिला पण त्याने पूर्ण दुर्लक्ष केले. उंचापुरा, दिआयला ओके असा कोणीतरी तिच्या निदर्शनास आला. फारसे लक्ष न घालता ती तिच्या रूम कडे गेली तर तोही मागेच , तिने जरा तिरके वाकून पाहिले पण तो तिच्या मागे न येता तिच्या थोडं पुढे असलेल्या रूम कडे वळला आणि आत गेला. आपण का मनावर घेतल्यासारखे बघतोय याचा तिला राग आला आणि मनाशी बडबडत ती आपल्या रूम मध्ये गेली.

रूम पाहून खुश झाली. मोठ्या बेड वर पांढरी शुभ्र चादर आणि अप्रतिम स्वच्छता असलेले इंटेरिअर.

दुसऱ्या दिवशी सकाळी कॉन्फरन्स असल्याने आतल्या टि-मेकर वर चहा घेत सगळे डिटेल्स परत एकदा चेक केले. सगळे ओके पाहून मस्तपैकी शिट्टी वाजवली आणि स्वतःच खुश होत गाणे गुणगुणत बसली.

डिनर टाइम झाल्यावर खाली गेली. हाय हॅलो करत थोडी जुजबी ओळख होत होती. जेवणाची प्लेट घेऊन वळत होती तर कोणीतरी धडकले आणि थाळीतले थोडे अन्न तिच्या कपड्यांवर सांडले. रागानेच ‘स्टुपीड’ म्हणत तिने वर बघितले तर तोच तो लिफ्ट वाला व्यक्ती होता.

"सॉरी" इतकेच म्हणत तो काही न झाल्यासारखा निघून पण गेला. त्याच्या जाण्याकडे चरफडत ,वैतागत ती बघत राहिली.

कसेतरी थोडे खाल्ले पण लक्ष लागत नव्हते.

तो व्यक्ती तिला सगळ्यांशी मिळून मिसळून , हसत बोलत तिला सारखा दिसत होता . ईच्छा नसतानाही नकळत ती वळून बघत होती त्याचाच तिला राग ही येत होता.

जेवण आटोपून ती वर रूममध्ये गेली आणि थोडा वेळ TV बघून झोपी गेली.

सकाळी लवकर उठून आवरून रूमलाच ब्रेकफास्ट करत आणि छानसा फॉर्मल ड्रेस चा लुक आरशात बघून वेळेच्या 15 मिनटे आधी ती कॉन्फरन्स हॉल जवळ चालत जात होती अचानक मागून कोणीतरी "हाय " म्हणत तिच्या बरोबरीत आले.

"हाय " अस फॉर्मल उत्तर देत तिने पाहिलं तर पुन्हा तोच कालचा व्यक्ती.

तिचा तो निर्विकार लुक बघत " मी आशुतोष राणे , आजच्या या कॉन्फरन्स साठी मुंबई हुन आलोय! तू?"

त्याच डायरेक्ट तू म्हणणे हे बोलणं जर खटकलं!

'जान ना पहचान मै तेरा मेहमान' अस काहीतरी मनात चमकून गेलं तरी ताबा ठेवत "मी दिपा सरपोतदार. पुण्याहून आलेय." इतकंच उत्तर तिने दिले आणि हॉल मध्ये प्रवेश केला.

ती बसली होती त्याच्या अगदी विरुद्द दिशेला तो बसल्याने नाही म्हटलं तरी तिचे लक्ष जात होतं. कॉन्फरन्स सुरु झाली तिच्या कंपनीचे प्रेझेंटेशन साठी नाव घेतल्यावर ती उठली. आधी स्वतःच आणि मग कंपनीबद्दल तीच प्रेझेंटेशन सुरू झाले. छान विश्वासाने तिने PPT दाखवली , त्याप्रमाणे तिने एक्सप्लेनेशन दिले.

शेवटी सगळ्यांनी टाळ्या वाजवून तीच कौतुक केलं.

पुढील नंबर त्या आशुतोष चा होता , त्याने पण खूप भारदस्तपणे स्वतःची ओळख करून दिली , त्यात तिला कळले की तो एम्प्लॉयी नसून मालक आहे. थोडे आश्चर्य वाटले आणि कुतूहल सुद्धा. त्याने ही पूर्ण तयारीनिशी छान प्रेझेंटेशन दिले. तिलाही खूप कौतुक वाटले आणि सगळ्यांच्या टाळ्यांच्या कडकडाटात ती पण सामील झाली. कुठेतरी जो अडमुठेपणा कालपासून आला होता तो थोडा सैल झाला. लंच ब्रेक होता त्यामुळे सगळे बाहेर पडले.

" दिपा ,छान दिलेस प्रेझेंटेशन तू! तुझ्या कंपनीची माहिती, उद्देश आणि गुणवत्ता बद्दल सगळेच.

अभिनंदन!"

"थँक्स , पण ते कशासाठी? अजून तर एकाचे प्रेझेंटेशन बाकी आहे ना? "

"नाही ग , काहीतरी प्रॉब्लेम आल्याने त्यांनी बॅकआऊट केले आहे. प्रोजेक्ट खुप मोठे आहे आणि लेंदी सुद्धा. त्यामुळे ते करतील असे वाटत नाही"

"ओहह "

"आणि हो कालसाठी सॉरी ,मुद्दाम नाही केलं."

तो बोलताच होता आणि ही ऐकत होती काल इतका पारा चढला आणि आज फक्त " इट्स ओके " म्हणून विषय संपला.

थोडं बोलत चर्चा करत त्यांना हे कळत होते की दोघांनाही माहिती भरपूर आहे आणि दोघांचा ही कामाचा इंटरेस्ट सारखाच आहे. ओळख झाली , हसत बोलत लंच झाले. उद्या सकाळच्या फ्लाईट ने ती निघणार होती आणि त्याच फ्लाईट ने तो काही कामाने पुण्याला जाणार होता.

संध्याकाळी एक इन्फॉर्मल गेट टू गेदर होते.

त्यावेळेस पण यांची भेट झाली नकळत तिला त्याच्याशी बोलण्यात खूप रस वाटत होता. बोलताना तो खूपच वेगळा वाटला तिला. त्याचे दिसणे बोलणे एकदम छाप पाडत होते.

डिनर सोबत झाले आणि त्याचवेळी उद्या सोबत एअर पोर्ट ला निघण्याचे ठरले.

दोघांनीही या दरम्यान आपले कार्ड एक्सचेंज केल्याने मोबाईल नंबर एकमेकांकडे आले होते.

सकाळी तिचे आवरणे सुरु होते तर तिला फोन आला " गुड मॉर्निंग दिपा! ब्रेकफास्ट ला येणार आहे का खाली?"

"गुड मॉर्निंग , हो चालेल . 15 मिनिटे दे."

लगेच पटकन आवरून ती खाली गेली तर त्याने टेबल बुक करून ठेवले होते आणि वेटर शी बोलत होता.

" दीपा, या हॉटेल मध्ये तर अफाट च ब्रेकफास्ट आहे. मी फक्त ऑम्लेट ब्रेड- ग्रिल सँडविच आणि ऑरेंज जूस घेतोय ! तू काय घेणार ?" त्याने विचारले.

"मलाही सेम सांग पण हो सोबत कॉफी." हसत तिने रिप्लाय केले. आपण किती सहज वागतोय या काल ओळख झालेल्या माणसाची याचे तिलाच नवल वाटत होते.

गप्पा सुरु होत्या त्यात कळले की तो MBA आहे आणि गेली 5 वर्षे या व्यवसायात त्याच्या भावाला जॉईन झालाय. लग्न झाले नाही पण त्याच्या वागण्यावरून मैत्रीण नक्की असेल असा तिचा अंदाज होता. स्वतःबद्दल पण MBA करून या कंपनीत 3 वर्षे आणि आधीच्या 3 वर्षे असा 6 वर्षांचा अनुभव असल्याचे तिने सांगितले.

ब्रेकफास्ट झाल्या नंतर फ्लाईट च्या वेळेनुसार सोबत निघून ते पुण्याला पोहचले. बोर्डिंग पास एकत्र घेतल्यामुळे फ्लाईट मध्ये पण भरपूर गप्पा झाल्या. या दरम्यान पुन्हा भेटावे अशी ईच्छा नक्कीच दोघांनाही निर्माण झाल्याने जेव्हा जमेल तेव्हा नक्की भेटायचे ठरवून ते आपापल्या मार्गी निघाले.

तिला पहिल्यांदा आपण काहीतरी सोडून निघालोय अशी भावना निर्माण झाली मनाशी नवल करत ती घरी आली.

आशुतोष चे पुण्यातील ऑफिस बाणेर रोड ला आहे असे तिला कळले होते आणि दुसऱ्या दिवशी तो संध्याकाळी परत जाणार होता. दुसऱ्या दिवशी तिने ऑफिस ला गेल्यावर सगळे नीट रिपोर्टिंग केले आणि केबिन मध्ये असताना तिला इंटरकॉम ला फोन आला की बॉस ने बोलावले.

तडक ती तिथे गेली तर बॉस ने "**अभिनंदन**"म्हणत प्रोजेक्ट पार्टनरशीप मध्ये मिळाला आहे असे सांगितले आणि बोलत बोलत ते कॉन्फरन्स हॉल ला आले .

तिथे पाठमोरे कोणीतरी होते .

" दिपा, मीट अवर प्रोजेक्ट पार्टनर मि. आशुतोष राणे ..."

आशुतोष ला बघून तिच्या चेहऱ्यावर मनापासून स्माईल आले आणि अगदी सहज "हाय आशुतोष, नाईस टू सी यु" ती म्हणाली.

बॉस ला नवल वाटले " तुम्ही ओळखता का एकमेकांना?"

"हो सर , दिल्ली ला ओळख झाली आमची."

" चला म्हणजे, प्रोजेक्ट पुरे होईस्तोवर मी निश्चिन्त असे म्हणत थोड्या फॉर्मल गप्पा झाल्या.

लंच ची वेळ झाली होती ,आशुतोष गेस्ट असल्याने बॉस ती आणि आशुतोष तिघेही 'हयात 'हॉटेल ला गेले आणि यथासांग कामाच्या गप्पात लंच पार पडले.

संध्याकाळी तो निघणार हे माहीत असल्याने तिने थोडे आटोपते घेतले आणि बॉस ला सांगून त्याला बाहेर सोडायला गेली.

"तर मग आशुतोष, आता काय मग मुंबई वरून काम बघणार का?"

"नाही , मी पुण्याहून बघणार. माझं ऑफिस आहेच आणि आमचा बंगला पण आहेच . मग काय काळजी?" हसत तो म्हणाला.

दीपा ला आपल्याला नकळत काय आनंद झाला हे नक्की कळले नाही पण ती खुश होऊन म्हणाली "ग्रेट, मग भेट होईलच आपली!"

"होईल काय ? आपण सोबत काम करणार आहोत हे विसरते आहेस का?"

"अरे हो पण माझं डिपार्टमेंट मार्केटिंग आहे आणि तू ऑपरेशन बघतोस ,त्यात कसे काय आले सोबत काम?"

"ते बघू ,चल मी निघतो आणि हो पर्सनल मध्ये सुद्धा टच मध्ये राहा." खोडकर हसत म्हणाला आणि कार मध्ये बसून निघाला सुद्धा. ती नवलाईने बघत राहिली आणि मनाशीच हसत ऑफिस कडे निघाली.

त्यांचे फोना फोनी सुरू झाले,कधी कामाने कधी बिनकामाचे . हळूहळू छान गट्टी जमत होती. सगळ्यांना कायम लांब ठेवणारी आणि एकटी राहणारी दिपा आजकाल ओपन होत होती आणि एक रेशीम बंध तयार होत होते. रोज बोलणे सुरू होते, दिवसभरात नाही जमले तर रात्री कधीतरी व्हिडिओ कॉल पण होत असे.

आपण बदलतोय हे तिच्या लक्षात आले होते पण तो बदल तिला आवडत होता. भरभरून हसावे मनासारखे करावे असे तिला वाटायला लागले होते.

असेच एकदा सुटीच्या दिवशी ते त्याच्या भोर जवळच्या फार्म हाऊस ला गेले होते छान गप्पा टप्पा झाल्या. बॅडमिंटन खेळणे झाले दमून थकून ती बसली तर त्याने मस्त जूस वगैरे मागवून पाहुणचार केला.

काय झाले अचानक कळले नाही पण तिला एकदम गरगरल्यासारखे झाले. त्याने हात पकडला तर तिचे अंग एकदम गरम लागले. तिचे न ऐकता लगेच त्याने डॉक्टर ला बोलावले आणि औषधे मागवली. तिला हे सगळे नवीन होते, आपल्यासाठी कोणी करतंय हेच ती पहिल्यांदा अनुभवत होती.

त्या दिवशी तिथे राहण्याशिवात पर्याय नव्हता. रात्री छान आराम करून सकाळी तिला लवकर जाग आली. आज खूप फ्रेश वाटत होते. गॅलरी मध्ये येऊन बघते तर आपण स्वप्नात आहोत असेच तिला भासत होते. ते दाट धुके, स्वच्छ हवा, बाजूचे हिरवेगार डोंगर ,देखावे बघून ती हरखून गेली.

एकदम कॉफी चा सुगंध दरवळला तशी ती वळली तर आशुतोष कॉफी चे दोन मग घेऊन उभा होता.

"गुड मॉर्निंग!"

"गुड गुड गुड आणि हॅपी मॉर्निंग" हसत रिप्लाय देत ती म्हणाली.

तिचा मग घेताना हातातून सटकला आणि पूर्ण त्याच्या अंगावर कॉफी सांडली.

गिल्टी वाटून " सॉरी सॉरी" म्हणत ती तिच्या रुमालाने टी शर्ट पुसायला जात नकळत त्याच्या एकदम जवळ गेली.

पहिल्यांदा कोणाच्या इतक्या जवळ जाण्याचा आणि त्या स्पर्शाचा अनुभव तिला नवीन होता.

नजर वर केली तर तो ही तिच्या डोळ्यात बघत होता... स्थिर नजरेने बघत ती त्यात हरवत गेली आणि नकळत ती त्याच्या मिठीत शिरली. अलगद होणारा त्याचा स्पर्श तिला सुखावत होता आणि ती त्यात विरघळत होती.

हलकेच त्याचा ओठांचा तिच्या ओठांना झालेला स्पर्श तिला शहारून गेला. त्यात हरवत, मिसळत ती आणि तो कधी एकमेकात विलीन झाले ते त्यांना पण कळले नाही.

भानावर आले तेव्हा दोघेही एकमेकांच्या मिठीत एका ब्लँकेट मध्ये शांत पडून होते.

तिची ती अस्वस्थता जाणून " दिपा, भावना ह्या कोणाच्या बांधील नसतात. त्या ओघाने वाहत असतात आणि आपल्याला त्याची जाणीव ही शरीररूपाने होते. काहीही वाईट झाले नाही आहे, एक व्यक्ती म्हणन तु मला कायम भावलीस. जे घडले त्यात मला काही प्रश्चाताप नाहीय."

आपण हे असे वागू शकतो याचेच तिला नवल वाटत होते पण जे घडले ते खूप नैसर्गिक रित्या सहज घडले होते. आपल्याला ही भावना आहे याचा प्रत्यय तिला आज आले होता.

हे सगळे आठवून आज गॅलरी मध्ये चहा पित उभी असलेल्या दीपा च्या चेहऱ्यावर हलकेच हसू उमटले. फोन वाजल्याने ती भानावर आली " हॅलो....बोल आशुतोष. आला आहेस का पुण्यात?"

"हो, तयार राहा मी तुला पिक करतोय बरोबर 30 मिनिटां मध्ये मी येतोय."

आपल्याच नादात तिने आवरायला घेतले, कधी नवे ते तिने आज छान गुलाबी रंगाची साडी नेसली त्यावर मोत्याचा सर आणि लांब कानातले घातले. छानसे मोत्याचे ब्रेसलेट आणि गुलाबी लिपस्टिक लावून ती खाली आली.

तिचे ते रूप बघून कार मध्ये असलेला आशुतोष बघतच राहिला. त्याच्या बघण्याने तिचे गाल लाल झाले आणि हलकेच कारचे दार उघडून ती त्याच्या बाजूला येऊन बसली.काहीही न बोलता फक्त एक मोहक लूक देऊन त्याने कार स्टार्ट केली आणि थोड्याच वेळात ते हॉटेल मॅरियट समोर येईन थांबले.

त्याने आधीच ठरवल्याप्रमाणे त्यांचे टेबल बुक होते. आज काहीतरी वेगळे तिला भासत होते. आजूबाजूचे सगळे छान वातावरण खूप मोहक भासत होते.

" दिपा, कायम आयुष्यभर तुझी सोबत देशील का?" अचानक प्रश्नांने ती बावरली.

काही क्षण शांत गेले हलकेच हसत, लाजत " हो" इतकेच ती बोलू शकली.

कायम धडाडीने बोलणारी ती आज निशब्द झाली होती, खूप बोलावेसे वाटत होते पण तिला शब्द सुचत नव्हते. ती शांतता खूप काही बोलत होती आणि मनातल्या सगळ्या भावना तिच्या चेहऱ्यावर तरंगत होत्या.

आपल्या या नवीन रूपाच्या आणि भावी आयुष्यात येणाऱ्या सुखाच्या विचारात असताना आशुतोष ने तिच्या हातावर अलगद हात ठेवला.

त्या स्पर्शाने मोहरून आणि त्याच्या अस्तित्वाने आनंदून तिने फक्त "आशू" एवढंच म्हणले.

आज तिच्यासाठी असलेली जगातील सर्वश्रेष्ठ "भावना" तिच्या मनात, चेहऱ्यावर आणि बोलण्यात ती अनुभवत होती!

42

ती एक सक्षम स्त्री:-

सरोज एका NGO साठी काम करत असे. मुळात हे काम करणे हा तिने तिच्या स्वभावानुसार निवडलेला मार्ग होता. स्वतः सरोज

आपल्या आठ वर्षाच्या मुलीसोबत एकटीच राहत असे. आई वडील हे दुसऱ्या शहरात आणि ती मुलीसोबत दुसरीकडे राहत होती.

लग्न झाले पण महिन्यातच तिला लक्षात आले कि आपली वैचारिक काय आणि भावनिक काय बैठक जुळतच नाही त्यामुळे लगेच वेगळे होण्याचा निर्णय तिने घेतला. पण तो घरी मान्य नसल्याने कोणाचाही आधार न घेता स्वबळावर टिकवला.

शिकलेली होती आणि आधीच्या नोकरीचा अनुभवही होता, पण

त्यापेक्षा काहीतरी असे करावे कि आनंद हि मिळेल आणि काही केल्याचं समाधान सुध्दा म्हणून तिने स्त्रियांसाठी काम करायला सुरुवात केली त्यासाठी तिने एक NGO जॉईन केली. त्याच दरम्यान काम करताना एक

स्त्री जी मरणासन्न होती ती तिची दोन वर्षाची मुलगी सरोज ला सोपवून गेली. लग्नाच्या भानगडीत पुन्हा पडायचे नाही या विचारावर ठाम असलेल्या सरोज ने त्या मुलीलाच

आपल्या आयुष्याची सोबती म्हणून दत्तक घेतले आणि आयुष्य

नावाचे रहाटगाडगे समाधानाने हाकायला सुरवात केली.

" ईशु , तुझा डब्बा आणि वॉटर बॉटल बॅग मध्ये ठेवली आहे.

थोड्या वेळात तुझी शाळेची व्हॅन येईल मावशी तुला सोडतील आणि जातील. तू डबा नीट खा आणि शाळा सुटली कि तुझ्या डे केअर ला थांब, मी तुला माझं आवरले की संध्याकाळी घ्यायला येईन तसा फोन करेन." असे बोलून सरोज तिची पापी घेऊन निघाली.

नेहमीप्रमाणे गडबडीत गाडीला स्टार्टर मारला थोडं पुढे जाऊन लक्षात आलं की पेट्रोल भरायचं आहे तशी वळून लगेच पेट्रोल पंप गाठला आणि हवा सुद्धा चेक करून घेतली. काही मिनटात ती ऑफिस ला पोचली. आज काय आणि कुठे काही

जायचे आधी काही ठरले का वगैरे सहकाऱ्यांशी चर्चा सुरु होती.

त्याच दरम्यान तिचा फोन वाजला , " हॅलो सरोज मॅडम बोलताय का?" पलीकडून आवाज आला .

" हो मी सरोज बोलतेय! आपण कोण बोलताय ?" ती म्हणाली.

" मॅडम माझं नाव मनोज, आमच्या बाजूच्या घरात एक ताई आहे जिचा रोज खूप छळ होताना मला जाणवले आहे. सासू असो का नवरा कायम बिचारीवर आरडा ओरड सुरु असते. एकटी आहे

आणि तिच्या आई वडिलांना पण मी कधी बघितले नाहीय, जर

तुम्ही काही मदत करू शकत असाल तर बघता का ? मी जर मध्ये गेलो तर एक पुरुष म्हणून वेगळे अर्थ निघतील."

" तुमचा पत्ता पाठवा, मी बघते काय करायचं ते." म्हणून तिने फोन ठेवला.

बाजूला असलेल्या नेहा आणि अजित सोबत तिने आलेल्या फोन बद्दल चर्चा केली. नेहा म्हणाली "अगं, असं अचानक जाऊन कसे चालेल ? आपल्याला आधी माहिती काढावी लागेल. अजित तू त्या पत्त्यावर जा, आजूबाजूला जरा विचार माहिती कधी आणि कळवं, मग पुढे बघुयात काय करायचे ते."

" हो लगेच निघतो, सरोज तुला पत्ता आलाय का बघ."

आलेला मेसेज अजित सोबत व्हॉटसअप ला शेअर करून सरोज ने काही जुजबी सूचना दिल्या आणि

अजित त्याच्या आजच्या मोहिमेवर गेला.

टेबल वर जी फाईल होती ती चाळत त्या केस वर थोडं काम करत सरोज नोट्स काढत बसली होती. वेळ पुढे सरकत होता, मधेच

एकदा मावशी ला फोन करून 'ईशा' च्या बद्दल चौकशी करून नेहा, सरोज ने लंच आटोपले आणि पुन्हा कामाला लागली. बऱ्याच वेळाने फोन वाजला, बघते तर ५ वाजायला आले होते आणि फोन अजित चा होता.

" हॅलो बोल अजित " सरोज म्हणाली.

" सरोज मॅडम, माझं काम झालय... तुम्ही किती वेळ आहेत ऑफिस ला?" अजित विचारात होता .

" ६ पर्यंत आहे , तू कितीला पोचतोय ?" सरोज घड्याळ बघत विचारत होती.

" मी ड्राईव्ह करतोय मॅडम , ऑलरेडी निम्मा रस्ता पार केलाय

जास्तीत जास्त ५.३० होतील ."

" ठीक आहे, मी वाट बघते " म्हणून सरोज ने फोन ठेवला.

बरोबर ५. ३० ला अजित ऑफिस ला पोहचला, पाणी प्यायला

आणि चहा चे दोन कप घेऊन सरोज च्या टेबल वर आला. " थँक्स फॉर कप "हसत म्हणाली " हां बोल काय झाले कामाचे?"

" मॅडम, ज्यांच्याबद्दल आपल्याला निरोप आला त्या मॅडम च नाव आहे पुष्पा शेंडे. त्यांच्या लग्नाला १० वर्षे झालीत पण मुलगा नाही त्यामुळे त्यांचा खूप छळ होतोय. त्यांना २ मुली आहेत. नवरा एका कंपनीत आहे नोकरीला पण तो ही खूप मारतो तिला. पूर्वी ती

चांगल्या कंपनी मध्ये नोकरी करायची पण मुलीना कोण

सांभाळणार या कारणाने तिने नोकरी सोडली आणि तिची दुर्दशा सुरु झाली."

" मला वाटते, तिला आधी बाहेर गाठावे, तिच्याशी बोलावे आणि

मग काय ते पाऊल उचलावे."

ठरल्याप्रमाणे दुसऱ्या दिवशी सकाळी बरोबर ११ वाजता त्या

दिलेल्या पत्त्यावर गेली, मुलींना शाळेच्या बस मध्ये सोडायला ती

स्त्री बाहेर पडलीच होती. मुलींची बस गेल्यावर ती भाजी

आणायला म्हणून मार्केटकडे जात असतानाच सरोज ने तिला

गाठले.

"पुष्पा" म्हणत हाक आल्याबरोबर तिने वळून पहिले तसे एक

अनोळखी स्त्री आपल्याला बोलावते हे तिने पाहीले आणि थांबली.

" पुष्पा, मी सरोज" स्वतःचे कार्ड देत ती म्हणाली. " मी एका NGO मध्ये आहे, काल मला एक निनावी फोन आला

ज्यात तुमच्या वर होणाऱ्या अत्याचाराबद्दल माहिती मिळाली.

माझ्या सहकार्याला मी आणखी माहिती काढायला सांगितले तेव्हा कळले बरेच काही. तुम्हाला मदत करण्यासाठी मी आलेय!"

ती स्त्री चपापली आणि घाबरली लगेच पुढे चालायला लागली.

"घाबरू नकोस, तुझ्या सहमतीशिवाय काही होणार नाही, आणि

तुझं आयुष्य नीट व्हावं जेणेकरून मुलींचे पण भविष्य सुधारावे

म्हणून मला प्रयत्न करायचेत."

" हे बघा मॅडम, तुमचा उद्देश चांगला असला तरी मी काही कमवत नाही. माझं स्वतःच असं काही नाही. कशाच्या भरवशावर मी पाऊल उचलू?"

" आम्ही आहोत ना! आधी काय ते सगळं सांग." सरोज म्हणाली.

" आता मला उशीर होईल मॅडम, उद्या दुपारी माझ्या घरी कोणी

नसेल तेव्हा जमेल का तुम्हाला?" पुष्पा म्हणाली.

" कार्ड वर नंबर आहे माझा, फोन कर किती वाजता त्याप्रमाणे मी येईल" म्हणून सरोज पुढील कामाला निघून गेली.

दुसऱ्या दिवशी सरोज 12.30 वाजता तिच्या घरी पोचली, आल्यावर तिने पाणी दिले आणि चहा

करायला जाणार तर सरोज ने तिला बसवून घेतले " पुष्पा, बोल अगदी मनमोकळं बोल ".

" मॅडम माझं ग्रॅड्युएशन झालं तसे, आईने लग्न लावून दिलं, वडील नसल्याने तिला जवाबदारीतून मोकळं व्हयायच होत. एका कंपनीत मी ऑफिस असिस्टंट म्हणून काम करत होते. अगदी नवीन

असतानाच मला या घरातील लोकांची कल्पना आली. यांना घर

सांभाळायला आणि यांच्या वंशाला दिवा आणायला म्हणून

कोणीतरी हवे होते. नवरा म्हणाल तर त्याला फक्त तो म्हणेल हा कारभार असा सगळं. पण असं असता का हो? माणूस म्हणून

मला पण जगायला नको का? घरची गरिबी त्यामुळे गप्प राहणे

हेच एक नशिबी होते. त्यातही पहिली मुलगी म्हणून आकांत तांडव झाले, माझा काय दोष? आणि नियतीने बघा दुसरीही मुलगीच

दिली. जन्माला घातले म्हणून सोडून जाता येत नाही आणि जगणे हे मरणाच्या पलीकडे. तुम्हीच सांगा दोन चांगले शब्द आणि यथायोग्य आदर या पलीकडे काय हवे असते हो स्त्रीला? पुरुषाला हवे असते शरीर पण स्त्रीला तर तो स्पर्श, तो आधार, तिला हवी असते प्रेमाची ऊब तो पण मायेचा वाटतो म्हणून तर ती सगळं सहन करते ना?

तिने भरभरून द्यायचे मग समोरच्याने का ते समजून घ्यायचे नाही? ती मूर्ख म्हणून हे करते का ? का हे तिचे कर्तव्य म्हणून गृहीत आणि पुरुषाने त्याची हुकूमत दाखवायची?

मान्य, सगळी कडे असे नसेल पण मी तर हेच अनुभवते. मग मी का आणि कशासाठी जगते ? सगळं आयुष्य वाहून

देते? का आणि का स्त्रीनेच हे सगळं भोगायचे? अहो जन्माला

मुलगा येतो कि मुलगी हे काय स्त्री ठरवते? आणि हे एक दुसरी

स्त्रीच समजून न घेता जा हिला हाकलून दे म्हणते यापेक्षा दुर्दैव ते काय! " रडत रडत पुष्पा सगळं बोलत होती.

" मला माहेर नाही ! आई राहते मामाकडे. माझे पैसे

काढून घेतले, दागिने स्वतःकडे घेतले आता मी कफल्लक झाले.

एकही तास माझ्या आईला इथे बोलावता येत नाही, राहण्याची तर गोष्ट फार पुढची. वडिलांच्या आधाराशिवाय माझ्या मुली कशा वाढतील म्हणून हे

सगळं सहन करतेय, उद्या मी मेली तर हा दुसरं लग्न करेल आणि हाल तर माझ्या मुलींचे होतील ना. रोज दारू पितो आणि मारतो पण, सांगू कोणाला?"

सरोज हे सगळं ऐकत होती. स्त्री नावाचं समाजातील सत्य, ज्यावर जग चालतंय पण तिची किंमत या पुरुष प्रधान संस्कृतीत किती? आज पुष्पा, काल मी, उद्या

आणखी कोणी हे चक्र कधी आणि कसे संपणार? आदिशक्ती

जिला म्हणतात ती स्त्री घर, मुलं, संसार, नातेवाईक सगळं

नेटाने करते पण तिच्या भावना कोण समजतंय? एक ना हजार विचार सरोज ला सतावत होते.

"पुष्पा, तुला आम्ही मदत करू, तुझी तयारी आहे का लढायची? आज तू हिम्मत दाखवलीस तर उद्या मुली सुद्धा सुखाने जगातील नाहीतर हे बघून आणि हे असेच असते असं समजून उद्या त्याही हेच आयुष्य प्राक्तन म्हणून स्वीकारतील. बोल काय म्हणतेस?"

सरोज च बोलणं ऐकून " मॅडम मी तयार आहे, मला माझ्यापेक्षा

माझ्या मुलींचे भवितव्य महत्वाचं आहे." म्हणत पुष्पा नकळत सरोज च्या गळ्यात पडली. तिला काय आणि कसे

करायचे याची कल्पना देऊन सरोज तिकडून निघाली जड अंतःकरण घेऊन म्हणा किंवा समाधान घेऊन म्हणा.

त्यावेळेस स्वतःमध्ये जी ताकद तिला जाणवत होती तिचा उपयोग तिला पुष्पा सारख्या आणखी कितीतरी स्त्रियांना त्यांच्यातल्या स्त्रीशक्तीला जागवण्यात करायचा

होता, त्यासाठी मनोमन आभार मनात समोरच्या गणपतीला

नमस्कार करून ती समाधानाने निघाली.

दुसऱ्या दिवशी पुष्पाचा नवरा ऑफिस ला जाण्याच्या आधी दारावर 3 पोलीस आले. सोबत त्यांचे साहेब होते. साहेबांनी आल्या आल्या तिच्या नवऱ्याचे मानगूट घट्ट पकडले आणि जोरदार आवाजात जरब दिली, "दारू पिऊन बायकोला त्रास देतोस काय रे! चल आता चौकीत, काढतो तुझी सगळी दारू"

नवरा घाबरून नाही नाही म्हणत असताना, एका लेडी ऑफिसर ने पुष्पाच्या सासू ला पण पकडले.

दोघांची वरात निघालेली अख्या सोसायटी ने पहिली.

पुष्पा धाय मोकलून रडत असताना सगळ्या लोकांच्या मनात तिच्याबद्दल सहानुभूती होती पण त्याचवेळीस मागून एक भक्कम हात तिच्या खांद्यावर ठेवला गेला.

"सरोज मॅडम" ती हात जोडून एवढेच म्हणू शकली कारण तिला माहिती होते या भक्कम हाताच्या मागे एक आश्वासक साथ होती आणि एक समाधानी जाणीव सुद्धा की, ती सुद्धा कोणीतरी असल्याची. आदिशक्ती चे एक रूप असल्याची आणि सर्वात महत्त्वाचे म्हणजे ती एक 'सक्षम स्त्री' असल्याची!

43

किनारा:-

दूरवर क्षितिजाकडे तो तांबडा गोळा हळुहळु त्या अथांग समुद्रात विलीन होतांना दिसत होता. "अरे थांब ना असाच, नको ना जाऊ एकटे सोडून " मनीष चे मन ओरडून ओरडून सांगत होते आणि धावत जाऊन त्याला घट्ट धरून ठेवावे असच काहीसे त्याच्या मनात येत होतं.

मन कसल्याश्या विचारांनी भंडावून गेलं होतं, तो एकांत हवा होता पण शांतता ही जीवघेणी वाटत होती. त्याच्या बाजूलाच बसलेल्या अविनाश ला याची काहीच कल्पना नव्हती , मनीष म्हणजे मनकवडा मनातले जाणणारा पण त्याचे मन जाणायला कोणी नव्हते.

मनीष काळे, एक असे जबरदस्त व्यक्तिमत्व की ज्याला बघून कोणालाही हेवा वाटावा. मुलीचं कशाला पण मुलं सुद्धा वळून बघतील असा तो हँडसम तरुण मुलगा. त्याच्या नुसत्या असण्याने कोणीही प्रफुल्लित होईल इतके गोड, लाघवी बोलणे... ज्याने कोणीही आपलेसे होईल. वाणीत इतकी शक्ती की कुणीही कान देऊन ऐकेल, त्याच्या जोडीला असलेला शब्दकोश, अखंड आणि अगाध वाचनाने मिळालेलं ज्ञान आणि नवीन शिकण्याची त्याची आसक्ती यामुळे तो कुणालाही हवाहवासा वाटत असे. अतिशय तल्लख बुद्धी असलेला, भरभरून रूप मिळालेला असा मनीष त्याच्या संस्कारांमुळे आलेल्या तेजामुळे आणखीच रुबाबदार वाटे.

असंख्य ओळखी, खंडीभर मित्र मैत्रिणी, भरपूर नातलग असा असलेला मनीष हा जरी वरकरणी बोलघेवडा, उत्साही वाटत आला तरी त्याच्यातील त्याला मात्र तो अनोळखीच होता. सगळ्यांना त्याची मैत्री होती पण त्याची मैत्री स्वतःशीच नव्हती, खूप एकलकोंडा असलेला मनिष अबोल राहिल्याने त्याच्या ईच्छा, त्याची स्वप्ने हे जणू त्यांच्यासाठीच एक कोडे होते. मस्त काहीतरी वाचत बसावं नाहीतर छान फिरायला जावं हे त्याचे आवडते छंद.

सतत आजूबाजूला लोक असत तरी हा एकटा, त्यामुळे शांत कुठेतरी जावे, समुद्रकिनारी बसावे आणि एकटक त्या क्षितिजाकडे झुकणाऱ्या त्या सूर्याला बघत बसावे हा त्याचा

आवडता छंद.

खांद्यावर हात जाणवला तसे त्याने पाहिले तर अविनाश त्याला सांगत होता" अरे अंधार पडलाय किती बघ. मला तर भूक लागलीय, चल काहीतरी खाऊयात आणि जाऊयात."

अजिबात ईच्छा नसूनही तो उठला आणि अविनाश च्या पाठोपाठ चालू लागला.

घरी आल्यावर नेहमीप्रमाणे काहीतरी विचार करत कधी डोळा लागला हे त्याला कळलेच नाही, पण अचानक दचकून काहीतरी बडबडत तो जागा झाला. त्याच्या आवाजाने रूम मध्ये त्याची आई पण धडपडत आली " काय झालं मनीष ? काय बोलत होतास स्वप्नात? " त्यांनी त्याच्या डोक्यावर हात फिरवला आणि त्याला पाणी प्यायला दिले.

पाणी पिऊन तो थोडा शांत झाला "आई माझ्या स्वप्नात कोणीतरी वृद्ध स्त्री आली, ती मला बोलत होती की रागवत होती मलाच कळले नाही पण तिने मला हुकूम वजा खूप काही करायला सांगितले."

" म्हणजे नक्की काय ते नीट बोलशील का?"

" माझा जन्म हा काहीतरी विशेष करण्यासाठी झालाय हे ती मला सांगत होती. माझ्या वागण्याचा तिला राग आला होता असे काहीसं मला वाटत होतं. तिने आपलं कपाट उघडलं आणि भराभरा त्यातून पुस्तके काढून जमिनीवर फेकली, माझ्या कितीतरी जुन्या डायरी होत्या, त्या तिने उघडून माझ्यापुढे ठेवल्या. का नक्की ते मला कळत नव्हतं म्हणून मी विचारण्याचा प्रयत्न करत होतो आणि मला जाग आली."

" मनीष हा दृष्टांत झालाय तुला ! तू काहीतरी वेगळं करावेस असा तुला निरोप दिलाय त्या शक्तीरूपी स्त्री ने."

तो काहीच बोलला नाही.

"खर सांगायचं तर तुझं काही वागणं मला पण पटत नाही बघ. तू खूप छान लिहितोस, तुझ्याकडे वाचन आहे, कला आहे, छंद म्हणून जोपासत खूप वेगवेगळ्या लोकांना भेटलास, स्थळांना गेलास त्यामागे काहीतरी विधिलिखित असेल. आशय समजण्याचा प्रयत्न कर." इतकेच बोलून आई तिच्या खोलीत झोपायला गेली.

मनीष मात्र बेचैन झाला आणि त्याच्या खोलीत फेऱ्या घालत होता. त्यांने कपाट उघडले आणि तिथल्या त्याच्या जुन्या खूप जुन्या सगळ्या डायरी काढल्या. समजायला लागले तेव्हापासून लिहिण्याचा छंद त्याला लागला होता, रोज काही न काही जे सुचेल ते तो लिहीत असे.

आज त्यांनी एक डायरी हातात घेतली आणि हळूच पाने उलगडत वाचत होता. हे सगळे आपण लिहिले का हा प्रश्न त्याला पडत होता. कुठे काही छान कथा होत्या, कुठे अनुभवरूपी लेख होते तर कुठे काही ठिकाणचं वर्णन होते. बऱ्याच ठिकाणी तर त्याने काही प्रोग्रॅम बनवून ठेवले होते...काय आणि कसे करायचे, कुठे जायचे- काय फायदेशीर आहे, तर कुठे खूप सखोल माहिती.

त्याच्या कवी मनाने लिहिलेल्या हळुवार कविता सुद्धा त्यात होत्या तर काही विचारांवर लिहिलेले मोठं मोठे लेख पण होते. हे सगळं एकदा बघून आपण हे सगळं काळाआड करून विसरून गेलो होतो याची त्याला जाणीव झाली.

आता मात्र 2 दिवस कुठेही जायचे नाही असे मनाशी पक्के ठरवून त्याने त्याने 2 दिवसांचा आराखडा तयार केला.

दुसऱ्या दिवशी सकाळी उठल्यावर त्याने एक पेन, रायटिंग पॅड आणि तो हस्तलिखिताचा सगळा ढीग घेऊन बसला.

प्रत्येक पान वाचून त्याने वेगवेगळे विषय याप्रमाणे सगळे सेपरेट केले. कथा एकीकडे, लेख एकीकडे ,त्याचे विचार याप्रमाणे काही गायडन्स वाटणारे लेख तर कविता चा एक वेगळा संग्रह तयार केला. ठिकाण-लोक तेथील संस्कृती यावर तयार केलेले प्रोग्रॅमस, ट्रॅव्हल गाईड प्रोग्रॅमस त्यावरील मार्गदर्शन असे सगळे वेगवेगळ्या लेबल खाली मांडले. प्रत्येक विषयावर खूप छान असे पुस्तक तयार होईल इतके मटेरियल तयार होते, जेव्हा आईने पाहिले तेव्हा तर ती आवाक झाली.

कवितांमध्ये त्याने त्याचे मन उलगडले होते तर कथांमध्ये त्याचे विचार. वाचनामुळे वेगवेगळ्या विषयांवरील त्याचे मत मांडत काही लेख लिहले होते तर त्याच्या फिरायला जाणे या नादात नवीन अनुभव, माहितीपत्रके आणि बरेच त्याबद्दल माहिती वगैरे असे काही होते.

हे सगळं असंच मांडून ठेवले असताना, त्याच्या मित्राचा फोन आला. मित्राकडे काही मेडिकल मदत हवी म्हणून पळाला.

जाताना आईला सांगून गेला की माझ्या गोष्टींना हात लावू नको मी आल्यावर बघेन.

तो गेल्यानंतर थोड्याच वेळाने दारावरची बेल वाजली तसे त्याच्या आईने दार उघडले " हॅलो काकू" म्हणत मानसी एकदम गळ्यात पडली.

2 वर्षांनी अचानक तिला बघून त्यांना सुखद धक्का बसला आणि आनंदही झाला. मानसी, मनीष ची बालमैत्रीण होती जी पुढील शिक्षणासाठी परदेशी गेली होती. मनीष कुठे आहे म्हणत उत्तराची वाट न बघताच ती त्याच्या रूम कडे धावत गेली.

आतला पसारा बघून "अग काकू, हा कसला इतका पसारा" म्हणत तिथेच बसली आणि जे समोर होते ते उचलून बघत होती आणि वाचत होती. हातात पाण्याचा पेला घेऊन आलेली त्याची आई म्हणाली " अगं, त्याच्या कोणा मित्राकडे काही प्रॉब्लेम झाला म्हणून सगळं असाच टाकून गेला बघ, आता कोण आवरणार?" वैतागून त्या बोलल्या.

" अग काकू, हा पसारा नाहीय! आणि हा इतका छुपा रुस्तम असेल वाटलं नाही ग मला."

" तू बस, मी कॉफी करून आणते" म्हणत त्या आत गेल्या आणि ती डोळे फाडून सगळं वाचत होती.

कॉफी घेऊन त्या फोनवर बोलत आल्या," अरे काय पण हे तुझं नेहमीच. आपली बॅग तयार आणि त्यात तुझी 2 दिवसाची सोय पण. ही बघ........" असे त्या म्हणत असतानाच

मानसी ने त्यांना बोलण्यापासून थांबवलं....

मग जुजबी बोलून त्यांनी फोन ठेवला.

"तो पुण्याला गेलाय,मित्राच्या वडिलांचं तब्बेतीचे काहीतरी बोलत होता, 2 दिवसांनी येईल म्हणाला."

त्या मानसीला सांगत होत्या.

"मला त्याला सरप्राईज द्यायचे आहे सो काही बोलू नकोस त्याला आणि खरं तर मीच सरप्राईज झालीय हे बघून" म्हणत तीचे वाचन सुरूच होते.

असेच काही तास निघून गेले, तरी ती उठली नाही,आणखी थोडा वेळ गेला तिने कोणालातरी फोन केला आणि यायला सांगितले.

"काकू ऐक ना एक माझं, मला मदत करशील का?"

" बोल ना मानसी, काही प्रॉब्लेम आहे का?"

" प्रॉब्लेम मी नाही हा मनीष आहे....असो ...मी करते ठीक सगळे प्रॉब्लेम्स....माझा एक मित्र आहे, मी त्याला बोलावले आहे.तसाही हा दोन दिवस येणार नाहीय. त्याला कळत नाही की तो किती प्रतिभावान आहे ते. हा पसारा म्हणजे काय याची किंमत मी तुला नंतर सांगते. तू फक्त हे सगळं मला इथून न्यायची परवानगी दे.....मी तुला प्रॉमिस करते की यातून काहीच गहाळ होणारं नाही पण यातून खूप काही तयार करता येईल."

भीतभीतच आई म्हणाली "त्याला काय सांगू आल्यावर?"

" तू नको काळजी करुस मी बघते काय ते, हो बोल ना!"

कसेतरी हो नाही करत त्यांनी परवानगी दिली. तिने सावकाश सगळे गठ्ठे वेगवेगळ्या पिशवी मध्ये भरले आणि ते घेऊन ती आलेल्या तिच्या मित्राबरोबर गेली.

दोन दिवसाने येणारा तो एक आठवडा झाला तरी आला नव्हता हे मानसी च्या पथ्यावर पडले होते.

आणि एक दिवस सकाळीच दमून थकून तो आला आणि खोलीत जायला निघाला तर आईने त्याला सांगितले " मनीष जाऊ नको तिथे!अरे काहीतरी वास येतोय मला जरा बघावं लागेल, तू असे कर माझ्या खोलीत जा आणि आराम कर."

दमलेल्या त्याने फारसे मनावर न घेता पाय धुतले आणि तसाच बिछान्यावर झोकून दिले आणि गाढ झोपला.

तसे लगेच त्यांनी मानसी ला फोन केला

" मानसी तो आलाय आतां, झोपलाय माझ्या खोलीत पण उठला की जाईल त्याच्या रूम मध्ये आणि तो पसारा नाही दिसला की चिडेल बघ! त्याला हात लावू नको असे सांगून गेला होता मला. "

" तू काळजी करू नकोस, तासाभरात मी येतेय."

तासाचे दोन तास झाले तरी तो उठला नव्हता.

थोड्या वेळाने आळोखे पिळोखे देत तो उठला, फ्रेश झाला आणि सवयीप्रमाणे आपल्या खोलीत गेला तर ती एकदम टाप टीप होती. कुठेही काहीही कागद नाही की डायरी नाही. वैतागत बाहेर आला तर त्याच्या आधीच आई त्याला म्हणाली " मनीष ते बघ जरा तुझ्यासाठी काही पुस्तके आलीत बाहेर. कोणीतरी ठेऊन गेलं, तुला दे इतकाच निरोप मिळाला मला", म्हणत तो बोलायच्या आत त्यांनी त्याला सांगून टाकले.

बाहेर जाऊन बघतो तर टेबलवर 9 पुस्तके एकावर एक रचून छान लाल रिबीन लावून ठेवली होती. खाली एक कार्ड होते त्यावर इतकेच " माझ्या प्रिय बालमित्रास" असे लिहिले होते.

इकडे तिकडे बघतो तर कोणी नाही.

एक, एक करून त्याने पुस्तक उघडून बघायला सुरुवात केली तर त्याचे डोळे विस्फारत गेले आणि तो पुन्हा पुन्हा ती पुस्तक बघत होता. छानसी प्रस्तावना, त्यातील त्याचे इंट्रोडक्शन, त्यावर त्याचा फोटो, त्या पेज ची क्वालिटी त्याचे स्टाइलिश कव्हर, हे बघण्यात तो गर्क असताना अचानक मागून डोक्यावर टपली पडली " काय रे मन्या कसा आहेस?"

आधीच गरगरणार डोकं, त्यात असे ऐकून मागे वळून बघितले तर अजून एक धक्का!

" तू ?........ तू कधी आलीस?" इतकेच तो बोलू शकला.

ती मोठ्याने खळखळून हसली...

सोफ्यावर एकदम बसत असतानाच एक मुलगा आत आला " हॅलो, मी प्रसाद दीक्षित. मानसी चा मित्र आणि प्रेरणा पब्लिशिंग हाऊसचा ओनर."

मनीष ला ,आणखी एक धक्का कारण प्रेरणा पब्लिशिंग ही एक खूप नावाजलेली कंपनी होती आणि त्याच्या हातातील पुस्तके जी होती त्यावर तेच नाव होते.

" हॅलो, बस ना ....आय मिन बसा ना!"

त्याची ही गम्मत बघत असलेली मानसी एकदम पुढे येऊन " काय मग कसे वाटलं सरप्राईज? आली की नाही मज्जा एका मुलाची?"

" म्हणजे तू? तू हे?"

" अरे नॉर्मल हो जरा. तुझी प्रतिभा तुलाच कळली नाही कधी. अरे काय जबरदस्त लिहिले आहेत सगळे. त्या दिवशी योगायोगाने मला सगळे वाचायला मिळाले आणि मी हे सगळे प्रसाद ला दाखवले. तो पण अवाक झाला हे सगळं बघून आणि त्याच्या अनुभवावरून एक मोठा लेखक पण लिहिणार नाहीस इतक्या सहज आणि सुंदर शब्दात तू सगळं लिहिलंस असे म्हणाला. खूप वेगवेगळे विषय तू सहज हाताळलेले आहेस. प्रसाद तूच बोल प्लिज"

" मनीष तुझी परवानगी न घेता आम्ही म्हणजे मी आणि मानसी ने ह्या तुझ्या लिखाणाला पुस्तक स्वरूप दिले. ज्या माझ्या जवळच्यांनी हे वाचले ते सुद्धा तूझे लिखाण बघून हरखून गेले आणि मग मी तुझ्या नावाने या लिखाणाच्या 1000 कॉपी बनवल्या आहेत . मला माहित आहे की याला आणखी डिमांड येणार पण तुर्तास हे माझ्या कंपनीकडून" असे म्हणत प्रसाद ने एक लिफाफा त्याच्या हातात दिला.

मनीष ने तो उघडला तर त्यात त्याच्या नावाचा '1 लाखाचा' चेक होता त्याने लगेच प्रसाद कडे पाहिले , " मनीष ही फक्त इनिशील छोटी रक्कम आहे, बुक्स आज तुला पाहिले दिल्यावर मार्केट मध्ये जाणार आणि बघ काय धमाल आणणार! लवकरच पुन्हां भेटू " म्हणत प्रसाद गेला सुद्धा आणि पुतळा बनून मनीष उभा होता.

गेल्या काही मिनिटात काय घडतेय याचे त्याला भानच नव्हते.

आईने डोक्यावर हात फिरवला आणि मानसी ने तोंडात पेढा तेव्हा तो भानावर आला.

" मानसी, आयुष्याची सकाळ घडवलीस माझ्या, तुझे आभार कसे मानू?"

" बस एक पार्टी दे आणि लांब फिरायला ने!" हसत ती म्हणाली.

त्या दिवशी छान फिरून समुद्रकिनारी मानसी सोबत बसला असताना तोच सुर्यास्त, तेच क्षितिज त्याला नवीन भासले. आज तो सूर्य त्याच्याकडे बघून हसत होता आणि मनीष त्याच्याकडे बघून!

आज तो सूर्याला थांब म्हणणार नव्हता कारण त्याला खात्री होती उद्याच्या सूर्योदयाची आणि त्याचबरोबर स्वतःच्या कर्तृत्वाची!

आणि का नसावी, त्याच्या आयुष्याला खरोखरचा 'किनारा' जो मिळाला होता!

44

सहजीवन:-

"आजोबांना भेटता येत नाही आहे, त्यांचा फोन लागत नाही आहे, त्यांच्या बद्दल काही कळत पण नाही आहे...मला खूप काळजी वाटत आहे किरण.."

"काळजी करून काय होणार....मार्ग तर काढला पाहिजे शर्व"

"आपण त्यांच्या गावातील मित्रांशी बोलूयात का? त्यातल्या एकांचा नंबर आहे माझ्याकडे"

"मग वाट कसली पाहतोस? लाव लगेच!"

शर्व ने लगेच मोबाईल वरून त्यांचा नंबर शोधला आणि तो नंबर फिरवला..

फोन फक्त आऊट ऑफ रेंज असे सांगत राहिला..

"अजून एकदा लाव..." किरण ने फर्मान सोडले..

शर्व ने परत फोन डायल केला...

दुसऱ्या वेळेस सुद्धा तेच घडले...

आता दोघेही घाबरले..

काय करावे हे कळत नव्हते.

त्याचे आजोबा आणि आजी दोघेही त्यांच्या कोकणातील गावाच्या घरी गेले होते. जाऊन 4 दिवस झाले होते आणि ज्या दिवशी ते गेले त्याच्या दुसऱ्या दिवशी नेमके गावात खूप मोठे वादळ झाले होते..ते व्यवस्थित पोहचले एवढेच माहिती होते बाकी वादळाच्या बातम्या सगळ्या त्यांना TV वर कळल्या होत्या. आता वादळामुळे तिथे कुठलाही संपर्क होऊ शकत नव्हता...गेले 3 दिवस आजी आजोबा दोघांचेही फोन बंद होते आणि आज त्यांच्या गावातील मित्राचा फोन सुद्धा लागत नव्हता....

शेवटी शर्व ने ठरवले की आपण स्वतः गावाला जायचे...

त्याने किरण ला सांगितले की आपण दोघे आत्ताच्या आत्ता लगेच गावाला निघत आहोत..शर्व ने त्याच्या 2-3 डॉक्टर मित्रांना फोन लावला आणि अर्जंट गावाला यायला जमेल का असे विचारले?

पुढच्या अर्ध्या तासात त्याच्या इनोव्हा मध्ये तो, किरण आणि त्याचे चार डॉक्टर मित्र काही इमर्जन्सी तयारी सहित गावाच्या दिशेने निघाले होते.

"शरू, तू काळजी करू नकोस सगळे ठीक असेल" शशी त्याला समजावत होता..

"आबा आणि आजीला काही होता कामा नये..." शर्व ठामपणे म्हणत होता..

"हो ते आमचे सर्वस्व आहेत..." किरण रडत रडत म्हणाली...

हर्ष आणि नितु ने दोघांना धीर दिला...सगळे जण गाडीत त्यांच्या डोळ्यातील पाणी आणि एक अनामिक शांतता अनुभवत होते...तिथे काय झाले असेल हे कळण्याच्या पलीकडे होते...

एक कॉफीचा 5 मिनिटांचा ब्रेक सोडला तर जवळपास 6 तासाच्या नॉन स्टॉप प्रवासानंतर सगळे जण गावात पोचले...

त्यांनी पाहिले तर गाव हे उध्वस्त झाले होते. नारळाची झाडे उन्मळून पडलेली दिसत होती. आजूबाजूला पडलेल्या फांद्यांनी रस्त्यावरून गाडी जायला अडचण येत होती..काही ठिकाणी लाकडी ओंडके, झावळ्या आणि केळीच्या मोठमोठ्या पानांनी रस्ते ब्लॉक झाले होते...

त्या सगळ्यातून गाडी कशीबशी काढत शर्व एका घरापाशी पोचला.

सगळ्यांनी तिथे पाहिले तर एक जुन्या पद्धतीचा वाडावजा बंगला होता,ज्याच्या चारी बाजूने छान हिरवळ आणि मोठाली जुनी झाडे दिसत होती.

घराच्या समोर मोठे अंगण होते त्याच्या एका कोपऱ्यात लॉन आणि केनच्या खुर्च्या तर दुसऱ्या बाजूला गाडी पार्क करायला जागा ठेवली होती. आंब्याच्या मोठ्या झाडाखाली थोडी शेड काढून तिथे बसायचा कट्टा केला होता.

घर खुपच छान दिसत होते. वादळाच्या आधी घर खूप स्वच्छ असेल याची कल्पना येत होती.

ते आत शिरले तर आतमध्ये आजी एका बेड वर झोपली होती... सोफ्याच्या बाजूला एक मोठा दगडी पाट पडला होता आणि त्यावर काही औषधे उगाळलेले दिसत होते...एक वृद्ध तो दगडी पाट उचलायला वाकले होते... तेवढ्यात समोरून शरु धावत आला आणि म्हणाला, "आबा अहो हे काय करताय या वयात आता? जरा शांत बसा, नंतर करेल ना ते दुसरे कुणी. अहो इतके वाकताना पडलात तर हाड मोडेल आणि ते पुन्हा जुळणे कठीण होईल आता."

"अरे आला का माझ्या हाडवैद्या! मी काय म्हातारा झालो का रे, तुझ्यासारखा? आणि जोरजोरात हसायला लागले.

"अहो आबा मला माहित आहे की तुम्ही माझ्यापेक्षा तरुण आहात. 'उमर है पचपन की और दिल है बचपन का'. पण ते या हाडांना नाही ना कळणार जर त्याला इजा झाली तर" तोही हसत म्हणाला आणि आबांना बेडच्या बाजूला असलेल्या खुर्चीवर बसवले.

"आजीला काय झाले आबा?" किरण ने विचारले...

"अगं, ऐकत नाही माझे...वादळात पडलेली छोटी झाडे उचलत होती, चमक भरली आहे तिच्या पाठीत

...आता मला सांग, वय आहे का तिचे हे...?"

शर्व आणि किरण दोघेही "कमाल आहे तुमची" या पद्धतीने आबांकडे पहात होते...त्यांच्या या बघण्यावर आबा जोरजोराने हसायला लागले....

या सगळ्या आवाजाने आजी उठली होतीच..आजीने किरण आणि शर्व ला जवळ घेतले आणि म्हणाली, " आली गं धावत माझी गुणाची बाळे"

मागून शशी येऊन म्हणाला, "अहो आजी, कसली गुणाची बाळे? पूर्ण गाडीत आम्हाला घाबरवून टाकलेले यांनी..."

"हो ना, आणि सेंटी पण केले.." हर्ष शशीची पुस्ती जोडत म्हणाला...

आजीने डोळे वटारून त्यांच्याकडे बघितले तर सगळे जोरजोरात हसायला लागले...

"काय रे शरू, यांना घाबरवयाला काय झाले? मी काय असल्या वादळाने वर जाते का काय असे वाटले का?"

"आजी...! तुला काही वाटते का गं?"

"नाहीतर काय...एवढा धावपळ करून आलात तुम्ही, काहीतरी शंका असल्या शिवाय काय?" आबा हसत म्हणाले..

"आबा, 3 दिवस झाले तुमचा फोन नाही लागला...तुमच्या समोरचा मित्र त्याचाही फोन नाही लागला..TV वर बातम्या अश्या की आम्हाला वाटले की गाव उध्वस्त झाले..."

"आणि त्या बरोबर आम्ही पण उध्वस्त झालो असे ना...?"

"आबा, आता शांत बसा बरं का....किरण जा पटकन सगळ्यांसाठी चहा करून आण.."

"स्पेशल आण गं" आबा म्हणाले...

आजी आणि आबा सुखरूप आहेत हे पाहून सगळेच निश्चिन्त झाले...वादळाने संपर्क तोडला होता बाकी सगळे व्यवस्थित होते...सामान लावून हात पाय धुवून ते बाहेर आले तर आबा बाहेरच्या ओसरीवर बसले होते....तिथून आजीचा बेड व्यवस्थित दिसत होता...

सगळे आबांपाशी आले...तर आबा लगेच म्हणाले,

"शरू अरे माझा चहा नाही आला अजून? बघ जरा"

शरू ने सरळ मोबाईल वर नंबर डायल केला आणि किरण ला चहाचा स्टेटस विचारला...

पुढच्या मिनिटाला आबांचा स्पेशल गुळ घालून केलेला चहा घेऊन किरण आली. सोबत त्यांनी आणलेली कुकीज आणि बिस्किटे सुद्धा होती...

आबांच्या हातात त्याची कपबशी देत म्हणाली " आबा तुम्ही पण ना! चहा ला थोडा जास्त वेळ लागला की तुमचे तंत्र बिघडले....आणि हसत तिथेच खुर्चीवर टेकली.

"म्हणजे काय, चहा शिवाय मजा नाही.."

"आबा आजकाल मोठ्या शहरात खूप फॅड आलंय, गुळाच्या चहाचं! काय तर म्हणे औषधी आहे.

तुम्ही तर म्हणता की तुम्ही कधीच साखर खाल्लीच नाही, कायम चहा सुद्धा गुळाचा हे कसे काय?" किरण ने विचारले.

"किरण बेटा, अगं जुने ते सोने. बघ सगळ्या जुन्या फॅशन नवीन म्हणून तुम्ही मुलं आता वापरता ना, तसेच हे.

आमच्या लहानपणी आमची परिस्थिती पण नव्हती आणि साखर सहज मिळत पण नव्हती.

मग आम्ही गुळाचा चहा प्यायचो आणि शेतात काम करून कष्ट करायचो, मग वेगळा दुसरा व्यायाम पण करायची गरज नाही पडली. बघ बरं अजुन कोण म्हणेल मला की मी सत्तरी पार केली आहे."

तेवढ्यात शरूच्या सगळ्या मित्रांनी चकित होत विचारले, " काय आबा 70 पार? अहो कोण म्हणेल ? फार तर फार 60 वाटता तुम्ही"

हसत खेळणारा हा नातवंडाचा सगळा व्याप, बेडवर उठून बसलेली आजी डोळे भरून बघत होती आणि नकळत तिच्या कडा ओलावल्या.

अलगद तिने पदराने त्या टिपल्या पण लांबूनही आबा ने ते नोटीस केले.

"शशी, जा रे माझ्या म्हातारीला घेऊन ये" त्यांनी हुकूम सोडला तसा शशी धावत गेला, अगदी आपल्या गर्लफ्रेंडला डान्स साठी हात द्यावा तसा त्याने हात पुढे केला... आजीने पण अगदी तितक्याच खेळकरपणे त्याच स्टाईल मध्ये त्याला हात दिला आणि उभी राहिली, तसे शरू ने एक शिटी आणि बाकीच्यांनी टाळ्या वाजवल्या!

शशी ने अगदी स्टाईल मध्ये आजीला आबांच्या बाजूला बसवले तसे आबा पण गोड मिश्किल हसले.

"काय रे शशी, कशी आहे तुझी गर्लफ्रेंड?" आबा म्हणाले.

"तुम्हाला का जेलस होतंय आबा? अगदी चिकनी चमेली आहे ती" म्हणत शशी ने आजीचा गालगुच्चा घेतला.

आजीने लटकेच राग दाखवत त्याच्या हातावर चापट मारली तसे तो मुद्दाम लागले असे ओरडला आणि सगळे हसायला लागले. आबा पण त्यात सामील झाले आणि किरण ने त्यांच्या गळ्यात हात टाकले.

हे सगळं घडत असताना आणि आबा-आजी हलकेच एकमेकांकडे बघून हसले आणि दोघांचे डोळे एकाच विचाराने ओलावले. मुलांना असे हसताना खेळताना बघून ते भरून पावले होते आणि त्यांची ती भरून पावलेली नजर जाणून शरू आणि किरण त्या दोघांना बिलगले.

शशी, नितु, आकाश, हर्ष मी तुम्हाला काही सांगू इच्छितो" शरू म्हणाला तसे किरण ने त्याचा हात घट्ट पकडला. दोन्ही भावंडे एकमेकांच्या सोबत खूप काही समजावून घेत आयुष्य जगत होती त्यामुळे तो काय बोलणार आहे हे तिला लगेच कळले होते.

"मी असेन फार तर 6 वर्षांचा आणि किरण अवघी दीड वर्षांची, माझे बाबा आणि आई हे शहरात राहत होते तर आजी आणि आबा गावाकडे होते. आमच्या श्रीमंती थाटापुढे माझ्या आईला, आजी आणि आबा हे खेडूत वाटायचे म्हणून तिने यांना कायम दूर ठेवायचा प्रयत्न केला. आम्ही शहरात वाढत होतो तर आमच्या आठवणीत ही दोघे आपली आयुष्य गावात कंठत होती पण नियतीची ईच्छा वेगळी होती.

एक दिवस एका लेट नाईट पार्टी वरून येत असताना बाबांच्या गाडीला एक्सीडेंट झाला. दोघांनी ड्रिंक्स घेतले होते त्यामुळे त्यांचा कंट्रोल गेला,ते जागीच गेले तर आई काही दिवस होती पण, ती पण नाही वाचू शकली.

मग हेच ज्यांना आई खेडूत म्हणत होती ते आबा आणि आजी दोघांनी खंबीरपणे आमच्या हाताला धरले आणि उभं राहायची ताकद आम्हाला दिली. या सगळ्या प्रवासात त्यांनी काय भोगले हे त्यांच्या चेहऱ्यावर कधीच तसूभरही न दिसू देता आम्हाला आनंदाने हसत कसे सगळे आव्हान पेलायचे हे ते शिकवत गेले.

तुम्हाला विश्वास नाही बसणार पण मी मेडिकल ला जावे यासाठी माझ्या या आबाने दिवसरात्र माझ्याबाजूला बसून माझ्याकडून सगळी तयारी, सगळा अभ्यास लहानपणापासुन एका शिस्तीत करून घेतला तर माझी खट्याळ मैत्रीण माझी आजी माझ्या उशाशी बसून दिवसरात्र माझे आजारपण असो की माझे डायट हे कसोशीने सांभाळत होती.

त्यांच्या कष्टाला न्याय म्हणून मी न थकता या मार्गावरून आज ऑर्थोपेडीक डॉक्टर आहे".

सगळीकडे स्तब्ध शांतता काही क्षण होती, मग एकदम आबा म्हणाले " अरे चला चला, मागे चला तुम्हाला दाखवायचे आहे काही.."

आबांच्या मागोमाग सगळे जण निघाले...आजीच्या पाठीचे थोडे बरे होते त्यामुळे किरण ने आजीला हळूहळू धरून आणले...

घराच्या मागे संपूर्ण परिसर साफ केला होता आणि एका छोट्याश्या पायवाटेने 20 पावले जायचा रस्ता होता...

जसा रस्ता संपला तसे सगळे जण डोळे फाडून बघत होते...

जणू त्या घरासाठी मागे एक स्वतंत्र बीच होता आणि समोर निळा समुद्र!

तिथे बसायला 2 आराम खुर्च्या आणि पायवाटेच्या बाजूच्या झाडावर हॅवोक बांधले होते....

सगळे जण ते पाहून आनंदाने जोरजोरात ओरडायला लागले...

आबांनी त्यांना शांत केले आणि किरण ला म्हणाले,

"ते गाणे कोणते गं, "आज ब्लु है पानी पानी ...जरा लाव बरं" तसे लगेच किरण ने यु ट्यूब वर गाणे लावायला घेतले पण रेंज नव्हती..

ते पाहून आबानी आजीच्या हाताला धरून गाणे म्हणायला सुरुवात केली आणि नाचायला लागले.

त्यांचा उत्साह बघून सगळे जण नाचायला लागले...

काही वेळा पूर्वी गंभीर झालेलं वातावरण आता बदललेले गेले आणि सगळे नाचायला लागले ....

ती दोघे अलगद कधी पुन्हा खुर्चीत बसले हे नाचणाऱ्या मुलांना गाणं संपलं तरी कळले नाही.

आपली जिवाच्या पलीकडे संभाळलेली ही नातवंडी रुपी बाग फुलताना बघून ती दोघे मनोमन सुखावत होती आणि डोळे भरून बघत होती.

त्यांचा मित्र परिवार सुदधा आज एक वेगळ्या आदराने आबा आजीकडे बघत होती तर आपण किती भाग्यवान आहोत की अशी सुगंधी खोड आपल्याला आजी आणि आबा म्हणून लाभली यात शर्व आणि किरण देवाचे आभार मानत होती.

आबांनी सगळ्यांना बोलावले आणि शेजारी बसवले...

"शरू, किरण आज काही मागू देशील का?"

"आबा,असे का म्हणता? सांगा ना काय हवे आहे ते?"

"आता या आपल्या गावातच आम्हाला राहू दे...परत शहरात नको बोलवू...जे काही आयुष्य आहे ते एकत्र या गावातच घालवायचे आहे...नाही नको म्हणू.."

शरू आणि किरण दोघांनी एकमेकांकडे पाहिले...

त्यांच्या आईवडिलांच्या पश्चात दोन्ही मुलांना वाढवताना आबा आणि आजीनी खूप प्रकारची वादळे अनुभवली होती पण ती पार करून आनंदाने जगत आणि तसेच या मुलांना शिकवत त्यांनी आयुष्य आजपर्यंत पुढे आणले होते. आता कुठल्याही जवाबदारी शिवाय निश्चिन्तपणे त्यांनी जगणे सुयोचित होते...

शर्व आणि किरण यांनी आबा आणि आजी दोघांनाही घट्ट पकडले आणि म्हणाले,

"आजी-आबा...आता पुढचे आयुष्य तुमच्या दोघांचे..तुमच्या दोघांसाठी... जसे हवे तसे...ज्या पद्धतीने हवे त्या पद्धतीने....इथेच राहा...फक्त एकच विनंती...

सतत आमच्या संपर्कात राहायचे...कारण आम्ही आहोत तुमच्या साठी....कायम..सदैव"

त्यांच्या या बोलण्याने त्या जोडप्याच्या ओठांवर अलगद हसू उमटले....मावळत्या सूर्याच्या साक्षीने एका नवीन 'सहजीवना'चा जन्म आज होत होता!

45

'आले घातलेली कॉफी'

"तात्यांचे हे नेहमीचेच आहे...70ला पोचले पण त्यांचा आखडूपणा काही जात नाही...नाही देत मी आता त्यांना गरम कॉफी...बघू काय करता आहेत ते..." स्वतःशीच वैतागत हरीश म्हणाला.

"हरीश, कॉफी नाही आली अजून..." आतून तात्यांचा कडक आवाज आला आणि हरीश चडफडत उठला...आत जाऊन त्याने कॉफीचे आधण ठेवले..कॉफी तयार करून तात्यांपाशी घेऊन गेला आणि हातात कॉफी दिली..

एक घोट घेतल्यावर ते म्हणाले, "इतकी वर्षे झाली तुला पण अक्कल काही येत नाही...कॉफीत जायफळ टाकावे...ते नसेल तर 'आले' सुद्धा चालते...काय चहाच आल्याचा हवा असे थोडीच आहे. जा परत करून आण..."

"तात्या, रात्रीचे 12 वाजत आलेत..सकाळी मला ऑफिसला जायचे आहे...ही कॉफी आत्ता प्या. उद्या सकाळी आले-जायफळ घालून देतो ना नवीन कॉफी"

"मला उलटे उत्तर देतोस तू? नसेल जमत तर सांग तसे..माझ्यासाठी काही करायची नाही ही ईच्छा तुझ्या चेहऱ्यावर तर पक्की दिसत आहे"

"अहो तात्या, मला झोप आली आहे...."

"गेली तुझी झोप खड्ड्यात....मला नवीन कॉफी दे करून.."

हरीश काही न बोलता परत किचनमध्ये गेला...आले किसून, जायफळ पूड टाकून त्याने परत नवीन कॉफी केली.. एका ट्रे मध्ये कॉफी, शुगर फ्री टॅब्लेटस, चमचा, श्रुजबेरी बिस्किटे घेऊन तो परत तात्यांपाशी गेला...

"एवढा वेळ का लागला?...काय आतमध्ये स्वतः कॉफी पीत बसलेला का?"

त्याने काही न बोलता त्यांना कॉफी दिली..त्यांची कॉफी होईस्तोवर तिथंच बसला आणि झाल्यावर कप उचलून लाईट बंद करून लगेचच आपल्या रूम मध्ये जाऊन झोपला..

त्याला झोप तर येईना..तात्यांच्या वागण्यामुळे तो खूप वैतागला होता...2 वर्षांपूर्वी माई गेली...त्यांनतर तर तात्या खूपच त्रास द्यायला लागले होते.

तात्या हे हरीश चे सावत्र वडील. माईचा पहिला नवरा म्हणजे हरीश चे वडील हे माईला सोडून कायमस्वरूपी दक्षिण आफ्रिकेत गेले तेव्हा हरीश केवळ 3 वर्षाचा होता..नंतर 2 वर्षांनी माई आणि तात्या यांनी लग्न केले. तात्यांची पहिली बायको ही कॅन्सरने गेलेली. दोघांच्या कॉमन ओळखीत कोणीतरी ठरवून त्या दोघांची भेट घडवून आणलेली आणि त्यांनी नंतर ठरवून लग्न केले...

तात्यांना मुले अजिबात आवडायची नाहीत..पहिल्या बायकोपासून मुलं नव्हते. माई हरीश शिवाय लग्न करायला तयार नव्हती. शेवटी लग्न तर झाले पण तात्यांनी हरिशला ला कधीच ऍक्सेप्ट नाही केले..त्याला ते कधी जवळ घ्यायचे नाहीत..कधी लाड करायचे नाहीत उलट त्याला कायम ते हाड हाड करायचे. माईला सगळे कळायचे पण ती तात्यांना कधी बोलू शकली नाही. तात्यांच्या धाकापुढे माईचे कधीच चालले नाही.

हरीश ला त्याचे पाहिले वडील आठवायचे नाहीत पण तात्या नीट वागत नाही हे त्याला फार लवकर कळायला लागले.

तात्यांपासून लपवून माई हरीश चे सगळे लाड करायची. त्याला आईच्या मायेत सगळेच देण्याची तिची धडपड असायची. तात्यांनी माईला लग्नाच्या वेळेसच सांगितले होते की तुझ्या मुलासाठी तुला पैसे कमवायला लागतील. मी काहीही करणार नाही. त्यामुळे माईला नोकरी करावी लागली ...हरीशच्या शाळेपासून ते वाढदिवसापर्यंत सगळे माई करायची. माईला सगळ्यांचीच हौस फार आणि त्यामुळे तिचे सगळे कष्ट हरीश साठी काहीतरी करायचे यातच असायचे. तात्यांना फक्त एक बायको हवी होती आणि ती माईच्या रुपात मिळाली होती. त्यांचे काम झाले होते बाकी हरीश असण्याने किंवा नसण्याने त्यांना काही फरक पडत नव्हता.

माई एकटीच रडायची. असे कसे तिचे नशीब म्हणून दैवाला दोष द्यायची. पण तात्यांबरोबर लग्न करणे हा तिचाच निर्णय असल्यामुळे हरिशकडे पाहून शांत व्हायची. तात्यांचा गर्दीपासून दूर बैठा बंगला होता...ते सरकारी नोकरीत होते...आपले आणि हरीश चे इथे सगळे उत्तम होईल या सुप्त आशेने माईने लग्न केले...पण या गोष्टींपेक्षा सुद्धा तात्यांच्या या स्वभावाने तिच्या सुप्त आशा सगळ्या मृत झाल्या...घरच्या अश्या वातावरणामुळे हरीश खुपच लवकर परिपक्व झाला. आपण तात्यांना आवडत नाही आणि माई आपल्यावर जिवापाड प्रेम करते हे त्याला लहानपणीच कळले होते...

तो ही माईच्या जवळ सतत असायचा.

तात्यांचे स्वतःचे सगळे करणे यासाठी मात्र त्यांनी पहिल्यापासून हरीश ला गृहीत धरलेले... कोपऱ्या वरच्या टपरी वरून पान आणण्यापासून ते घरी कपड्याला इस्त्री करण्यापर्यंत त्यांना हरीश लागायचा... घरात कधीच कुठल्या नोकराची आवश्यकता भासली नाही त्यासाठी हरीश त्यांच्या दृष्टीने योग्य मुलगा होता. माई आतल्याआत कायम कुढत असे. आपल्या स्वार्थासाठी आपण आपल्या मुलाचे वाटोळे केले अश्या भावनेने तिला कायमस्वरूपी ग्रासले होते आणि यातच तिला लवकर BP आणि शुगर चा त्रास सुरू झालेला.

या सगळ्यामुळे माई लवकर खंगायला लागलेली.

हरीशला तिला इंजिनीअर बनवायचे होते..तिने तसे पैसेही साठवलेले.. परिस्थितीचे योग्य मूल्यमापन हरिशला कळलेले... त्यानेही मन लावून अभ्यास केला आणि इंजिनिअरिंग डिस्टिंक्शन मध्ये कम्प्लिट केले. एका मोठ्या कंपनीने त्याला उत्तम पॅकेज ची नोकरी दिली.

आपला मुलगा आता खऱ्या अर्थाने स्वावलंबी झाला हे समाधान पाहून माई एके दिवशी झोपेतच गेली...

माई गेली आणि हरीश एकटा झाला. तात्या चिडचिडे झाले. आता तर त्यांना हरीश आयता सापडला होता सगळी कामे करण्यासाठी... हरीश सकाळी 8 ला बाहेर पडायचा ते रात्री 8 ला यायचा..पण जाण्याआधी त्यांना तात्यांसाठीचे सगळे करून जायला लागायचे. घरात नोकर ठेवायला तात्या तयार नव्हते. तात्यांना वयाच्या 70व्या वर्षी सुद्धा कसलाही आजार नव्हता...त्यामुळे कुठल्याही खाण्या पिण्याला कसलीही आडकाठी नव्हती. दिवसभरात कोणीतरी त्यांच्या मित्राला गप्पा मारायला बोलवायचे किंवा TV पाहत वेळ घालवायचे पण सगळे काम मात्र हरीशनेच करायचे.

हरीश ची काम करायची ना नसायची पण तात्यांचे नखरे त्याला त्रास द्यायचे...आज कॉफीच्या प्रकरणामुळे तर त्याला वाटायला लागले आता एक 24 तास केयर टेकर ठेवला पाहिजे...

पहाटे पहाटे हरीशची झोपमोड झाली... पहिल्यांदा तर त्याच्या नक्की लक्षात येईना पण मग त्याला कळले की घरात कोणीतरी घुसले आहे...त्याने कानोसा घेतला तर त्याच्याच रूम मध्ये 2 अनोळखी माणसे वावरताना त्याला दिसली....बहुतेक ते चोर होते आणि कपाटातून पैसे काढण्यात मग्न होते....हरिशने मागून एकदम त्यांच्या अंगावर उडी मारली..त्यातील एकजण बेसावध होता पण दुसरा सावध होता . हरीश ने उडी मारलेली कळताच त्याने हरिशच्या पोटात जोरदार लाथ हाणली आणि त्याला पाडले. त्या दोघांच्यात झटपट चालली होती आणि तो दुसरा माणूस हाताला येईल ते सामान पिशवीत टाकत होता...

हरिशने जोर लावून त्या माणसाला बुक्का हाणला आणि त्याच्या अंगावर तुटून पडला...दुसऱ्या माणसाने हरीश ला मागून ढकलले आणि त्याच्या पोटावर बसून त्याने हरिशला पोटात बऱ्यापैकी मारले...त्याच्या माराने हरीश कळवळला... जमेल तेवढे सामान घेऊन आणि जाताना खालती पडलेल्या हरीशच्या पोटावर त्यांनी घातलेल्या लेदर बुटांनी परत नाचून ते 2 ही चोर पळून गेले....

हरीश प्रचंड दमला होता..एवढे झाले तरी त्याच्या शेजारी झोपलेल्या रूम मधून तात्या बाहेर आले नव्हते...

त्याने उठून हळूच जाऊन बघितले तर ते निवांत घोरत होते...

'काहीच उपयोग नाही' अश्या अर्थाने त्याने स्वतःशीच मान डोलावली आणि बाहेर सोफ्यावर येऊन बसला.

त्याचा फोन हॉल मध्ये चार्जिंग ला होता. त्याला घेऊन पोलिसांना फोन करण्यासाठी तो उठला आणि

त्याच्या लक्षात आले की त्याच्या उजव्या बाजूच्या पोटात एकदम दुखत आहे...

बहुतेक उजव्या बाजूला जोरात लाथ लागली त्यामुळे दुखत असावे असा विचार करून त्याने पोटावर हात ठेवला पण त्याचे दुखणे काही कमी होईना...त्याचे दुखणे त्याला स्वस्थ बसून देईना.

पाणी पिण्यासाठी तो किचनमध्ये जाणार तेवढ्यात मटकन खालती बसला. उजव्या बाजूला त्याने घट्ट पकडले आणि जोरजोरात जमिनीवर लोळायला लागला. त्याला श्वास घ्यायला त्रास होत होता. कसेबसे त्याने चार्जिंग ला लावलेला मोबाइल हातात घेतला आणि अंबुलन्स ला फोन केला.

मेन दाराची कडी काढून ठेवली आणि तसाच स्वतःला सावरत किचन मध्ये गेला एक ग्लास पाणी प्यायले...अंबुलन्स बोलावली आहे घरात लक्ष द्या असे तात्यांना सांगायला तो जाणार पण तिथपर्यंत ही नाही जाऊ शकला...

किचन मधून हॉल पर्यंत येऊन तो खाली कोसळला...

त्याला एवढेच कळले की त्याची शुद्ध जात होती....

.......जेव्हा जाग आली तेव्हा त्याला कळले की तो एका हॉस्पिटलमध्ये आहे. एका मोठ्या रूम मध्ये तो एकटाच होता बाजूला काही मशिन्स लावली होती जी आवाज करत होती आणि एक नर्स तिथे समोर काही वाचत बसली होती. तो जसा शुद्धीवर आला तसे नर्स ने डॉक्टरांना कळवले. डॉक्टरांनी येऊन चेक केले आणि त्याला एक इंजेक्शन दिले...त्या इंजेक्शन मुळे त्याला परत झोप यायला लागली.

खूप साऱ्या दिवसाच्या विश्रांती नंतर प्रसन्न वाटते असे त्याला आज वाटत होते..त्याच्या बेडजवळ डॉक्टर, नर्सेस आणि 2 ते 3 लोक उभे होते.

"कसे वाटतंय आता?" डॉक्टरांनी विचारले

"बरे वाटतंय" हळूच तो म्हणाला...खूप दिवसांनी त्याच्या तोंडून बाहेर शब्द पडतोय असे त्याला वाटले.

"यंग मॅन, तू तर सगळ्यांना घाबरून टाकलेले..."

तो काहीच बोलला नाही...

"आठ दिवसांनी तुला आज जाग येत आहे आणि त्यात तुझी 2 मेजर ऑपरेशन्स पण झाली आहेत"

"कसली..?" त्याने खोल गेलेल्या आवाजात विचारले...

"मेनी कॉम्प्लिकेशन्स...सांगेन नंतर.. आता लवकर बरा हो..."

तो कसंनुस हसला...

आजूबाजूला बघितले तर तात्या दिसत नव्हते....

‘ते कशाला येतील इथे, मी मेलो तरी ते येणार नाहीत..त्यांना माझे कधीच काही नव्हते...’ मनातल्या मनात तो म्हणाला...

डॉक्टर गेल्यावर त्याने नर्सला विचारले, "मला काय झाले होते सिस्टर?"

"खूप मेजर इन्जुरीज...तुमच्या पोटात खूप मोठी जखम झाली होती आणि सगळ्यात महत्वाचे म्हणजे तुमची राईट किडनी काम करत नव्हती...लेफ्ट अर्धेच काम करत होती आणि कदाचित "रीनल फेल्युअर" झाले असते...

"म्हणजे?"

"दोन्ही किडनी फेल"

त्याला आश्चर्य वाटले..

"पण सिस्टर, एवढे काय झाले तिथे?"

"खूप जोरात मार बसला होता...तुम्ही हॉस्पिटलमध्ये आलात तेव्हा पूर्ण बेशुद्ध होता आणि इंटर्नल ब्लिडिंग खूप झाले होते. तुम्हाला डायरेक्ट OT मध्येच नेले आणि पहिले अबडोमेनल ऑपरेशन झाले...नंतर कळले की किडनी काम करत नाही आहे...एक काम करत होती पण फक्त 35 टक्केच...त्यामुळे तुम्हाला किडनी रिप्लेसमेंट फार गरजेचे होते..."

"मग, आता करत आहेत का दोन्ही किडनी प्रॉपर वर्क?"

"लेफ्ट 35 टक्केच आहे पण राईट आता चांगले करत आहे" सिस्टर हलकेच हसून म्हणाली...

"चला, बरे झाले मला वाटले की 24 व्या वर्षी किडनी घ्यावी लागते की काय उधार?"

"तुमच्या अजून लक्षात नाही आले का, तुम्हाला किडनी दिलीच आहे..."

"काय ?" तो ताडकन उठून बसला...

"हो, 72 हवर्स तुम्ही ICU मध्ये क्रिटिकल होता...डॉक्टरांनी सांगितलेले की जर एकदाही तुम्हाला शुद्ध नाही आली तर काही खरं नव्हते...पण तुम्हाला एकदा जाग आली आणि नंतर तुम्ही परत बेशुद्ध झालात...."

"हो मला आठवत आहे की एका मोठ्या रूम मध्ये मी एकटाच होतो..."

"तेच ICU होते..."

"पण मला किडनी डोनर कसा काय मिळाला लगेच...?"

"लगेच नाही घेता आला..त्यांचे वय जास्त होते ना...सगळे फॉर्मलिटी करूनच घेता आली...डोनेट करताना वयाची मर्यादा नसते पण काही कंडिशन्स असतात ...त्यात बसले तरच घेता येते किडनी"

"अच्छा, किती वय होते त्यांचे...?"

"तुमच्या वडिलांचे वय किती....त्यांनीच तर त्यांची किडनी दिली तुम्हाला.."

"तात्यांनी??????" तो किंचाळत ओरडला.

"अहो ओरडू नका, तुमचे BP शूट होईल..." नर्स त्याला दटावत म्हणाली..

"तात्यांनी दिली मला किडनी?" तो चमकून विचारत होता...

"हो तर...त्यांच्या दोन्ही किडनी एकदम छान काम करत होत्या...सगळे ऑर्गन्स उत्तम होते म्हणून तर या वयात रिस्क घेतली ना डॉक्टरांनी"

"अहो पण माझे तात्या, ते माझ्यासाठी किडनी देतील...मला हे पचत नाही आहे" हरीश स्वतःचे डोके धरून म्हणाला.

"अहो असे कसे म्हणता, तुमचे वडील इथे तुम्हाला आणल्यापासून फक्त रडत आहेत...माझ्या एकुलत्या एक मुलाला वाचवा म्हणून सगळ्यांचे पाय धरत आहेत...जेवढा पैसा लागेल तेवढा देतो म्हणत आहेत...ते तर दोन्ही किडन्या द्यायला तयार झाले होते...म्हणाले माझा जीव घ्या पण माझ्या मुलाला कसेही करून वाचवा"

"तात्या, माझ्यासाठी रडत होते?" आता हरिशच्या डोळ्यात पाणी होते..तात्या आपल्या साठी रडले..पाया पडले..सगळे अविश्वसनीय होते..."

"कुठे आहेत ते आता?"

"रिकव्हरी रूम मध्ये...अंडर ऑब्झरर्वेशन.."

"मला भेटायचे आहे त्यांना...आत्ता"

"आत्ता तर तुम्हाला नाही भेटता येणार..."

"कसे नाही भेटता येणार, मी चाललो" असे म्हणून तो उठायला गेला आणि समोरचे सगळे गर्रकन त्याच्या समोरून फिरले आणि तसाच कोसळला.."

रात्री त्याला जाग आली तर त्याच्या शेजारी तात्यांचा बेड लावला होता..तात्या त्याच्या उठायची वाट पाहत होते...

"तात्या, तुम्ही..." असे म्हणून तो रडायला लागला..

"ए रडतो कशाला, तुझ्या साठी थोडीच मी काही केलंय... तुला काही झाले तर माझी काळजी कोण घेणार?" तात्या जरा मोठ्या आवाजात म्हणाले...

"तात्या..." तो अजून रडायला लागला...त्याच्या डोळ्यासमोर धुरकट पडदा साचला होता..

"मान्य आहे की मला रात्री जरा गाढ झोप लागते...पण अंबुलन्स घेऊन आलेल्या लोकांनी मला उठवायचे आणि तू मात्र जमिनीवर झोपायचे हे योग्य आहे का...?"

"अहो मी येऊन बघितले तर तुम्ही घोरत होता..." तो रडत रडत म्हणाला.

"आता माझ्या घोरण्यावर तुला आक्षेप आहे का?" ते थोडे वरच्या पट्टीत बोलले.

"तात्या, तुम्हाला मजा सुचती आहे का...?"थोडा वैतागून तो म्हणाला..

"कसली मजा! इथले मिळमिळीत जेवण खाऊन कंटाळलोय.. चल लवकर घरी...तुझ्या हातची कॉफी प्यायची आहे ती सुद्धा 'आले घातलेली'..." डोळे मिचकावत तात्या म्हणाले...

रडत रडत हसणारा हरीश आज इतक्या वर्षांनी तात्यांच्या खऱ्या प्रेमाला अनुभवत होता.

46

किंमत:-

" अरे अजित , आज घर एकदम शांत कसे वाटतंय ! नित्य आणि दीप कुठे गेलेत?"

घरात पाऊल ठेवताक्षणी नीलिमा म्हणाली. तिच्या हातात सामान होते आणि एक बॅग ज्यामध्ये बरेच गिफ्ट्स पॅक दिसत होते.

लगेच अजित ने लगबगीने तिला मदत करायला घेतली. तिच्या हातातल्या बॅग घरात नेऊन ठेवल्या. सकाळची वेळ होती आणि अजित बाहेर झोक्यावर छान पेपर वाचत बसला होता , अचानक नीलिमा आलेली बघून अजित थोडा गडबडला .

"अग ताई , अशी न कळवता अचानक कशी काय आलीस ? तुला घ्यायला आलो असतो ना मी?" पाण्याचा पेला तिच्या हातात देत अजित म्हणाला.

" अरे अचानक मनात आलं नि निघाले , आज वाढदिवस ना नित्य आणि दीप चा. बघता बघता 9 वर्षांचे झाले बघ दोघे"

हे ऐकून जणू नव्याने अजित काही काळ मागे गेला. 10 वर्षांपर्यंत चे क्षण नजरेसमोरून तरळत गेले.

अजित आणि प्रिया चे लग्न होऊन आज 5 वर्षे झाली होती . लग्नाचा 5 व वाढदिवस मोठया आनंदाने साजरा केला पण मनात कुठेतरी सल जाणवत होती की अजून ती दोघेच होती , तिसरे कुणी आनंदाने प्रवेशले नव्हते.

त्याच दिवशी हट्ट करून प्रिया ने त्याला डॉक्टर कडे जायला भाग पाडले, चेक अप झाले , सगळ्या टेस्ट केल्या. दुसऱ्या दिवशी रिपोर्ट मिळणार म्हणून परत आले आणि घरच्या घरी वाढदिवस छान उत्साहात सेलिब्रेट केला.

दुसऱ्या दिवशी रिपोर्ट घेऊन डॉक्टर कडे गेले .

" हे बघा मिस्टर अजित , रिपोर्ट बघून एक तर लक्षात येते की थोडे दमाने घ्यावे लागेल , ट्रीटमेंट ची गरज आहे . आपण नक्की प्रयत्न करू यात पण हे मात्र नक्की की सगळे सहज शक्य नाहीय. थोडे कॉम्प्लिकेशनस आहेत ."

हे ऐकून प्रिया चा धीर खचला आणि ती एकदम शांत आणि अबोल झाली , तिची समजूत काढायचा अजित ने खूप प्रयत्न केला पण ती हवी तशी नॉर्मल नव्हती.

त्याच दरम्यान अजित ची बदली नाशिक ला झाली , उत्साह नसून सुदधा जाण्याशिवाय पर्याय नसल्याने सामानाची बांधाबांध सुरू झाली आणि एकदाचे सामानासाहित नाशिक ला ते पोचले.

अबोल अशी प्रिया आणि चंचल असा अजित यामुळे खूप जास्त नाही पण थोडीफार ओळख झाली आजूबाजूला आणि यातूनच वर्षा नावाची एक मुलगी घरकामाला येऊ लागली. एकीकडे ट्रीटमेंट सुरू होती त्याला हवा तसा रिस्पॉन्स मिळत नव्हता आणि आयुष्य अगदी हळुवार सुरू होते.

वर्षा एक 20 वर्षाची अनाथ मुलगी होती जी जवळच्या कोण्या नातेवाईकांकडे राहायची , कामसू , शांत आणि गुणी अशीच. नाही म्हणायला तिच्या या स्वभावामुळे ती प्रिया ला खूप आवडत होती आणि दोघी एकमेकींना समजून घेऊन त्यांच्या नकळत एक बंध आपापसात जोडला गेला होता.

अजित आपल्या कामात गर्क झालेला पण घरात बसून तेच तेच विचार करत प्रिया मात्र अजून अजून कुढत होती. वर्षा ही एकच व्यक्ती होती जिच्याशी प्रिया बोलत असे. मनातील भावना व्यक्त करत असे. दोघी जणी जणू एकमेकींच्या साठी होत्या त्याप्रमाणे त्यांचे नाते फुलले होते. बहीण की मैत्रीण हे त्यांनाही माहिती नव्हते पण एकमेकींना भेटल्याशिवाय त्यांचा दिवस पूर्ण होत नसे एवढे खरं.

एकदा मात्र 2 दिवस होऊन गेले पण वर्षा अचानक यायची बंद झाली. काही निरोप नाही , फोन नाही. प्रिया ला ते खूप खटकले होते कारण अस वागणे हे वर्षा च्या स्वभावात नव्हते. न राहवून तिने अजितला भरीस घालत वर्षाच्या घरी जायला भाग पाडले आणि जेव्हा ती दोघे तिथे गेली तेव्हा त्यांना इतकेच कळले की वर्षा दवाखान्यात ॲडमिट आहे.

लगबगीने प्रिया हॉस्पिटलमध्ये पोहचली आणि तिथे जे कळले त्यामुळे ती चक्क भोवळ येऊन पडली. वर्षा सोबत जे घडले होते ते ऐकून ती फारच अस्वस्थ झाली.

वर्षा तर या स्थितीत नव्हतीच की काही बोलेल जणू प्रेतवत पडून होती.

4 दिवसांनी जरा सावरल्यावर प्रिया पुन्हा तिला भेटायला गेली , तेव्हा वर्षा शुद्धीत आली होती , प्रिया ला बघून फक्त ओक्साबोक्शी रडत होती.

प्रिया ने तिला धीर देत विचारले "वर्षा घाबरू नकोस , मी आहे तुझ्या सोबत . नक्की काय आणि कसे झाले? कोण होते ते?"

"ताई , आम्ही गरीब लोकं! पण म्हणून काय रस्त्यावर आहोत का हो? मला पण मन आहे ना ! माझा काका ज्याच्याकडे मी राहत होते त्याने जबरदस्तीने माझं लग्नं जमवले होते मला ते मान्य नव्हते. दारुडा माणूस जो फक्त बसून असतो काही काम करत नाही असा व्यक्ती लग्नासाठी खरच योग्य होता का? त्या दिवशी तो घरी आला, मी त्याला हाकलून लावले आणि सांगितले की मला नाही लग्न करायचे तुझ्याशी.

रागात तणतणत तो गेला खरा पण त्याची नजर खूप खुनशी होती. काका काकू त्या दिवशी बाहेरगावी गेले होते. घरात मी एकटीच होती , रात्री हा उशिरा दारू पिऊन आला आणि घरात शिरला . मी खूप प्रयत्न केला पण माझं काही चाललं नाही. नको ते सगळं करून त्याने मला मारायचा प्रयत्न केला पण माझं नशीब खराब म्हणा ना की मी वाचले बघा. काय करू आता न कशी जगू?" म्हणत ती आणखी जोरात रडू लागली.

तिला कसा धीर द्यायचा हे कळत नसूनही प्रिया ने तिचा हात घट्ट धरून तिला आधार दाखवला.

त्यानंतर तिला काका ने ही घराबाहेर काढले कारण काय तर, ती आता आई होणार होती.

प्रिया ला जेव्हा हे कळले तेव्हा आपण मागतो तर मिळत नाही आणि या गरीब मुलीला बिचारीला सोसवत नाही, काय ही विचित्र दैना या विचारात तिने अजितला सांगून वर्षाला घरी आणले. दिवस पुढे जात होते आणि एक दिवस वर्षा ने जुळ्यांना जन्म देऊन ती मात्र हे जग सोडून गेली.

हीच ती दोन रत्ने ज्यांनी अजित आणि प्रिया च्या घरात आनंदाचा आधारवड दिला. नित्य आणि दीप.

या निराधार आणि निरागस जीवांना अनाथ आश्रमात टाकण्याचा धीर प्रिया आणि अजित ला झाला नाही आणि तसेही दैव देते त्याप्रमाणे त्यांच्या झोळीत ही गोंडस बाळे आली होती. त्याचा स्वीकार करत प्रेमाने त्या दोघांनीही नित्य आणि दीप चे संगोपन केले. दैवाने जे दान पदरी दिले त्याचा आदर करत त्यांनी मनापासून स्वीकार केला.

कॉफीचा मग समोर आल्यावरोबर एकदम अजित ची तंद्री भंगली. प्रिया ने गोड हसत त्याला आणि नीलिमा ला कॉफी दिली.

" खरं आहे ताई, काळ कोणासाठी थांबत नाही पण आम्हाला मागील 9 वर्ष ही इतकी सुखकर आणि आनंदी गेली ती फक्त आणि फक्त दैवी कृपा आणि वर्षाचे हे अमूल्य दान यामुळेच." हलकेच डोळे टिपत प्रिया बोलली.

तेवढ्यात एक गोंगाट अचानक ऐकू आला ज्याने वातावरण बदलून गेले.

" अत्तू कधी आलीस?" असे म्हणत, नित्य आणि दीप एकदम नीलिमा च्या गळ्यात पडली. "काय आणले आमच्यासाठी "म्हणत नित्य ने लगेच बॅग उपसायला घेतली.

सगळे खळाळून हसत होते.

"अरे माझ्या पिल्लानो, इकडे या" म्हणत नीलिमा ने गिफ्ट ची बॅग हाती घेतली . छान गिफ्ट्स रॅप केलेली दोघांनाही देत वाढदिवसाच्या शुभेच्छा देत, दोघांची गोड गोड पापी घेतली. गिफ्ट्स ओपन करण्याच्या नादात दोघेही व्यस्त होती आणि त्यांचा तो निरागस चेहरा, वागणे बघत अजित आणि प्रिया नकळत एकमेकांकडे बघत समाधानाने सुखावत होती.

या समाधानात त्यांचे डोळे कधी पाणावले त्यांचे त्यांनाच कळले नव्हते.

संध्याकाळी छान जंगी बर्थडे पार्टी ठरली होती. त्याप्रमाणे सगळे आप्त स्वकीय जमले , नित्य आणि दीप चे मित्र मैत्रिणी आले. मोठ्ठा केक दोघांनी मिळून कट केला, गाणी सुरू होती. मुलांचा डान्स , गेम्स असे मस्त वातावरण होते.

सगळ्यात मोठे बर्थडे गिफ्ट्स हे अजित कडून होते. अजित ने चक्क त्याच्या प्रॉपर्टी चे काही पेपर्स म्हणजे काही भाग दोघांच्या नावावर केल्याचे पेपर त्यांना त्यांच्या हातात दिले. त्या निरागस मुलांना काही कळत नव्हते पण वर्षा चा आत्मा जिथून बघत असेल तो मात्र नक्की कृतकृत्य झाला होता.

सगळ्या लहान मोठ्यांनी हसत , नाचत पार्टी एन्जॉय केली. जेवणाचा मेनू जबरदस्त होता त्यावर मस्त ताव मारला आणि आनंदात दिवसाची सांगता झाली.

रात्री मुलं झोपल्यानंतर अजित निलिमाला म्हणाला, " ताई , खरं सांगतो ही मुलं आहेत म्हणून काय तो जगायचं उद्देश आहे , नाहीतर काय होते सांग ना. तुला नवल वाटतंय की मी आज जे गिफ्ट्स मुलांना दिले त्याचे, पण अगं काही वस्तू किंवा पैसे हे जे आहेत त्याचे हे मूल्यच नाहीय."

ताई ऐकत होती.

"आज मी आहे , प्रिया आहे पण उद्याचे माहीत नाही. या जीवांची कधीच आबाळ नको म्हणून ही तरतूद बघ. हे समज जे मिळालं त्याची पैस्यात नाही पण दैवी दानात ही छोटीशी किंमत."

नीलिमा आपल्या भावाचे विचार ऐकून खूप भारावली आणि प्रिया चा याला पूर्ण पाठिंबा आहे हे बघुन अभिमान ही वाटला.

"मला खरच खूप आनंद वाटतोय आज! कदाचित हे लिखित असेल म्हणून तुम्हाला अपत्य लवकर झाले नाही, पण त्याचा त्रास न मानून तुम्ही दोघांनीही जो समजूतदारपणा दाखवला आणि परिस्थिती स्वीकारलीत ते वाखाणण्यासारखे आंहे . मला खरंच अभिमान वाटतो तुमचा."

प्रिया म्हणाली "मी आणखी एक ठरवले आहे , आज नाही पण ज्या वयात वर्षा आम्हाला भेटली त्या वयाची ही दोघे झाली की सत्य नक्कीच त्यांच्या कानावर घालेन. मोठेपणा मिरवायला नाही तर त्यांना हे ही कळायला की त्यांची खरी आई सुद्धा तितकीच सुसंस्कृत होती. शिक्षण , घर , जन्म माणसाच्या हातात नसतो पण जे तो अंगिकरतो तो सुसंस्कृतपणा आणि तोवर ती सगळे समाजण्या ईतपत मोठे ही असतील. उद्या माझ्या स्वार्थासाठी मी त्यांना सांगितले नाही असे ही व्हायला नको."

आज नकळत सगळे घडत होते. न ठरवताही मन मोकळे होत होते आणि हे कुठूनतरी ऐकत असलेला वर्षा चा आत्मा नक्कीच सुखावत होता.

मनुष्याला खूप काही मिळत असते , कधी कळत तर कधी नकळत पण त्याची जाणीव असणे आणि त्याची किंमत ठेवणे हे सगळ्यांनाच जमते असे नाही.

निरागस त्या लेकरांना प्रिया आणि अजित सारखे आई आणि वडील लाभले होते, हे त्यांचे दैव आणि अशी गुणी मुलं लाभली हे प्रिया आणि अजित चे भाग्य ज्यात ते सुखाने जगात होते.

नात्याची, दानाची, कर्तृत्वाची, त्यागाची आणि सगळ्यात म्हणजे माणसाची 'किंमत' या घरात नक्की कळली होती!

47

सत्य:-

कॉलेज च्या नोटीस बोर्ड वर ठळक अक्षरात लिहिले होते, "**Congratulations**to Meghna Date for achieving 1st rank in whole Maharashtra"

सगळे कौतुकाचे वातावरण घरात, बाहेर, कॉलेज, मित्रमंडळी,नातेवाईक. सतत अभिनंदनचा वर्षाव सुरू होता आणि मेघना त्यात अक्षरशः न्हाऊन निघत होती.

आई बँकेत मॅनेजर, वडिलांचा व्यवसाय आणि त्यांची एकुलती एक लेक मेघना.

लहानपणापासून कायम आणि कायम सगळ्यांचा केंद्रबिंदू ठरलेली ती होतीही तशीच तल्लख बुद्धी, कलागुण संपन्न,लाघवी आणि खेळकर स्वभावाची. जन्मतः सगळं आलबेल मिळाल्यामुळे हट्टीपणा मात्र नसानसात भरला होता. कलागुणांना वाव मिळाल्यामुळे वेगवेगळे क्लास केले आणि सगळ्यात पारंगत झाली. या सगळ्यात मुळातच असलेली तल्लख बुद्धी याकडे ही कधीच दुर्लक्ष न केल्यामुळे आज 10वी ला ती महाराष्ट्रात प्रथम आली होती.

" मनू सार्थक केलास बघ आमच्या जन्माचं " औक्षण करत आई म्हणाली. बाबांनी लगेच स्वतःच हाय लिमिट क्रेडीट कार्ड काढून देत " जा हवं ते घे आणि तुझ्या सगळ्या मित्रमैत्रिणीना हवं तिथे ने आणि पार्टी कर. "Enjoy your success My Dear " म्हणत बाबांनी लाड करत तिच्या डोक्यावर हात ठेवला.

तसा थोडा attitude हा मुळातच होता मग आता तर विचारायलाच नको. आईने गिफ्ट दिलेला नवाकोरा सॅमसंग चा ॲडव्हान्स मोबाईल, बाबाने दिलेली ॲक्टिवा गाडी आणि हातात कार्ड म्हटल्यावर आज सातवे आसमान पे असेच वाटत होते तिला.

तो दिवस अगदी मनासारखा आपल्या मित्रमंडळीसोबत हुंदडून, खाऊन पिऊन, खरेदी करून तिने Memorable बनवला.

लगेच कॉलेज च्या ॲडमिशन ची तयारी करत फॉर्म भरला. अव्वल असल्याने हवे ते कॉलेज मिळाले, वय आणि कॉलेज याची चाहूल लागल्याने मन मोरपंखासारखे भिरभिरत होते.

दिसायला नाजूक, ठळक नाकीडोळी, आणि कडक राहणीमान त्यामुळे चारचौघात उठून दिसायची.

सायन्स ला ऍडमिशन घेऊन बघता बघता कॉलेज सुरू झाले. शहरातल्या टॉप कॉलेज ला तिला ऍडमिशन मिळाली होती आणि ते थेट पोस्ट ग्रॅज्युएशन पर्यंत होते. त्यात सायन्स, आर्टस्,कॉमर्स,इंजिनिअरिंग, मॅनेजमेंट अशी सगळीच क्षेत्रे होती. त्यामुळे मुलामुलींच्या संख्या ही हजारोच्या घरात होती. आपली नवीन बाईक घेऊन ती गेट मधून यायची तेव्हा कित्येकांच्या नजरा वळून तिला बघत असे, याचा नकळत तिला अभिमान वाटत होता आणि मनाचा फुलपिसारा जोरात फुलत होता. आजूबाजूला नवीन मित्र मैत्रिणींचा गराडा त्यामुळे बऱ्याच गोष्टी नव्याने कळत होत्या. ह्या सगळ्यात हरखून जात होती आणि त्याचा परिणाम नकळतं अभ्यासाकडे व्हायला लागला होता. आता मित्रा मैत्रिणीच्या ग्रुप मध्ये हिंडणे, फिरणे, हॉटेलिंग,ट्रिप्स यात जास्ती रस वाटायला लागला होतं आणि अभ्यास करियर हे ध्यानीमनी पण येत नव्हते.

शहरातल्या उंची कोचिंग क्लास ला तिची ऍडमिशन झाली होती पण तिथे जायचे तेवढेच बुक उघडायचे बाकी वेळ टिंगल टवाळक्या यात आयुष्य सुरू होते. व्हायचा तो परिणाम झाला आणि 12वी मध्ये तिला जेमतेम फर्स्ट क्लास मिळाला. आई बाबांना वाईट वाटले, पण तिला फारसा फरक पडला नाही. जी मुलगी इंजिनिअरिंग ला जाईल असे वाटले होते तिने BSC ला ऍडमिशन घेतली.

त्याच कॅम्पस मध्ये पुन्हा पुढचे आयुष्य सुरू झाले.

"हाय मिस ब्युटीफुल" एक अनोळखी आवाज आला तसे वळून बघते तर मागच्या बेंचवर नवीन कोणी मुलगा आला होता तो बोलत होता. ती त्याच्याकडे बघतच राहिली, त्याचा तो हँडसम लूक, बोलायची लकब,राहणीमान पाहुन ती पहिल्याच क्षणात लट्टू झाली.

"हाय" म्हणून ती गप्प झाली कारण त्याच्याकडे बघताना पुढे बोलूच शकली नाही.

" माझं नाव नविन राजपूत, मुंबईहून आलोय तुमच्या कॉलेज मध्ये. तुला आजच पाहिले, बाकी हा ग्रुप मला नवीन नाही! तू खरंच खूप स्वीट दिसतेस, वेलकम तो our कट्टा ."म्हणत हसायला लागला.

भुरळ तर पडली होती तिला, कोण आहेत हे कसे आहेत विचार न करता जॉईन झाली त्यांना. पहिल्याच भेटीत आपल्याला इतके कॉम्प्लिमेंटस दिले यामुळे ती हरखून गेली. वयंच तसं म्हणायचं.

आता रोज तयार होताना आरशासमोर निरखून बघायची, आपल्याला कोणी बघावं या उद्देशाने रोज काहीतरी वेगळं दिसण्याचा प्रयत्न करायची आणि तसे कमी तर काही नव्हतंच.

सगळे एकत्र असले तरी 'नविन' कडे चोरून बघायची, सतत एकत्र असण्याचा प्रयत्न करत असायची. हे नवीन च्या पण लक्षात येत होते, पण तसे न दाखवता तो ती सातत्याने हेच करत राहील असा प्रयत्न करायचा. कधी तिला फुल दे, कधी चॉकलेट दे तर कधी काही

अजून असे करत तू पण माझ्यासाठी स्पेशल आहेत हे जाणवून द्यायचा.

नवीन मुळात एक उडाणटप्पू, बेफिकीर आणि बेजवाबदार मुलगा होता. सगळे कुठेही जायचे म्हटले की हा प्लॅन करणार दाखवणार मी मी -- पण प्रत्यक्षात मात्र पैसे खर्च करायची वेळ आली की तो मेघना ला पुढे करत असें. काही न काही निमित्ताने शॉपिंग मॉल ला जायचे मेघना च्या नावाखाली तिची न स्वतःची शॉपिंग करायची हे नेहमीचेच झाले होते. भुरळ पडलेल्या तिला फक्त तोच दिसत होता त्याचे वागणे नाही.

पण तिच्यातला हा फरक घरी जाणवायला लागला होता. अभ्यासाचे तर नाव नाही, पण फिरणे , राहणीमान आणि सगळ्यात महत्वाचे म्हणजे न पुरणारे पैसे!

सतत तिचे वाढते खर्च, म्हणून नाही पण अचानक पडलेला फरक जाणवत होता.

" मनू आजकाल काय सुरु आहे हे? रोजचे हजारो रुपये खर्च सुरू आहे. कुठे खर्च करतेय? " न राहवून आईने एक दिवस हटकलेच.

"तू कोण मला विचारणार ? लागतात मला! हे सगळं माझेच आहे ना आणि बाबा देतोय तुला काय करायचं?" तीच हे असं बोलणं ऐकून आई तर अवाक झाली, शंकेची पाल मनात चुकचुकलीच.

तिने मेघना च्या बाबांशी पण हा विषय डिस्कस केला पण त्यांनी मनावर न घेता " अगं कॉलेज चे दिवस आहेत करू दे मजा! नाहीतरी सगळं तिचेच आहे." असे म्हणाले.

ती निरुत्तर झाली पण शंका घर करून बसली.

खूप प्रयत्न केला पण ती ऐकेना शेवटी एक माणूस हायर करून तिने माहिती काढली. 'नवीन' चा रेकॉर्ड, फॅमिली बॅकग्राऊंड ऐकून ती शॉक झाली.

"मनू तो मुलगा चांगल्या घरचा नाहीय! तो तुझे पैसे बघून तुला फूस लावतोय. नीट विचार कर बेटा, कायम तो दाखवतो तसा तो नाहीये." आई समजावण्याचा सुरात म्हणाली.

पण मेघना वर उलट परिणाम झाला, तिने सगळे 'नवीन' ला सांगितले. आई दुश्मन असा अर्थ घेऊन ती वागू लागली आणि या विचाराला नविन खतपाणी घालू लागला. ती घरी खोटे बोलायला लागली, आता तर रात्री उशिरा येणे नेहमीचेच झाले.सगळं हाताबाहेर जात होते आणि आईचा जीव तडफडत होता.

शेवटी एक दिवस बाबानीही तिची शाळा घेतली आणि तिला फायनल सांगितले की पुढच्या वर्षी ते तिला पुण्याला शिकायला पाठवणार.

ती नविन ला भेटायला त्याच्या रूम वर गेली, " नवीन मला नाही जायचं तूला सोडून. ते मला पुण्याला पाठवणार आहेत. मी काय करू? कसे होईल आपले? मला तू हवाय कायमच बोल ना!"

हीच संधी बघून त्याने रडणाऱ्या तिला आधार देतो असे दाखवून जवळ घेतले, गोंजारले. ती पण त्याच्या मिठीत सुखावली, याच संधीचा फायदा घेत " मेघना मला एकच मार्ग दिसतोय! आपण पळून जाऊयात आणि लग्न करू, एकदा का लग्न झाले की कोणीच काही बिघडवू शकणार नाही बघ आपले आणि आपण कायम सोबत असू."

तिची कळी खुलली, "आपण आजच रात्री पळून जाऊया" ती म्हणाली. " अगं ते ठीक आहे ग, पण पैसे लागतील जायला. आपण बाहेर राहु त्याचा खर्च होईल आणि तू तर नवरी होणार मग काय अशी जीन्स वर येशील?" नवीन बोलला.

"त्याची काळजी करू नकोस, आमच्या घरात दोन चार लाख कॅश असते बाबाची बिझनेस ला लागते म्हणून आणि माझ्याकडे माझी चेन आहे ,ब्रेसलेट, रिंगस आहेत ना!" निरागसपणे ती म्हणाली.

त्याच्या चेहऱ्यावर चे छद्मी हास्य तिला कळलेच नाही.

ठरल्याप्रमाणे त्याच रात्री ती कपडे, पैसे आणि तिचे जे होते ते घेऊन बाहेर पडली.

पळून दोघे गोव्याला गेले.

"आपण लग्न कधी करायचं?" मेघना कायम विचारत असे आणि तो काही न काही सांगून टाळत असे.

त्याच्या प्रेमात असल्याने तो जे जसे म्हणेल त्याप्रमाणे सगळं सुरू होते. आपण प्रेमात स्वतःला वाहून देतोच आहोत ही तिची भावना होती तर तिचे सगळं मिळवून पूर्तता करायची हा त्याचा ध्यास होता.

एक महिना झाला होता त्यांना पळून जाऊन, त्याने तिला एक दिवस घरी फोन करून चाचपून पाहायला सांगितले तसे तेही ऐकत तिने फोन केला.

"हॅलो आई ,मी मेघना बोलतेय?" तिचा आवाज ऐकताच आई खूप वैतागून म्हणाली, "माझी मेघना नावाची मुलगी होती पण आता ती नाहीय. तिचे बाबा ती गेल्याच्या धक्क्याने गेले त्यामुळे मी आता सगळं एका संस्थेला दान करून तिथेच कार्य करणार आहे. तू जर तिची मैत्रीण असशील तर तिला सांग की घर नाहीय त्यामुळे येण्याचा विचार ही करू नकोस!"

या उत्तराची तिला अपेक्षाच नव्हती, ती खूप रडली आणि सगळे नवीन ला सांगितले.

"नविन आपण लग्न करूयात ना लवकर! " ती मागे लागली तसे

त्याने सांगितले " आपण मुंबई ला जाऊ माझ्या घरी आणि लग्न करू " ती खुश झाली.

दोन दिवसांनी ते मुंबई ला रवाना झाले.

तिथे काहीश्या वेगळ्या भासणाऱ्या लोकांच्या मध्ये तिला नेले तसे ती थोडी ऑकवर्ड झाली.

पण " मी आहे ना" अस तो म्हणाला तशी ती निश्चिन्त झाली.

तिथे त्या फ्लॅट वर तिने फ्रेश होऊन थोडे खाणेपिणे झाले. "थकली असशील तर आराम कर, मी येतो बाहेर जाऊन " असे तो म्हणाला. त्याच्यावर विश्वास असल्याने तिला काही वाटले नाही.

कुठल्या तरी आवाजाने ती झोपेतून उठली तर खूप वेगळी लोक तिला समोर दिसली आणि काही मुली तिच्या कडे बघत होत्या.

" तुम्ही कोण आहेत? नवीन आला नाही का?" तिनं विचारले तसे सगळे हसले.

त्यातील एक मुलगी म्हणाली" मी मीना, नवीन तुला इथे विकून पळून गेलाय!"

ते ऐकल्यावर प्रचंड धक्का लागून ती बेशुद्ध पडली, थोड्या वेळाने जशी शुद्धीवर आली तसं तिला मीना ने सगळं सांगितलं की कसे तिला पण कोणी फसवून इथे आणलं आणि आता ती काय आयुष्य जगत आहे."

हे ऐकून मेघना खूप रडली, आई ची आज तिला खूप आठवण आली, तीच बोलणं आठवलं पण वेळ निघून गेली होती.

सत्य हे होते की आज बाबा जगात नाहीत. आईने सांगितले त्याप्रमाणे नविन खरच चांगला मुलगा नाही आणि आपण ज्या ठिकाणी आता आहोत ते जीवन जगण्यासाठी आपण स्वतः कारणीभूत आहोत.

खूप रडली, खूप प्रयत्न केले त्या तिथल्या लोकांना समजवायचा पण त्यांना हे असे काही वेगळे नव्हते त्यामुळे त्यांनी मनावर घेतले नाही.

पण चांगल्या घरातून आलेल्या मेघना ला असे आयुष्य जगायची तयारी नव्हतीच किंबहुना अशक्यच होती.

हिम्मत करून ,मनाचा हिय्या करून एक दिवस तिने स्वतःला या नरकातून सोडवण्यासाठी तिथल्या एका माणसाशी संधान बांधले. त्याला जे हवे ते दिले आणि तिथून लपत छपत बाहेर पडली.

प्लॅटफॉर्मवर दिसणाऱ्या पहिल्या ट्रेन ने ती निघाली मुंबईला कायमचे सोडून एका अश्या विश्वात जिथे तिचे कोणीच नव्हते आणि तिचे काहीच नव्हते. ना आई बाबा ना घर पैसा! होती फक्त एक अधांतरी वाट. माहिती नव्हते तिला तिचे जीवन कुठे नेणार होते.

एक हुशार श्रीमंत घरची मुलगी जी महाराष्ट्रात पहिली आली होती आणि आयुष्यात खूप पुढे गेली असती ती चुकीच्या संगतीने, चुकीच्या मार्गी लागून आज ह्या अवस्थेला पोचली हे कटू असले तरी 'सत्य' होते हे तिला आज या धावणाऱ्या ट्रेन मध्ये कळले होते.

प्रत्येक मागे पडणाऱ्या स्टेशनला पाहत तिला एकच जाणीव होत होती की या कटू 'सत्या' ला केवळ तीच कारणीभूत होती!

48

लकी चार्म:-

पहाटेच्या वेळेस ती जणू स्वप्नच पहात होती.

"रिमझिम पाऊस पडतोय, छान वारा सुटलाय आणि आपण मस्तपैकी स्पोर्ट्स बाईक वर बसून दूरवर कुठेतरी निसर्गाच्या कुशीत चाललो आहोत "

आहाहा!!!!!

असे कधी घडणार असा विचार करत स्नेहल बिछान्यात लोळत पडून होती.

मरगळ ही मन आणि शरीर या दोन्हीवर हावी झाली असल्याने काहीही करावे असे तिला वाटत नव्हते , तितक्यात फोन वाजला,

" स्नेहल, 10 मिनिटे आहेत जास्तीत जास्त तुझ्याकडे , पटकन तयार हो मी पिक करायला येतोय ".

सगळी मरगळ उतरल्यासारखी झाली. अचानक फोन , त्यात तयारी , काय करायचे समजण्याच्या आत ती बाथरूममध्ये जाऊन फ्रेश होऊन आली. कपाट उघडलं तर भसकिनी सगळे कपडे खाली आले. ते तसेंच कोंबले आणि एक जीन्स , पिंक शर्ट आणि डेनीम जाकीट तेवढे घेतले आणि चेंज करून आरशासमोर आली.

छान दिसत होती ती.

उत्साह असण्यापेक्षा प्रश्नचिन्ह जास्ती दिसले चेहऱ्यावर तरी पटकन एक हायपोनी घातला , कानात लॉग रिंग अडकवले आणि पळत घड्याळ आणि पर्स उचलून निघाली.

ती खाली पोहचायच्या आतच नीरज हजर होता.

फुल्ल टू कॅज्युअल लुक. सिक्स पॉकेट जीन्स आणि त्यावर त्याचे प्रो जॅकेट छान दिसत हिते. हेल्मेट मुळे विस्कटलेले केस पण चेहऱ्यावर हसू असा अवतार करून तो म्हणाला " पूर्ण 3 मिनिटे उशीर केला आहेस तू. पटकन बस , निघायचे आहे."

" अरे पण कुठे?"

" कशाला हव्यात नसत्या चौकश्या? बस पटकन आणि यायचं नसेल तर ते ही सांग"

स्नेहल गप्प बसली बाईक वर. सुसाट निघालेली स्पोर्ट्स बाईक कुठे जाते हे कळत तर नव्हते.

पुढे काही लोकांचा घोळका तिला उभा दिसत होता.

जसे त्या लोकांच्या जवळ गाडी पोचली तसा एकदम तिथे नीरज थांबला.

" सरप्राइज " एकदम सगळे ओरडले.

आपलाच अख्खा कट्टा जमलेला बघून ती अवाक झाली आणि खुश पण.

" चला मॅडम , काय आता खुश का?"

"नक्कीच, वाह छान एकदम."

"काय बेत आहे आता?" अतुल म्हणाला.

"मित्रहो , हा बघा रस्ता, असा मस्त पुढे जातो . आपण पण जाऊयात तसेच पुढे , बघू कुठे संपतो."

त्याच्या बोलण्यावर सगळे एकदम हसायला लागले.

"चलो" म्हणत निघाल्या 4 ही स्पोर्ट्स बाईक.

बेभान करणारा वारा आणि त्यामुळे भुरभुरणारे केस हाताने सावरत स्नेहल आता थोडी उत्साहात आली होती.

जशी घोड्यावर असते तशी आता बाइक वरची मांड तिने मजबूत केली केसांवरच्या पोनीला तिने स्कार्फ बांधला.

दोन्ही हात उंच हवेत घरून ती जणू आव्हान देत होती वाऱ्याला. थोडं भिजत थोडं हसत थोड्या गप्पा असे सगळे सुरु होते. कधी रेस , तर कधी सोबत अश्या बाईकस पुढे चालल्या होत्या. आजूबाजूला प्रचंड हिरवळ , त्यात लांब दिसणारे उंच उंच डोंगर.

"अहाहा " तिच्या तोंडून एकदम निघून गेले.

आणि ती चमकली. हाच विचार होता का पहाटे माझ्या मनात! असे म्हणत ती अलगद हसली आणि तितक्यात बाईक एका टपरीवर थांबली. मस्त आले घातलेला चहाचा घमघमाट आणि गरमागरम भजी सोबत बाजूला वाहणारे निखळ पाणी.

"चला रे , कोण कोण चहा घेणार आणि खाण्याचे काय?" नीरज म्हणाला.

" मला भजी नकोत , पण फक्कड चहा मात्र चालेल" स्नेहल म्हणाली.

अतुल आणि बाकी सगळे मस्त ताव मारीत होते खाण्यावर , नकळत एक भजी उचलून तिने पण खाल्ले आणि मग काय विचारता , झालीच की सुरवात.

"ओ काकू, अजून 2 प्लेट गरम बनवा ना! मस्त झाली आहेत" तिने टपरी वाल्या काकूंना सांगितले.

जावयाची जात यालाच म्हणतात का? हसून प्रीती म्हणाली.

आणि ती पण हसायला लागली.

मस्त एन्जॉय करून तासाभरात पुन्हा ते निघाले.

आता स्नेहल ला अंधुकशी कल्पना आली की ते कुठे निघालेत. खूपच छान वाटत होते तिला , मनोमन नीरज ला आणि आपली ईच्छा पूर्ण करणाऱ्या देवाला ती "thanks" म्हणत होती.

साधारण आणखी 2 तास हुल्लडबाजी करत सगळे पोहचले.

थोडीशी गर्दी वाटली पण तसा आज रविवार असल्याने एवढे अपेक्षित होतेच.

मक्याचे कणीस वाले त्याच्या रांगा झाल्या , कुठे मॅगी चे स्टॉल, कांदा भजी , बटाटेवडे असे सगळे दिसत होते पण कोणीही तिथे न थांबता सरळ आणखी पुढे जाऊन थांबले जिथून दिसत होता तो पाण्याचा खळखळाट आणि वाहणारे पाणी.

आनंदपूर गावाच्या जवळच हा धबधबा होता जो निसर्गाच्या कुशीत वसलेला.

इथे जायचे हे स्नेहल ने खुप आधी नीरज ला बोलून दाखवलेले.

आणि आज तिची ईच्छा पूर्ण झाली होती.

धबधब्यात सगळे मनसोक्त खेळले , मस्ती केली , भिजले. कसा वेळ जात होता ते फक्त घड्याळात पाहिल्यावरच कळत होते.

" अरे यार , बस ना आता . कावळे मरून जातील आता. बिचारे ओरडून ओरडून थकलेत."अतुल म्हणाला.

" कुठे रे , मला नाही दिसत?" निरागस पणे स्नेहल म्हणाली .

तिला एक टपली देत तो म्हणाला, " हे बघ माझ्या पोटात." त्याच्या बोलण्याने एकच हशा पिकला आणि तिला खूप लाजल्या सारखे झाले.

आपण किती वेड्यासारखे बोललो हा विचार करून ती

वरमली.

जवळच एक ढाबा होता ,

तिथे जाऊन जेवणावर अधाश्यासारखं तुटून पडले सगळे , हसत खेळत एकमेकांचे घास ओढत सगळ्यांनी जेवण केले.

" चला आता निघायला हवे तर वेळेत पोहचू नाहीतर खूप उशीर होईल" नीरज म्हणाला.

निघायची ईच्छा तर कोणाचीच नव्हती पण परतीच्या प्रवासाला लागणे गरजेचे होते.

सगळे जण गाड्यांवर बसून घराच्या दिशेला निघाले.

घराकडे जाताना नको नको मन सांगत होते पण घर जवळ येत होते.

सगळे जिथून एकत्र निघाले तिथेच पुन्हा येऊन थांबले

" बोला, काय म्हणताय , कसा गेला दिवस?"

" मानला यार नीरज तुला , थँक्स , खूप अमेझिंग . फ्रेश झालो एकदम." प्रीती म्हणाली.

"चला भेटू उद्या , घरीं पोचलात की मेसेज करा सगळे" म्हणत स्नेहल आणि नीरज निघाले.

गाडी तिथून निघाल्यावर स्नेहल म्हणाली,

"नीरज , मनकवडा आहेस बघ तू . असेच काही व्हावे असे मला वाटत होते आणि तू घडवून आणले, मनापासून थँक्स."

" मॅडम आभारी आहे तुमचा" असे तो हसत म्हणाला आणि निघाला.

स्नेहल ला आता थकवा जाणवत होता पण आनंद त्यापेक्षा जास्ती अशी परिस्थिती होती. मस्त गरम पाण्याने अंघोळ करून स्नेहल झोपायला गेली .

सकाळी लवकर उठून आवरले आणि कॉलेज मध्ये गेली.

आज सोमवार आणि त्यातून इकॉनॉमिक्स सारखे बोरं लेक्चर सुदधा छान वाटले तिला. मनातील ईच्छा पूर्ण झाल्याचा आनंद होता तो.

परीक्षा जवळ आल्या होत्या , आता सगळे अभ्यासाला लागले. स्नेहल ने भरपूर अभ्यास केला त्यामुळे तिला छान पेपर्स गेले. मार्कस पण चांगले मिळाले.

आता पुढची गोष्ट तिला करायची होती.

चांगली नोकरी मिळावी यासाठी ती प्रयत्न करत होती आणि इंटरव्यू देत होती. मित्र ,मैत्रिणी यांचे अधून मधून भेटणे सुरु होतेच. नीरज मात्र परीक्षा झाल्यावर जो गेला आजोळी तो आलाच नव्हता. त्याची कमी तिला कायम जाणवत असे.

फोन वर बोलून तिला समाधान होत नसे.

तिला असे कायम वाटावे की नीरज आपल्याबरोबर असला की सगळे चांगले होते.

आज स्नेहल एका IT कंपनी मध्ये इंटरव्यू ला जाणार होती. आज तिला का कोणास ठाऊक खूप भीती वाटत होती आणि नीरज ची जास्तच आठवण येत होती.

कुठे असेल हा आत्ता असा विचार आला काय मनात आणि हा पठ्ठा हजर दारात!

" कुठे निघालीस , इतक्या दिवसाने भेटायला आलो आणि तू बाहेर निघतेय?"

त्याला पाहून स्नेहल एकदम खुश झाली.

" अरे छान झाले तू आलास, चल बाईक स्टार्ट कर. तासाभरात माझा इंटरव्ह्यू आहे, मला वेळेत पोचव" . असे म्हणत त्याला बोलायला चान्स पण न देता ती बसली सुद्धा गाडीवर. त्याला पत्ता सांगितला कंपनी चा आणि अर्ध्या तासात गप्पा मारत ते कंपनी पाशी पोचले सुद्धा. आतापर्यंत मनात वाटत असलेली भीती गेल्या अर्ध्या तासात पार पळून गेली होती जशी जणू तिला माहीतच नव्हती.

ती मनाने प्रसन्न होती आणि तिचा इंटरव्ह्यू पण तसाच झाला.

हसत हसत ती केबिन मधून बाहेर आली.

नीरज ने विचारले "कसा झाला ग?"

" नीरज , तू मला लकी आहेस बघ. कायम काही मनात आले की तूझ्या रूपाने पूर्ण होते. तू असलास की छानच घडते बघ.मला खात्री आहे की मला नोकरी नक्की मिळेल आज. "

तिचे ऐकून नीरज चा चेहरा खुलला,

" पार्टी लागेल बर का नुसते लकी म्हणून चालणार नाही"

"नक्की देईन" तेवढ्याच उत्साहाने स्नेहल म्हणाली.

तिने नीरज च्या नकळत त्याच्याकडे अलगद पाहिले.

निर्मळ मनाचा , समजूतदार असा नीरज सगळ्या ग्रुप चा लाडका होता. कधी भांडण नाही , कुरघोड्या नाही, सतत मदत करणे हेच त्याला माहित होते.

नीरज सगळ्यांना आवडायचा याचे गुपित त्याच्या स्वभावात होते.

स्नेहल आणि नीरज ची मैत्री तर अगदी 8वी पासून होती. सतत सोबत असणे, लुटुपटू भांडणे असे त्यांचे चालत असे पण मनातून सख्खे खूप होते त्यामुळे कधीच काही सांगावे लागत नसे. नीरज नावाचा 'जीन' तिच्यासाठी कायम हजर असे . नीरज ला जवळसे असे कोणी नव्हते . लहानपणी आई बाबा गेले त्यामुळे शहरात काका कडे राहायचा. सुट्टीत मात्र आजोळी जायचा.

आजी अजूनही होती त्यामुळे त्याला गावी जायला खूप आवडायचे.

वडिलांचे पैसे बँकेत होते त्यामुळे आबाळ अशी कधी झाली नाही पण त्याला माणसे खूप लागायची आणि त्यामुळे मित्र हेच त्याचे सर्वस्व होते.

आणि खरच स्नेहल ला नोकरी चा कॉल आला आठवड्याभरात , स्नेहल आनंदाने नाचू लागली. तिने नीरज ला पहिला फोन केला आणि विचारले, बोल कुठे पार्टी हवी?"

" म्हणजे मॅडम ला कॉल लेटर आले म्हणायचे "

"**अभिनंदन**"

""भेटू 7 वाजता, घरी ये मग इथून जाऊयात" असे म्हणत फोन ठेवला आणि एकदम तिच्या लक्षात आले की आज 9 तारीख. वाढदिवस नीरज चा. आपण कसे विसरलो? तसे खूप उशीर नव्हता झाला. सकाळचे 11.30 च वाजले होते.

तिने मनात काय करायचे ते ठरविले.

" आज माझ्या आवडीच्या ठिकाणी आपण जाणार आहोत" आल्या वर तिने बजावले.

" जो हुकम मेरे आका" म्हणत त्याने तिला जणू कुर्निसात केला.

तिला घेऊन ती जसा रस्ता सांगत गेली तसे ते रेस्टॉरंट ला पोहचले.

हे रेस्टॉरंट नवीन उघडले होते पण तिथे लाईट नव्हते.

नीरज ने फ्रंट ला विचारणा केली की लाईट कसे नाही? तितक्यात एका वेटर ने त्यांना आत लॉन ला नेऊन बसवले. एक कोपरा होता तो , आजूबाजूला काहीच हालचाल नव्हती , फक्त टेबले जाणवत होते. खुसफूस असा आवाज आला आणि तितक्यात लाईट आले.

अचानक डोक्यावर काहीतरी पडले म्हणून नीरज ने हात लावला तर फुलाच्या पाकळ्या जाणवल्या.

बर्थडे चे म्युझिक सुरू झाले आणि त्याचवेळी आजूबाजूने सगळे मित्र मंडळी समोर आले. एकच मोठा गोंधळ सुरू झाला आणि मोठ्याने सगळे म्हणाले " हॅप्पी बर्थडे टू यु , डिअर नीरज "असे गाणे सुरू झाले. मोठ्या आवाजात सगळे त्याचे नाव घेऊन गाणे गायला लागले.

काय होतंय कळायच्या आत फुलांच्या पाकळ्या त्याच्यावर बरसत होत्या . मोठे पॉप अप्स ओपन होत होते आणि त्याच वेळी त्याच्या समोर 3 लेयर चा मोठा केक आला.

या सगळ्याने भारावून गेला नीरज . स्नेहल फक्त त्याचे हावभाव बघत हसत समोर उभी होती.

" काय मग बर्थ डे बॉय, सरप्राईज काय फक्त तुलाच देता येते का ? हम भी किसी से कमी नहीं! "

नेहमी बडबडणारा नीरज एकदम पाणावलेले डोळे घेऊन शांत स्थितीत होता. भानावर आणून स्नेहल ने त्याला हाताला धरून केक जवळ नेलं. पुन्हा एकदा छान बर्थडे सॉग सहित सगळ्यांनी त्याला विश केले आणि हग केले.

आई वडील नसलेला नीरज हे सगळे बघून आज अगदी आनंदाने नाचू की रडू या स्थितीत होता. त्याच्या कडे शब्द नव्हते बोलायला.

त्याला चिअर करत सगळ्यांनी केक ने माखवले , मग त्याच्यासाठी आणलेला स्पेशल ड्रेस त्याला जाऊन घालून यायला सांगितले. स्नेहल कडे फक्त कृतकृत्य नजरेने बघत त्याने सगळ्यांना "थँक्स" म्हटले.

छान पैकी त्याच्या आवडीचे स्टार्टर , मेन कोर्स जेवण ऑलरेडी ऑर्डर केले होतेच.

सगळ्यांनी त्याला काहीतरी बोलायला सांगितले.

" आज मला खरंच कळत नाही की काय बोलू. स्नेहल मला मनातून तर वाटले की तू विसरलीस माझा वाढदिवस. अपेक्षितच नव्हते की मी तुम्हा सगळ्यांना इतका महत्वाचा आहे. आज मला सगळे मिळाले , भरून पावले . पुन्हा एकदा थँक्स आणि स्नेहल तुझ्यासाठी तर शब्दच नाहीत माझ्याकडे."

" नीरज , कायम तू देत राहिलास. माझ्यासाठी तर तू लकी चार्म आहेस , तू असला की सगळं छान असेच होते.

ही खूपच छोटी गोष्ट रे. नेहमी तू नाही का मला असे काही सरप्राइज देत. थँक्स तर मी म्हणते ,तुझ्यासारखा मित्र हे खरे माझे गिफ्ट आहे त्या देवाकडून."

त्यांचे बोलणे ऐकून अतुल म्हणाला ,

" ए , चला आता . बस , नाहीतर इथे पाण्याचा पूर येईल बघ आणि पोटातले कावळे मारून जातील." वातावरण नॉर्मल करत त्याने सगळ्यांना हसवले.

छान मस्त जेवण झाले , मग मस्त आईस्क्रीम पार्टी झाली. त्यावर छान बनारसी पान खाऊन रात्री उशिरा सगळ्याची सांगता झाली.

आज एक वेगळ्याच आनंदात नीरज होता कारण त्याला त्याचे घरातील लोक मिळाले होते की ज्यांच्यासाठी तो खूप महत्वाचा होता आणि स्नेहल यासाठी की आज तिने पहिल्यांदा नीरज साठी काही असे केले की ज्यामुळे त्याला आनंद झाला.

पार्टी करून रेस्टॉरंट च्या पार्किंग मधून निघत असताना एकदम पाऊस सूरु झाला आणि सोसाट्याचा वारा सुरू झाला आणि त्यातच अचानक झाडाची फांदी स्नेहल च्या दिशेने खालती आली.

नीरज तत्परतेने तिला बाजूला केले आणि वाचविले.

सगळे धावत पळत तिथे पोचले तर स्नेहल घाबरून नीरज चा हात घट्ट पकडून उभी होती.

"स्नेहल, डोन्ट वरी. मी आहे ना!"

तिने नीरज ला हग केले आणि म्हणाली

" निरज , कायम माझा असाच लकी चार्म म्हणून राहा "

तो हसला आणि म्हणाला , "मी आहेच ना ग!"

"मला तू कायम हवा आहेस नीरज! आज सगळ्यांच्या समोर तुझ्या वाढदिवसाला मी तुला विचारते, ‘ नीरज तू माझ्याशी लग्न करशील?’"

स्नेहल च्या या विचारण्याने नीरज क्षणभर थक्क झाला.

"स्नेहल......"

"बोल नीरज......."

" मी काय बोलू स्नेहल? एका अनाथ मुलाला तू एवढे प्रेम देत आहेस की.....

तिने त्याला मध्येच तोडले आणि म्हणाली, "परत असे कधीच म्हणू नकोस. जो दुसऱ्यांसाठी लकी असतो तो या जगात आपले स्वतःचे नशीब घेऊनच आला असतो"

तिच्या या बोलण्याने नीरज च्या डोळ्यात एकदम पाणी तरळले.

अतुल आणि आशिष ने नीरज ला सावरले.

"मग हो की नाही नीरज? स्नेहल ने विचारले.

नीरज हलकेच "हो " म्हणाला.

त्याच्या हो ने सगळ्या ग्रुप ने एकदम जोरात जल्लोष केला.

आजच्या वाढदिवसाच्या दिवशी स्नेहल चा ‘लकी चार्म’ सगळ्यात जास्त लकी फील करत होता.

49

सुगंध:-

तिन्हीसांजेच्या वेळी देवाजवळ दिवा लावून मंदा मावशी तुळशीजवळ आली , उदबत्ती लावली आणि दोन्ही हात जोडून डोळे मिटून नमस्कार केला. जशी ती मागे वळली तशी बाजूला गेट च्या साईडने बहरलेला मोगऱ्याचा ताटवा बघून प्रसन्न हसली. संध्याकाळ असल्याने फुले तोडली नाही पण खाली वाकून काही क्षण तो सुगंध मात्र अनुभवला. तिने आणि मानसने खूप आवडीने फुलझाडे लावली , त्याची जोपासना केली होती त्यामुळेच हि झाडे विविध फुलांनी कायम बहरलेली असत आणि त्यांचा सुगंध नेहमीच दरवळत असे.

मंदा सुभेदार, एक करारी स्त्री. पतीच्या निधनानंतर एका बँकेत कारकून म्हणून लागली होती. मानस हा एकमेव तिच्या जीवनाचा आधार होता. अवखळ मानस तसा खूप लाघवी होता , बोलका , पण थोडा अल्लड होता. अभ्यासात हुशार होताच पण खेळामध्ये विशेष प्राविण्य होते.

दहावी झाली आणि किशोर वयातील मानस चे आगमन कॉलेज दुनियेत झाले. खेळकर असल्याने लवकरच गट्टी झाली आणि छानसा एक ग्रुप तयार झाला. मग काय, मज्जा, मस्ती, हिंडणे फिरणे सुरू आणि नकळत ज्या भावना निर्माण व्हायच्या त्याही वयाने जागृत झाल्या. ग्रुप मधली गायत्री त्याला दिसली की काहीतरी वेगळे होते असे त्याला वाटु लागले . ती दिसली पाहिजे यासाठी तो प्रयत्न करायचा , तिला जसे आवडते ते आणि तसेच तो करायचा. गायत्री पण त्याच्या असण्याची दाखल घेत असे. स्पोर्ट्स मध्ये नसून सुद्धा प्रॅक्टिस पाहायला ती जात असे ते फक्त मानस दिसावा म्हणून. एकंदर काय तर दोघेही एकमेकांना पसंत करत होते. एकाच ग्रुप मध्ये असल्याने कायम सोबत असणे , कॅन्टीन मध्ये जाणे , अभ्यास करणे हे ओघाने आलेच त्यामुळे भरपूर वेळ एकत्रित जात असे. सगळ्या मित्रा मैत्रिणींना देखील याची कल्पना आली होती. शेवटी एक दिवस मानस ने हिम्मत करून बोलले "गायत्री , तू मला खूप आवडतेस. मला वाटते मी तुझ्या प्रेमात पडलोय. I Love You."

तिला ही हेच तर ऐकायचे होते , थोडे लाजत ती म्हणाली " मानस, Love You too."

मग काय विचारता, ह्यांचे प्रेमी युगुल एकमेकांमध्येच गर्क असायचे . 1 वर्ष सरले 12वी आली , आता अभ्यासाकडे लक्ष देणे गरजेचे होते पण म्हणतात प्रेम वेडे असतं तसंच काहीसे झाले आणि एकमेकांना वेळ देणे , फिरणे यातच जास्ती वेळ जाऊ लागला परिणामी अभ्यास मागे पडला .

गायत्री खूप श्रीमंत घरची होती त्यामुळे फक्त शिक्षण घेणे इतकेच तिला महत्वाचे होते बाकी मार्क काय हे महत्वाचे नव्हते. तिचे वडील मोठे बिल्डर होते , मोठा भाऊ तो ही वडिलांच्या व्यवसायात व्यस्त होता आणि आई तर पार्टी , मैत्रिणी यातच गर्क.

त्यामुळे कायम एकटी फील करत असलेल्या गायत्री ला मानस चे प्रेम हेच सर्वस्व झाले होते आणि त्याची पण स्थिती काही वेगळी नव्हती . जळी स्थळीं काष्टी पाषाणी त्याला गायत्री च दिसायची. अभ्यासात पूर्ण दुर्लक्ष असायचे. मंदा मावशीला हा फरक जाणवत असे.

ती विचारे, " मानस, अरे तुझं काय चाललंय? हल्ली अभ्यास करताना दिसत नाहीत. कायम एक तर मोबाइल वर गप्पा नाहीतर बाहेर फिरत असतोस. हे बघ आपल्याला अभ्यास खूप महत्त्वाचा आहे. नीट शिकशील तर भविष्य उज्ज्वल, नाहीतर काही खरे नाही." आईच्या हो ला हो लावत मानस जे करायचे तेच करत होता. याचा परिणाम जो होणार तोच झाला. त्याला खूप कमी मार्क मिळाले परीक्षेत आणि पुढील शिक्षणासाठी चांगले कॉलेज मिळत नव्हते.

गायत्री चे ही तेच झाले. ती तर हवी तिथे ॲडमिशन घेऊ शकत होती पण जिथे मानस जाईल तिथेच मला जायचे असे ठरलेले. रोज भेटणे , हातात हात घेऊन फिरणे असे सुरूच होते.

"मानस ,तू काही विचार केला आहेस का आपल्या भविष्याचा? "

" गायत्री त्यात काय विचार करायचा , तुझ्यासोबत लग्न करायचे , मस्त फिरायचे आणि आनंदात आयुष्य जगायचे."

" अरे, पण पैसे मिळवण्यासाठी काय करणार? माझे बाबा खूप प्रेम करतात माझ्यावर , त्यांना त्यांचा स्टेटस पण प्रिय असल्याने त्यांना गरीब मुलगा चालणार नाही माझ्यासाठी. मला तर तूच हवा आहेस . कसे करायचे पुढे " असे म्हणत ती त्याला बिलगली.

तोही विचार करायला लागला.

पण त्याला काही मार्ग दिसत नव्हता. अभ्यासात खूप काही त्याचे मन लागायचे नाही आणि अभ्यासाशिवाय पर्याय नाही हे पण त्याला कळले होते.

शेवटी दोघांनी आर्टस् ला ॲडमिशन घेतली.

आर्टस् ला याच्यासाठी की तिथे अभ्यास कमी असेल आणि एकत्र वेळ जास्त घालवता येईल.

दोघांची आर्टस् ची वर्षे सुरू झाली. दोघे एकत्र जायचे यायचे आणि दिवसभर एकत्र जास्तीत वेळ घालवायचे.

असेच दिवस जात होते आणि ते तिसऱ्या वर्षात पण पोचले.

त्याच दरम्यान तिच्या भावाला सुद्धा या दोघाच्याबद्दल कुणकुण लागलीच होती.

" हा मानस कोण ग? आजकाल खूप नाव ऐकले त्याचे आणि तुझे रोज चे येणे जाणे सगळे सोबत असते . सगळं ठीक आहे ना?"

" अरे दादा, मानस माझा खूप चांगला मित्र आहे ."इतकेच बोलून तिने काढता पाय घेतला

खरं कारण ती जाणून होती की आपला दादा काय आहे आणि आपण जास्ती खोटे बोलू शकत नाही. आता मात्र तिला खरच काळजी वाटू लागली कारण तिसऱ्या वर्षात ती दोघे शिकत होती.

मानस पण हल्ली फार विचारात असायचा " अरे मानस काय झालाय ? कुठे हरवलेलं असतोस आजकाल? " दिपक त्याचा जवळचा मित्र विचारत होता.

न राहवून त्याने त्याला, त्याचा आणि गायत्रीच्या पैस्यांचा आणि परिस्थिती चा फरक सांगितला.

" तू मला सांग , गायत्री ला किती महत्व आहे तुझ्या जीवनात?"

"दीपक , माझ्या आयुष्यात सुगंध , फुले मला सगळ्यात जास्ती आवडतात आणि त्याच बरोबरीने गायत्री. मला माझ्या प्रेमाने आमचे आयुष्य सुगंधित करायचे आहे.

मी तिला सोडून जगणे हा विचारच करू शकत नाही."

" जर असे आहे तर फक्त प्रेम करून नाही तर आयुष्यात काही बनून तू तिला मिळवू शकशील हे कायम लक्षात ठेव. नाही तर तुला तिला मिळवता येणार नाही."

मानस ने नुसतीच मान डोलावली.

दीपक पुढे म्हणाला,

"बघ एक तर ती खूप श्रीमंत घरातील आहे , दुसरे म्हणजे फक्त प्रेम करून पोट भरत नाही हे सुद्धा लक्षात ठेव."

मानस आईकडे गेला , आईच्या मांडीवर डोकं ठेऊन तो शांत पडून होता . काहीतरी बिनसले आहे लक्षात येऊन मंदा मावशी त्याला म्हणाली, " काय रे काही प्रॉब्लेम आहे का? "

मानस ने आज सगळे सांगितले आईला , थोडी विचारात पडलेली , थोडी थक्क झालेली मंदा मावशी काहीच बोलली नाही . " उद्या बोलू , जा रात्र झालीय झोप आता".

मानस सकाळी आवरत होता , मोगऱ्याची फुल हातात देत मंदा मावशी त्याला म्हणाली, "नुसती झाड लावून काही होत नाही. त्याला मशागत लागते. थोडे कष्ट आणि थोडी काळजी लागते .तसेच फक्त कॉलेज ला जाऊन होत नाही , जर काहीही मिळवायचे असेल तर खूप मेहनत करावी लागते. मी तुझ्या सोबत कायमच आहे पण तुला तुझा योग्य मार्ग निवडायचा आहे आणि त्यावर भक्कमपणे चालायचे आहे."

आईचा आशिर्वाद घेऊन मानस गायत्री कडे आला,

" गायत्री, आता मला खरच काही बनायचे आहे . तुला मी खरंच हवा आहे ना?"

" असे वेडे प्रश्न विचारू नकोस . मी सतत सोबत आहे तुझ्या , कर जे मोठे तुला करायचे ते " हसत म्हणाली .

" मी ठरवले आहे की मला स्पर्धा परीक्षेची तयारी करायची आहे. मला असे काही बनायचे की ज्यामुळे माझ्या आईला माझ्या वर अभिमान असेल. तुझे बाबा मला नाही म्हणूच नाही शकले पाहिजेत. मला नुसता फिरून आनंद मिळवायचा नाही तर आपल्या प्रेमाचा खरा सुगंध त्यांच्यापर्यंत पोचवायचा आहे."

त्याचे बोलणे ऐकून गायत्री खूप खुश झाली आणि तिला जमेल तशी मदत ती त्या ला करू लागली.

मानस आता खरी मेहनत घेऊ लागला.

घरी त्याचे प्रयत्न बघून मंदा मावशी सुद्धा खूप आनंदित झाली होती.

आता मानस आणि गायत्री ला फारसा वेळ मिळत नसे त्यांना सोबत फिरायला , गप्पा मारायला पण तरी ती दोघे खुश होती.

२ वर्षाच्या अथक प्रयत्नानंतर मानस ने UPSC ची परीक्षा पास केली आणि तो एक IRS ऑफिसर बनला.

त्याचे यश बघून मंदामावशी खूप खुश झाली आज तिच्या आयुष्याचे सार्थक झाले होते.

थोड्याच अवधीत मानस एक कर्तबगार अधिकारी म्हणून ओळखला जाऊ लागला. त्याच्याकडे अनेक मोठे मोठे लोकांची टॅक्सेशन ची प्रकरणे यायला सुरुवात झाली होती.

इकडे आता बाबांना सामोरे जाण्याची वेळ आली होती. गायत्री ने हिम्मत करून " बाबा मला तुम्हाला काही सांगायचे आहे. माझा मित्र मानस आणि मी......."

तिला पूर्ण न बोलू देताच दादा म्हणाला "तरी मी म्हणत होतो बाबा बघा हे , मागेच तुम्हाला सांगितले होते."

बाबांनी त्याला शांत केले आणि गायत्रीला ते म्हणाले,

" मला भेटायचे आहे मानस ला."इतकेच बोलून तिचे बाबा बाहेर गेले.

मानस जेव्हा आज अतिशय नम्रपणे गायत्री च्या घरी पोचला तेव्हा त्याला पाहून गायत्री चे बाबा खूपच आश्चर्यचकित झाले.

"साहेब तुम्ही......?"

"साहेब?????" सगळे च आश्चर्याने म्हणाले.

"हो साहेब! हेच ते साहेब आहेत ज्यांनी माझी अनेक वर्षापासून अडकलेली फाईल अगदी सहज काढून दिली. माझी टॅक्सची सगळी कागदपत्रे योग्य असताना सुद्धा आधीच्या साहेबांनी काही वस्तूंची मागणी माझ्या कडे केली होती आणि मला प्रामाणिक पणे काम करायची सवय असल्याने मी ती धुडकावून लावली होती, त्यामुळे माझी महत्वाची साईट गेली अनेक वर्षे पेंडिंग होती "

सगळे चकित पणे बाबांचे बोलणे ऐकत होते.

"हे साहेब आले आणि यांनी सगळ्या क्लियर टायटल च्या फाईल्स एका महिन्यात ग्रीन सिग्नल देऊन मोकळ्या केल्या.

आमच्या बिल्डर्स ग्रुप मध्ये तर यांच्याच नावाची चर्चा आहे"

मानस सोबत मंदा मावशी सुद्धा होतीच. आपल्या मुलाकडे ती अभिमानाने पाहत होती.

"जर माझी मुलगी तुम्हाला आवडली असेल तर हे मी आमचे अहोभाग्यच मानेन"

बाबांच्या या बोलण्याने गायत्री अतिशय आनंदित झाली होती. मानस चे उज्वल भविष्य आणि त्याचा हा डाउन टू अर्थ स्वभाव पाहता त्यांचे लग्न शानदार होणार यात काही शंका नव्हती.

भव्य दिव्य आणि छानशा समारंभात गायत्री आणि मानस चा लग्न सोहळा अनेक मोठ्या लोकांच्या उपस्थितीत पार पडला.

लग्नानंतर मंदा मावशी त्या दोघांना घेऊन त्या मोगऱ्याच्या झाडाकडे आली. त्या झाडाकडे पाहत ती म्हणाली, "तुझं अस्तित्व कायमच प्रसन्न आणि आनंददायी आहे पण आज मात्र माझ्या मुलाच्या आणि सुनेच्या खऱ्या प्रेमाचा सुगंध तुझ्यापेक्षा जास्त दरवळत आहे."

आईच्या या बोलण्याने हर्षित झालेल्या मानस ने त्याच्या प्रेमाचा, कामाचा आणि वर्तवणुकीचा "सुगंध" या विश्वात नेहमीच दरवळेल ही शपथ त्या सुगंधी मोगऱ्याच्या साक्षीने घेतली.

50

जीवन:-

खूप सुंदर पहाट आज जाणवत होती. निसर्गाच्या सानिध्यात तो निर्मळ थंडगार वारा थोडा बोचणारा पण सुखावत होता. त्या गर्द दाट झाडीमधून , त्या मऊमऊ ओलसर गवतामधून चालताना ती पायातील चप्पल आज बोचत होती. बेधुंद मन , वाहणारे वारे आणि हे निवांत एकटे क्षण सोबतीला फक्त मनातील आठवणी आणि विचार . आणखी काय हवे असे तिला आत्ता कोणी विचारले असते तर फक्त आ ले घातलेला फक्कड चहा हवा एवढेच तिचे उत्तर असते. आणि असा विचार येताच निशा समोरच्या टपरीवर गेली " एक कडक स्पेशल "चहा वाला पण बघतच राहिला.

छान ट्रॅक पँट त्यावर एक मॉडर्न टीशर्ट जॅकेट आणि अनवाणी पाय , हातात स्पोर्ट्स शुज असा काहीसा अवतार असलेली एक मुलगी. ती अनोळखी होती पण तरी हसणारी . निशा आज तिचा आनंद शोधायला निघाली होती .

" ताई , नव्या हायसा का ? नाई कंदी पायलं नाय न !"

" आर दादा , इतचीच हाय की रे , पण लय दिस झालं , जगायचं राहूनच गेलं बघ , म्हणून हिथं थं आली ". खळखळून हसत ती पण त्याच्याच भाषेत बोलली. चहावाला आधी चपापला , पण मग " असं व्हाय , इतच्याच दिसून रह्यायला , पण वळखल नाही बघा तुम्हासनी. कापड्यावरन नाय वाटत इठूनच्या?"

मस्त गरम वाफाळलेला चहा पित त्याचा आस्वाद घेत ती हसली.

" हो रे दादा, नाळ तर इथलीच पण तुटली कधीच , आज बघतेय शोधून कुठे काही मिळते का." पैसे दिले आणि आपली वाट शोधून आता पायात शूज घालून चालू लागली आणि तो चहा वाला तिला ती नजरेआड होईस्तोवर न्याहाळत राहिला.

ती हॉटेल रूम वर आली , मोबाइल पाहिला तर किमान 100 मिस कॉल होते काही ओळखीचे काही अनोळखी , वॉट्सअँप ला 300 हुन अधिक मेसेज होते .

तिने सरळ मोबाइल स्विच ऑफ केला आणि मस्त व्हरांड्यात पाय पसरून बसली. मला कोणा शीच बोलायचे नाही , कुठे आहे हे सांगायचे नाही , कोणालाही फोन करायचा नाही .

काम गेले उडत , लोक गेली खड्ड्यात या बिनधास्त बेतात ती होती.

कळायला लागले तेव्हापासून

"मुलगी आहेस, शिस्तीत राहा , उद्या लोकांच्या घरी जायचे आहे" अशी वा क्ये तिने ऐकली होती.

" मी नाही हं , खूप शिकेन आणि मोठ्या पगारावर नोकरी करेन . "

" मुलीची जात , काहीही केले तरी चूल आणि मूल सुटणार थोडीच आहे." असे उत्तर यायचे.

त्या सगळ्या गोष्टी बाजूला सारून ती खूप शिकली आणि छान पगाराची नोकरी पत्करली . जगाचे हे नियम मान्य नाहीत असे मानून एकटी राहायला लागली . आली एक वेळ की आपण ही इतरांसारखे जगून बघावे जगून . छान घरपण असावे लोक असावे आजूबाजूला आणि मला सन्मान मिळावा असे , पण नाही झेपले आणि लगेच पुन्हा एकटी राहायला लागली. आई , बाबा , भाऊ सगळेच नावे ठेऊ लागले

" तुझं हे स्वछंदी जगणे योग्य नाही , समाज काय म्हणेल? लोक नाव ठेवतील आम्हाला ." असे आणि बरेच काही .

निशा ला कळतच नव्हते अस मी केलय काय नक्की? कोण हा समाज ? त्यांचे मी काय घेणेदेणे लागते ? माझी मी कमावते , जगते , स्वतःचे घर आहे , कोणाला काही मागायला जात नाही कोणाकडे!

हा विचारांचा ताप आणि कटकट यामुळे ती वैतागून गेली . कामात स्वतःला गुंतवून घेतले आणि खूप मेहनतीने पुढील हुद्दा मिळवला ऑफिसात. आता ती एक मॅनेजर होती . सतत काम , घरात हे असे यामुळे तिचे जगणे विसरून गेली . एक दिवस संध्याकाळी घरी आली तर आईने खडसावून विचारले " निशु , नक्की काय ठरवले आहेस? कोणाचे ऐकत नाहीस , लग्न करायचे नाही , मग करायचे तरी काय?"

" मी काही मागते का तुम्हाला , की त्रास देते ?उलट तुमच्या मुळे मला जगता पण येत नाहीय. मी जन्माला आले तर माझ्या मनाने जगू शकत नाही का?"

दणादण पाय आपटत रुम मध्ये गेली आणि जेवायला सुद्धा बाहेर नाही आली. दुसऱ्या दिवशी पहाटेच्या काळोखात बॅग घेऊन कोणालाही न सांगता निघाली. जी बस मिळेल ती पकडून, जिथे जाईल मार्ग तिथे अशा बेतानेच. संध्याकाळी पोहचली ती एका छोट्या गावाला , सहज म्हणून उतरली पण तिथले निसर्ग सौंदर्य बघून हरखून गेली आणि सरळ बॅग घेऊन राहण्यासाठी हॉटेल ची चौकशी स्टँडवर केली.

" आमच्या इथं हाटेल नाय बघा , ते तिथं गेस्ट हाऊस का काय म्हणतात ते आहे , बघा तिथं."

निशा ने चौकशी केली असता तिला छानशी एक रूम मिळाली ज्याला मस्त बाल्कनी होती जिथून निसर्ग आपले रूप दाखवत होता आणि जवळच एक छान झरा वाहत होता त्याचा खळखळाट कानी पडत होता.

थोडेफार खाऊन मस्त मनसोक्त झोप काढून , पहाटेच्या किलबिलाटाने आज तिची प्रसन्न सकाळ झाली , मग चक्कर मारून यावे म्हणून ती निघाली आणि त्या राऊंड ने फ्रेश होऊन पुन्हा बाल्कनी मध्ये बसली होती.

रजेचा एक मेल तिने ऑफिस ला केला होता, कारण काहीही झाले तरी नोकरी ही आपली प्रायोरिटी आहे हे ती कधीच नाकारू शकत नव्हती.

"आता मी पूर्णपणे माझा आयुष्यात काय करायचे , कसे आणि कधी हा आराखडा तयार केल्याशिवाय आणि मला जोवर नाही वाटत तोवर मी पुन्हा परत जाणार नाही." मनाशीच ती बडबड करत होती.

खालती रिसेप्शन ला येऊन ती म्हणाली,

"अरे दादा , इथे काही आहे का जवळपास जाऊन बघण्यासारखे? आणि हो कसे जाता येईल? मला एखादी दुचाकी भाड्याने मिळू शकेल का?"

" ताई आमचे गाव खूप छोटे आहे , पण लोक समृद्ध आहेत आनंदी आहेत . मानवनिर्मित असे आम्ही काही वेगळे ठेवत नाही पण हो तुम्ही कुठेही जा तुम्ही पूर्ण सुरक्षित असाल याची मी खात्री देतो आणि खूप छान ठिकाण तुम्हाला मिळतील जिथे निसर्गाचे अवीट रुप तुम्हाला मिळेल आणि जवळच एक आश्रम शाळा आहे , तिथे नक्की भेट द्या. ही माझी गाडी न्या , तसाही रात्री 8 पर्यत आता मी इथेच असेंन."

हसत त्याला " आभारी आहे " म्हणत ती निघाली.

जाताना एक किराणा दुकान दिसले तिथून मुलांना खाऊ म्हणून देता येईल असे बरेच सामान तिने घेतले आणि त्याच दुकानदाराला पत्ता विचारून ती आश्रमशाळेत निघाली.

तिची अपेक्षा होती की जुनाट , अशी जागा असेल , तिथे कळकट कपडे घातलेली मुले खालती जमिनीवर बसून काहीतरी शिकत असतील. पण जसजशी पुढे गेली तशी ती आश्चर्यचकित होत होती. ती जिथे पोहोचली तिथे खूप सुंदर गर्द हिरविगार झाडे होती , मोठी बाग होती ज्यात विविध फुलझाडे बहरली होती . काही झाडे फळांनी लगडली होती, प्रसन्न असे वातावरण जाणवले ज्यात छोटेसे गणपतीचे देऊळ होते. आंगण सारवलेले होते आणि छान रांगोळी काढली होती. तिला बघून एक 10 वर्षाचा मुलगा धावत आला , " कोण हवंय ताई तुम्हाला?"

"मला ह्या शाळेच्या शिक्षिका आहेत त्यांना भेटायचे होते आणि जे कोणी व्यवस्थापक आहे त्यांना सुध्दा."

लगेच उलट्या पावली तो मुलगा पळत गेला आणि काही क्षणातच 2 मध्यम वयाच्या स्त्रीया येताना तिला दिसल्या. जवळ येताच" बोला ताई , मी कमला आणि ह्या माझ्या श्यामल ताई . आम्ही दोघी ही आश्रम शाळा सांभाळतो , मुलांना शिकवतो आणि त्यांना चांगले व्यक्ती बनवण्याचा प्रयत्न करतो. शहराला जायला ज्याला जमेल तोच जातो पण ज्याला जाता येत नाही त्याच्यासाठी शक्य आहे तितके करण्याचा आम्ही नक्की प्रयत्न करतो."

हे सगळे ऐकुन खूप छान वाटले तिला , आणि जाणीव झाली की काही मनापासून करणे यात किती आनंद असतो. फक्त शहरी जीवन हे सुख नाहीय. खूप खुजे वाटले तिला स्वतःबद्दल. " नमस्कार , मी निशा , तुमच्या गावात नवीन आहे . काही दिवस मुक्काम आहे माझा , खुप ईच्छा होती कधीतरी निसर्ग , गावचे आयुष्य जवळून बघायची , आज तुमची शाळा बघून तुम्हा दोघींना भेटून वाटले खरंच, हे आहे आयुष्य, जीवन ज्यात तुम्ही पूर्ण समर्पित केले स्वतःला. खूप छान वाटले आज भेटून तुम्हाला. इथली सगळी व्यवस्था , बाग , मंदिर , मुले बघून."

ती शाळेत गेली , मुलांना भेटली छान गप्पा झाल्या , मुलांना खाऊ वाटला दिवस कधी संपला तिला कळलेच नाही.

"5 वाजलेत आता निघायला हवे , मी आहे तोवर रोज शाळेत आले तर चालेल का तुम्हाला?"

तिने कमला बाई ना विचारले "हो , या तुम्ही. आम्हाला पण खूप छान वाटले भेटून तुम्हाला."

तिथून प्रसन्न मनाने निघून, गावाच्या नदीकाठी तासभर बसून ती पुन्हा गेस्ट हाउस ला आली. जीवनाचा एक नवीन रंग आज तिला कळला होता. सुख हे मनापासून जे करतो त्यात आहे , त्यासाठी पैसे किंवा भौतिक सुख लागत नाही. आणि कोण काय म्हणेल याची पर्वा नक्कीच नको कारण कोणी मदतीला येत तर नाहीच, उलट कायम टीका करतात.

पुढील 4 दिवस तिचा हाच उपक्रम असायचा.

मस्त सकाळी फिरून यायचे, फ्रेश व्हायचे , शाळेत जायचे , मुलांमध्ये रमायचे आणि निवांत संध्याकाळ अनुभवायची. एक आठवडा कधी संपला तिला कळेलच नाही , पण जीवनाचा रंग , उद्देश नक्कीच कळला.

"दरवर्षी मी येत जाईल" असे त्या कमला बाईंना म्हणून आज तिने निरोप घेतला.

निघताना मन्या ज्याची गाडी तिने वापरली त्याला एक छान पेन आणि चॉकलेट तिने गिफ्ट दिले. "तुझ्यामुळे मला आज आयुष्य समजले. खूप आभारी आहे मी , हा माझा नंबर आहे ठेव तुझ्याकडे आणि हो तुझ्या मदतीसाठी धन्यवाद, मी येत जाईन दरवर्षी."

तिच्या बोलण्याने तो अगदी भारावून गेला होता.

त्या चहा वाल्या काकाला भेटली आणि नवीन ऊर्जेने , आशेने पुन्हा परतीच्या प्रवासाला निघाली.आता तिच्या मनात कोणाबद्दल ही राग , किंतु परंतु नव्हता. होते ते फक्त एक लक्ष ते म्हणजे, या मुलांसाठी किंवा समाजातील अश्या लोकांसाठी जसे जमेल तसे करायचे आणि काही काळा नंतर स्वतःला याच कामातच वाहून द्यायचे.

तिला माहिती होते, हे केल्याने तिचे 'जीवन' निःशंक पणे आनंदी आणि सुखी जाणार होते.

51

माणुसकी

अश्विन आज खूप वर्षांनंतर भारतात परत आला होता . खूप प्रख्यात सर्जन होता तो. MBBS केल्या नंतर पुढील शिक्षणासाठी तो अमेरिकेत गेला तो तिथेच पुढे प्रॅक्टिस करायला लागला. आज बरोबर 10 वर्ष झाली होती त्याला जाऊन , जसा यायचा बेत पक्का झाला तशी एक अनामिक हुरहूर त्याच्या मनात सुरू झाली होती. सगळी तयारी करून , सगळं व्यवस्थित आखून आज तो निघाला होता मुंबई ला यायला . जसे विमान सुरू झाले तशी मनाची चलबिचल सुरू झाली . आदित्य येईल का मला भेटायला? कसा असेल तो आणि बाकीचे सगळे? समजून घेतील का मला ते? असे नाना प्रश्न त्याच्या मनात येऊ लागले आणि त्या विचारांच्या नादातच त्याचा डोळा लागला आणि त्याचे विचारचक्र सुरू झाले.

त्याला आठवत होते तेव्हापासून तो आणि आदित्य कायम सोबत असायचे. मुंबईच्या 'आदर्श ' अनाथाश्रमात ते होते. आदर्श नावाप्रमाणेच खरच एक आदर्श होता जगापुढे. तो आदित्य आणि त्यांच्या सारखी आणखी कितीतरी वेगवेगळ्या वयोगटातील मुले मुली तिथे राहायचे. अगदी शिस्तबद्ध असे वातावरण आणि त्याच बरोबर तितकीच प्रेमळ अशी माई आणि राजा काका होते. खूप समजूतदार, प्रेमळ , लाड करणाऱ्या पण जर का चुकलात तर तितक्याच कठोर होणाऱ्या अश्या माई आणि राजा काका नावा प्रमाणे राजा सारखा माणूस! दिलदार , मनमिळाऊ , मदतनीस आणि दुसऱ्याला आनंद देणारा. स्वतःचे असे त्यांचे जे कोणी होते तर हे सगळे .

अशा या जगात जे हवे ते सगळे मिळत होते फक्त एकच अट असायची अलिखित ती म्हणजे खूप अभ्यास करायचा आणि स्वतःच आयुष्य घडवायचे .

हुशारी च्या जोरावर स्कॉलरशिप मिळत गेली आणि सायन्स घेऊन अश्विन पुढे डॉक्टर झाला. सोबत एका हॉस्पिटलमध्ये नोकरी करत स्वतःच्या खर्चाची जवाबदारी घेत अश्विन पुढे जात होता. आदित्य हा जीव की प्राण.तो दिसला नाही तर जीव कासावीस होई इतकी त्यांची घट्ट मैत्री.

मनाचा खूप चांगला असा त्याचा आदित्य खूप हुशार पण अभ्यासात लक्ष कमी आणि समाजसेवा जास्ती असा त्याचा स्वभाव . तसे परस्परविरोधी पण म्हणतात न पाण्यात काठी मारून ते काय वेगळे झाले का कधी?

ज्या दिवशी अश्विन डॉक्टर झाला त्या दिवशी माई आणि राजा काका ला तर आभाळ ठेंगणे झाले , काय करू आणि काय नाही असे वागत होती दोघेही , आदित्य ने तर आश्रमातील सगळ्या मुलांना पार्टी दिली.

कोणी म्हणले नसते तो अनाथ आहे असे.

पुढील शिक्षण घेण्यासाठी परदेशी जातो असे म्हणल्यावर मात्र आदित्य ला अजिबात ते पटले नाही.

तो स्पष्टपणे म्हणाला, " मला तुझ्याकडून ही अपेक्षा नव्हती अश्विन. तू तुझ्या शिक्षणाचा फायदा देशासाठी , गरीब लोकांसाठी करावी अशी माझी ईच्छा होती किंबहुना हेच तू करशील याची खात्री होती , पण आज तू पूर्णपणे मला खोटे ठरविले . तू सुद्धा स्वार्थी निघाला , पैसे हेच एक उद्दिष्ट्य तुझे आहे, हे मला कळले आहे.

जा हवं ते कर आणि पुन्हा तोंड दाखवू नकोस मला."

खूप लागले त्याचे बोल अश्विन च्या मनाला , पण त्याचे उद्दीष्ट त्याला सांगण्याची गरज अश्विन ला नाही वाटली.

त्याने माई , राजा काकांचे आशीर्वाद घेतले आणि झाला रवाना अमेरिकेला .

त्याने खूप मन लावून अभ्यास केला आणि तिथेही अव्वल आला. लगेच नोकरी पण मिळाली. प्रॅक्टिस केली , नाव कमावले आणि खूप मोठा सर्जन झाला.

जगात कोठेही गरज असेल तिथे त्याला बोलावणे यायचे आणि त्याची ख्यातीही जगभर झाली होती. या काळात माई , राजा काका संपर्कात होते पण आदित्य जो तुटला तो कायमचाच. कधीच फोन सुदधा केला नाही त्याने.

" सर, वूड यू लाईक तू हयॅव समथिंग?" असे ऐकू आले तेव्हा त्याला थोडे भान आले आणि तो जागा झाला. "नो थँक्स!" म्हणून त्याने खिडकीतून बाहेर नजर टाकली. थोड्याच वेळात विमान मुंबई ला उतरणार होते.

त्या वेळेस त्याला जाणवत होती थोडी भीती, थोडा उत्साह, जरा हुरहूर असे सगळे एकत्र वाटत होते.

काही वेळाने विमान पोहचले मुंबई विमातळावर.

सोबत भल्या मोठ्या 4 बॅगा घेऊन तो टर्मिनल ला आला .

समोर वय झालेला , टक्कल पडलेला असा पण हसतमुख राजा काका दिसला.

त्याने धावत जाऊन त्याला मिठी मारली आणि नमस्कार केला. नजर शोधत होती काहीतरी , भिरभिरत होती.

" आदित्य नाही रे आला, काका?" "अरे, आजकाल तो मेळघाट मध्ये असतो. तिथल्या आदिवासी लोकांची सेवा करतो आणि त्यांच्या हक्कासाठी भांडतो त्याच बरोबर तिथल्या

व्याघ्र प्रकल्पात काम करतोय."

"मला अपेक्षित होतेच की नाही येणार माझा आदित्य! पण वेडी आशा असते ना तशी तगमग होत होती.

चल गाडी पाशी. माई पण आली आहे. चालता येत नाही तिला एवढे म्हणून गाडीतच बसली आहे.

माईंना भेटून अश्विन ला खूप छान वाटले. त्या दोघांकडे पाहून त्याला जाणवले, हेच तर त्याचे खरे आई बाबा.

" किती मोठा माणूस झालास रे अश्विन तू , पण अगदी तसाच वाटतोस बघ मला."

अश्रूवत होऊन माई बोलत होत्या. " अग माई , मी बदलणं शक्य आहे का? तुझे संस्कार असे कसे विसरेन मी! पदोपदी तूच तर होतीच माझ्यासोबत आणि हा माझा राजा काका जो कायम मला प्रोत्साहित करत होता. तुमच्याशिवाय मी कसे जगू शकेन आणि तुमचे संस्कार हेच तर माझ्या यशाचं रहस्य."

त्याच्या या बोलण्याने कृत्य कृत्य झाले होते त्या दोघांचे चेहरे. गाडी निघून आश्रमात आली.

दोघांसाठी त्याने भरपूर खरेदी केली होती! आश्रमातील सगळ्या मुलांसाठी सुद्धा त्याने बरेच काही आणले होते आणि त्याच्या आदित्य साठी सुद्धा अनेक गोष्टी होत्या त्यासाठी खरंतर एक वेगळी बॅगच होती .

त्याने राजा काका कडून आदित्य बद्दल सगळी माहिती काढून घेतली. स्वभावाप्रमाणे समाजसेवा हेच व्रत अंगिकरून आयुष्य जगत होता आदित्य.

त्याने राजा काकाला विचारले

"माझ्यासाठी एक करशील का रे?"

"बोल ना रे , परक्यासारखं काय विचारतो आहेस?."

" जे केल्यामुळे तू शिक्षा करायचास , तेच माझ्यासाठी करशील का? "

"काय?"

"खोटे बोलायचे"

"या वयात मी खोटे बोलायचे?"

"अरे काका, थोडेसे खोटे बोलायचे जास्त नाही"

"बरं, बोल काय करायचे?"

"आदित्य ला फोन करून सांग की तुझी तब्येत खूप बिघडली आहे , तातडीने ये!"

"हे का करायचे? असे प्रश्नचिन्ह दिसत होते चेहऱ्यावर त्याच्या.

" विश्वास ठेव माझ्यावर" असे म्हणून तो तिथून गेला.

तासाभराने परत आला तर काकाचा निरोप होता त्याच्यासाठी

" उद्या 12 च्या आत पोहोचेल आदित्य ".

अश्विन ने विचार केला , आता वेळ आली होती की ज्यासाठी त्याने हे सगळे केलं हे लक्षात आणून देण्याची.

मोठेपणा नाही तर फक्त त्याला त्याचा आदित्य परत हवा म्हणून .

माई आणि राजकाका ला विश्वासात घेऊन त्याने सगळे सांगितले तर ते दोघे फक्त त्यांच्या आयुष्याचे सार्थक झाले या नजरेने अश्विन कडे बघत होते.

त्याने मुद्दाम तिथे मुक्काम न करता हॉटेल वर गेला आणि बाकी महत्वाची कामे पूर्ण केली.

दुसऱ्या दिवशी राजा काकांचा फोन आला " आदित्य पोहोचलाय स्टेशनवर , 1तासात येईल आश्रमात ".

त्याने त्याच्या जवळची एक हँड बॅग उचलली त्यात काही ठेवले आणि आश्रमात गेला. तो एकदम समोर जायला नको याची त्याने काळजी घेतली आणि तसेही माई आणि राजकाका होतेच की सोबत.

कावराबावरा आदित्य एकदम गेट मधून शिरला आणि धावत आला राजकाका च्या खोलीत . राजकाका आपला छान चहा पित होता , ते पाहून आदित्यला खूप आश्चर्य वाटले

"काका, अरे हे काय , तू आजारी म्हणालास आणि इथे चहा पितोय . माझा जीव टांगणीला लागला होता . तुला मस्करी वाटतेय का?"

वैतागत बॅग खाली ठेवत बोलत होता. अश्विन आतून पाहत होता आदित्यकडे.

अगदी तसाच होता तो! थोडे मळले ले कपडे आणि अगदी साधी राहणीमान.

अचानक अश्विन बाहेर आला

त्याला पाहून आदित्य क्षणभर गांगरला मग म्हणाला,

"अच्छा तर तू आला आहेस होय! मला माहित असते की तू आला आहेस तर पाय नसता ठेवला मी. माई माफ कर मला , पण मी पुन्हा येईन, आता जातो."

आल्या पावली जाणाऱ्या त्याला अश्विन आडवा गेला

"आदित्य , मला फक्त 10 मिनिटे दे. त्यानंतर तू म्हणशील तसे , अगदी माईंची शपथ."

शपथ दिल्यावर थांबला तो.

" तुला माहीत आहेच की माई आणि काका ने आपले कसे संगोपन केले. काय करून त्यांचे हे कार्य पुढे नेत येईल हा माझा कायम प्रश्न होता . जो माणूसधर्म आपण शिकलो तो आपल्या नसानसात भिनलाय म्हणून तर आज तू हे आयुष्य स्वीकारून जगतोय आदिवासी लोकांसाठी. मलाही हेच हवे होते पण माझामार्ग वेगळा होता . मी पैश्याच्या मागे धावलो म्हणून विदेशात गेलो तिथेच राहिलो हेच कायम तुला वाटले. थोडे खरे यासाठी की हो मला पैसे कमवायचे होते ते मी केले का ते आज सांगतो. माई आणि राजा काका चा हा वारसा मला पुढे न्यायचा पण त्यांची ओळख जगाला करून देऊन !

म्हणून मी हे सगळे केले . आज जे काही मी कमावले ते सगळे घेऊन घरी परत आलोय. "

"हे बघ 'राजमाई' ट्रस्ट चे ही कागदपत्र. ज्याचा संचालक तू आहेस आणि त्या तर्फे खूप मोठे हॉस्पिटल बांधकाम लवकरच सुरु होईल ते सगळे मी बघेन . आता माई आणि काकाना रिटायर्ड करायचे आणि सगळे आपण करायचे. त्यांनी आपल्याला शिकवलेला माणूसकीचा धर्म हा आपल्याला पुढे न्यायचा आहे. तुला जे हवे , जसे हवे तसं सगळे करायचे. तसेच तू मेळघाटातील लोकांसाठी पण कर. ही घे आपल्या प्लँनिंग ची ब्लू प्रिंट."

त्याचे बोलणे ऐकून थक्क झाले आदित्य ला! तो एकदम गहिवरून रडू लागला , खूप पश्चाताप त्याच्या नजरेत दिसत होता.

" अश्विन माफ कर मला ,नाही ओळखू शकलो" इतकच तो बोलू शकला .

त्या दोघांनी माई आणि काकांचा पुन्हा एकदा आशीर्वाद घेतला आणि ही जोडी निघाली सोबत जगासाठी काही करायला.

माणूसकीचा धर्म पार पाडायला आणि समाजाचे चे ऋण फेडायला.

'आदर्श'मधून सुरू झालेला त्यांचा प्रवास आज 'राजमाई' च्या मार्गावर त्यांना माणुसकीच्या धर्माने पुढे जाण्यासाठी प्रेरणा देत होता!

52

मोक्ष:-

"आणि..... यावर्षीचा सर्वोत्तम उद्योजकाचा पुरस्कार जातोय श्री. अनिकेत पाठक यांना. वयाच्या अवघ्या ३० व्या वर्षी जी भरारी तुम्ही घेतलीत अनिकेत ती अत्यंत कौतुकास्पद आहे. मी अनिकेत यांना व्यासपीठावर आमंत्रित करतो , please welcome अनिकेत ! Congradulations on your grand Success!"

टाळयांच्या गजरात अनिकेत चे स्वागत झाले . तो पुरस्कार घेत असतांना अनिकेत ची नजर शोधत होती ती फक्त त्याच्या भाऊ काकाला. पाणावलेल्या डोळयांनी भाऊ काका आजचा सोहळा अनुभवत होते . आज त्यांना कृत्य कृत्य झाल्यासारखे वाटत होते. काहीतरी आपण करू शकलो याचे थोडे समाधान त्यांच्या चेहरयावर विलसत होते . टाळ्या वाजवत असताना त्यांचे मन भूतकाळात कधी गेले हे त्यांनाही कळलेच नाही.

सरदेसाई हे गावातील एक अत्यंत नामवंत घराणं . खूप संपन्न , उदार , सौज्वळ आणि होतकरू असे हे घराणं. जमीन जुमला , उसाचा कारखाना, पेट्रोल पंप असे त्यांचे व्याप आणि अण्णा सरदेसाई म्हणजे जणू देवमाणूस . सदैव मदत करायला धावणारा. लोक हे त्यांचे मोठेपण आदरानेच मान्य करत होते. सगळे आनंदी राहावेत ,छान असावे हीच त्यांची संकल्पना. चिंतामणी पाठक हे त्यांचे मुनीम. अत्यंत विश्वासू आणि प्रामाणिक. अण्णांकडे कमी होती ती फक्त एका वारसदाराची, जो हा वारसा पुढे नेईल. खूप वर्षांनी अण्णाना मुलगा झाला, त्याचे नाव ठेवले आनंद . लाडात आनंद लहानाचा मोठा होत होता. वडिलांच्या आणि आईच्या पुण्याईने तो गावातील सगळ्यांच्या गळ्यातील ताईत होता पण अति लाड यामुळे वाहवत ही चालला होता.

चिंतामणी पाठकांचा मुलगा तोही थोड्याफार फरकाने आनंद च्याच वयाचा, अजय त्याचे नाव. आईविना पोरका म्हणून त्याचे हि संगोपन अण्णा आणि माईंच्याच छत्रछायेत होत होते. एकाच घरात जणू श्रीकृष्ण बलराम एकत्र नांदत होते.

गुणी सालस अजय तर, खट्याळ आनंद असे ते समीकरण होते. अभ्यासात अजय पुढे तर भांडण मारामारी यात आनंद पुढे. असे त्यांचे शालेय जीवन सुरु होते. हुशारीने अजय

पुढे जात होता आणि सरदेसाई या नावामुळे आनंद ला लोक किंमत देत होते. थोडाफार वाया गेला लाडाने अशीच आनंद ची स्थिती होती. बघता बघता शाळा झाली. आणि अचानक एके दिवशी मुनीम पण अजय ला सोडून गेले. अण्णांनी अजयला सावरले आणि पुढील शिक्षणासाठी दोघानाही कॉलेज करायला कोल्हापूरात पाठवले.

अजय ला मेकॅनिकल इंजिनीअरिंग ला ऍडमिशन मिळाली तर आनंद ने सिविल ला घेतली.

एकाला आयुष्य घडवायचे होते तर दुसऱ्याला फक्त जगायचं होत.

असे हे परस्परविरोधी पण तरीही एकमेकांना बांधलेले. सोबत उठबस , जेवण खाणे सगळे. अण्णांनी कधीच अजय ला परके मानले नाही, त्याचे सगळे शिक्षण ही जवाबदारी माझी असेच ते कायम म्हणायचे. हे दोघे कोल्हापुरात तर बाकी गावात असे आयुष्य सुरु होते.

खूप अभ्यास करून , स्वतःच्या हुशारीने कायम अजय पहिला येत होता. नाव कमवत होता . आनंद ही कधी नापास नाही झाला पण काय करायचे जास्ती मार्क मिळवून , घरचे सगळे आपल्यालाच बघायचे असा त्याचा विचार , म्हणून तो कायम चैन आणि मौजमजा करायचा.

याच काळात अश्विनी त्यांच्या आयुष्यात आली. गोड, लोभस ,सोज्वळ पण करारी अशी मुलगी , जी त्यांच्याच कॉलेजात होती .छान मैत्री, ग्रुप होता त्यांचा, गप्पा गोष्टी, सबमिशन वेळी रात्रीची जागरणे असे छान चालायचे.

अश्विनी गरीब घरची मुलगी होती.

पण हुशारी आणि शिकण्याची जिद्द यावर, ती सुद्धा त्यांच्या कॉलेज मध्ये टॉप 3 मध्ये यायची.

अजय चा साधेपणा , हुशारी तिला कायम आवडायची. त्यांच्याही नकळत ते एकमेकांना पसंत करू लागले होते.

जेव्हा हे सारे समोर आले तोपर्यंत इंजिनीअरिंग पूर्ण झाले होते ,तिने कॅम्पस मार्गे नोकरी सुरू केली होती आणि अजय ला व्यवसाय करायचा होता म्हणून तो अण्णांशी बोलून त्या तयारीला लागला होता. जेव्हा हे घरी कळले तेव्हा अण्णांनी अश्विनी आणि अजय चे लग्न लावून दिले. या लग्नाच्या वेळीस एक मोठी अढी आनंद च्या मनात घर करून राहिली कारण त्यालाही अश्विनी मनापासून आवडायची.

त्याने कधी बोलून दाखवले नाही आणि तिला हे कधी कळले नाही.

लग्न झाल्यावर मात्र आनंद च्या मनात अजय बद्दल इर्ष्या उत्पन्न झाली.

जसजसे दिवस जात होते तसतसा आनंदचा राग जोर धरू लागला होता. शेती वाडी कारखाना पेट्रोल पंप बघत त्याचाही व्याप सुरू झालेला. कोल्हापूर ते गाव असा त्याचा प्रवास चालू होता. अजय ने आपले बस्तान कोल्हापुरात बसवले होते. छोट्या सुरवातीपासून तो यशाच्या मार्गी लागला होता.

स्वतःच्या नावाचा वापर करून आनंद कायम अजयला कामात अडथळे निर्माण करत होता तर अजय नव्या जिद्दीने पुढे जायचे प्रयत्न करायचा. याच काळात आनंद ने राग म्हणून लग्न नाही केले.

त्याच्या मनातील राग द्वेष इतका पराकोटीला पोचला की, एकदा कोल्हापूरला जात असताना अजय चा ॲक्सिडेंट आनंद ने घडवला. तो वाचला पण खूप जखमी झाला. त्याच वेळी कारखान्यात काही गोंधळ झाला आणि लोक मारायला आले त्यावेळी अजय ने स्वतःवर सगळे घेतले आणि आनंद ला वाचवले. आनंद खूप खजील झाला पण वेळ निघून गेली होती. त्या ॲक्सिडेंट नंतर 3 वर्षात अजय जग सोडून गेला आणि त्याच्या धक्क्याने अश्विनी पण गेली. मागे राहिला तो त्यांचा 1 वर्षाचा अनिकेत.

आनंद त्या कारखान्याच्या प्रकरणानंतर खूप बदलला होता. खूप वाईट वागला होता तो अजय शी, खूप प्रश्चाताप होत होता पण हाती काही राहिले नव्हते. छोटा अनिकेत फक्त होता जो त्याला भाऊ काका म्हणत होता. आपल्या बोबड्या बोलण्याने त्याने भाऊ काकाच्या मनात घर केले होते.

अनिकेत चे संगोपन ही आपली जवाबदारी समजून आनंदने जीवाचे रान केले. त्याच्या या कामात त्याला म्हाताऱ्या अण्णा आणि माईने पण मदत केली , प्रोत्साहन दिले. आनंद ने एका गरीब पण होतकरू वैशाली नावाच्या मुलीशी लग्न केले फक्त याच अटीवर की अनिकेत हे एकमेव अपत्य त्यांचे राहील.

अनिकेत चे संगोपन आनंद आणि वैशाली ने खूप उत्तम केले.

त्याच्या बाबा प्रमाणे अनिकेत ने ही इंजिनिअर बनून व्यवसाय सुरू केला. हवी ती मदत , प्रोत्साहन देऊन आनंद ने अनिकेत ला आजचा दिवस दिसेपर्यंत पुढे नेले.

टाळया थांबल्यावर आनंद एकदम भानावर आला, सगळा जीवनपट त्याला काही क्षणात आठवला होता.

अनिकेत ने माइक हातात घेऊन म्हणाला "आज हा पुरस्कार जर मला माझ्या भाऊ काका च्या हातुन देण्यात आला तर मला त्याची किंमत आणखी द्विगुणित होईल! "

सगळ्या मंडळींनी आनंद ला व्यासपिठावर बोलावले , त्याच्या हस्ते पुरस्कार अनिकेत ला देण्यात आला.

अनिकेत ने नमस्कार करून "आज माझ्या या यशाचे खरे मानकरी आहेत ‘आनंद सरदेसाई’ म्हणजे माझे भाऊकाका, मला माझे आई बाबा नाही आठवत. देवाने त्यांना माझ्यापासून लांब नेले पण मला हा जीव लावणारा काका दिला. आजही डोळे बंद केले की जो विश्वास वाटतो तो म्हणजे हा माझा भाऊकाका."

सगळीकडे टाळ्यांचा गडगडाट झाला , भावुक होऊन आनंद ही अनिकेत ला मिठी मारून रडला.

ते घरी आले. वैशाली ने त्यांचे औक्षण करून स्वागत केलं , आज गोड धोडाचे जेवण होते घरात कारण आजचा दिवस एका सणा पेक्षा कमी नव्हता.

संध्याकाळी खास मेजवानी होती सगळ्यांसाठी , मित्र परिवार , नातेवाईक आणि ऑफिसातील लोकांसाठी.

आज अण्णा आणि माई सुद्धा आले होते नातवाच्या यशात सहभागी होण्यासाठी .

सगळे जमले असतांना आनंद ने माइक हातात घेतला "अनिकेत ,मला आज तुला काही सांगायचे आहे. तू जो आज मला इतका मान सन्मान देतोस , खरे तर मी त्या लायकीचा नाही आहे. आज अजय आणि अश्विनी आपल्यात नाहीत त्याला मीच जवाबदार आहे."

अनिकेत गोंधळून गेला , "भाऊ काका काय बोलताय हे तुम्ही?"

मग आनंद ने सगळा इतिहास अनिकेत ला सर्व लोकांसमोर सांगितले आणि हात जोडून माफी मागितली.

अनिकेत शॉक झाला एकदम , पण सावरला.

" भाऊ काका जे झाले ते संपले , तो तुमचा अल्लडपणा होता पण त्यानंतर तुम्ही जे सगळ्यांसाठी केलेत , गावासाठी केलंत , माझ्यासाठी निपुत्रिक राहिलात, यामध्ये सगळे वाहून गेले. ज्या मायेने मला तुम्ही वाढवले , संस्कार दिले ते दुसरे कोणी करणेच शक्य नाही". त्याने मिठी मारली आनंदला आणि पुन्हा एकदा नमस्कार केला. सगळे त्याच्या या कृतीनंतर अवाक आणि सहर्षित होते.

आनंद ला आज खरे हायसे वाटले , आजवर आपण खोट्याने वागतोय हेच त्यांचे मन त्याला सांगत होते. खऱ्या अर्थाने आज तो मोकळा झाला होता. माणसाला त्याच्या जवळच्याने माफ करणे यापलीकडे दुसरा आनंद नसतो हे आज त्याला कळले.

अनिकेत ने ही मोठ्या मनाने त्याला माफ केले , मनावरील खूप मोठे ओझे आज उतरल्याने आनंद ही स्वस्थ झोपी गेला आणि आपला भाऊ काका , आज सगळ्यांदेखत चूक कबुल करून खरच मोठा झाला आणि त्याचा योग्य तोच सन्मान आपण केला या समाधानाने अनिकेत झोपी गेला.

रात्री एकदम वैशाली काकू चा मोठा आवाज ऐकून अनिकेत उठला.

ती रडत होती कारण भाऊ काका रात्री झोपेतच गेला होता.

त्यांच्या चेहऱ्यावर समाधान होते आणि हातात एक कागद होता.

अनिकेत ने कागद हातात घेतला, त्यावर लिहिले होते

"बाळ अनिकेत, तुझ्या क्षमाशील वागण्याने तू मला तुझ्या कायमस्वरूपी ऋणात ठेवले आहेस. हेच ऋण घेऊन मला माझे पुढचे प्रस्थान करायचे आहे. सकाळी जर मी नाही उठलो तर मला मोक्ष मिळाला असे समज, कारण परमोच्च आनंदाची ती सर्वात शेवटची स्थिती असते आणि माणसाला जे हवे असते ते यापेक्षा काही वेगळे नसते. जर सकाळी उठलो तर ही चिट्ठी तुला मिळणार नाही पण हो माझी तुझ्या बरोबरची दुसरी इनिंग्ज सुरू होईल.....आणि बरं का, दोन्ही स्थिती मला प्रियच असतील"

भाऊ काकांच्या चिट्ठीवर त्याच्या डोळ्यातील पाणी पडले तेव्हा तो भानावर आला.

काकांचा फोटोतील चेहरा त्याला जास्त प्रसन्न वाटला. बहुतेक, त्यांच्या आत्म्याला खरोखरच मोक्ष मिळाला होता.

53

प्रेरणा:-

अनय एक खूप गुणी, साधा, भोळा आणि अत्यंत लाघवी मुलगा. आई त्याच्या साठी सर्वच काही कारण बाबा जिवंत आहेत किंवा नाही हे कोणालाच माहिती नव्हते. देशसेवा करताना ते जे एकदा गेले मिशन वर ते आलेच नाही कि त्यांचा काही पत्ता लागलाच नाही. मोठ्या कष्टाने आईने त्याला खूप छान संस्कार देऊन लहानाचे मोठे केले. शिक्षण सुरु असतानाच त्याच्या मधील उपजत काही कलागुण सगळ्यांपेक्षा कायम वेगळे भासत होते , पण त्याला त्याची जाणीव होत नव्हती. दिसायला अगदी सालस पण रुबाबदार असा अनय कोणाच्याही नजरेत भरेल असाच होता. अनय कॉलेज मध्ये गेला तर त्याची परसनॅलिटी उत्तम झाली होती. त्याचे बोलणे म्हणाल तर त्याने बोलतच राहावे आणि आपण ऐकत राहावे असेच कोणालाही वाटत असे. मुली म्हणाल तर , जणू त्याची एक नजर तरी पडावी अशा त्याच्यामागे वेड्या होत्या.

असा हा अनय समजत होता कि त्याने सगळ्यांचे चांगले केले तर त्याचेही चांगलेच होईल. त्याला कायम वाटायचे की त्याला लोक खूप छान ओळखता येतात , पण त्याच्या चांगल्या स्वभावामुळे तो कायम फसवला जात होता हे त्याला कळलेच नाही. कधी मित्र , कधी मैत्रिणी , कधी नातेवाईक यांच्या कडून त्याच्या चांगुलपणाचा फायदा घेत तो फसवला जायचा पण हा गुणी बाळ जाऊदे, आपलेच लोक म्हणून गप्प राहत असे.

कॉलेज झाल्यावर मोठे कॉलेज मध्ये गेला तिथेही खूप शिकला पण त्या शिक्षणावर त्याचे करियर करावे असे त्याला नाही वाटायचे.

त्याला ठरवता येत नव्हते कि नक्की कुठले करिअर म्हणून निवडावे ज्याने आनंद , सुख, पैसे , समाजकार्य असे सगळे करता येईल.

आज असाच थोडा गोंधळात तो बसला होता, ऑफर हातात होती ना त्याची.

पण आईला सोडून एकट्याला परदेशात जायचे नव्हतं म्हणून काय करावे ह्या संभ्रमात होता. त्याच्या शेजारी त्याची एक मैत्रीण राहायची 'प्रेरणा' जी त्याची मनस्थिती जाणून असायची. त्याच्या मनाचा गोंधळ तिला ठाऊक असायचा. कायम त्याला हे योग्य ते चूक

असे सांगत राहणारी.

त्याला आज ती भेटायला आला होती.

" काय रे अनय, विसरलास ना आज वाढदिवस माझा ते!

सगळे आले भेटले, कोणी कॉल केले, व्हॉटसअप किती लोकांनी केले, तू मात्र ढिम्म !"

आपले चुकले अशी जीभ चावून अनय म्हणाला" कसं शक्य आहे हे, अग मी म्हणलं, सगळे कॉमन विश करताहेत आपण काहीतरी वेगळे करावे म्हणून मी डायरेक्ट गिफ्ट घेऊन येणार होतो तर तूच उगवलीस ."

हा थाप मारतोय कळले तिला पण असा निरागस मित्र तिला फार प्रिय होता . " असो, मी केक आणलाय , काकू आणि तू खाऊन घे नक्की ".

" कुठे निघालीस , थांब ना जरा . " त्याची चुळबुळ तिला कळली

" बोल , काय सुरु आहे मनात?"

त्याने ते ऑफर लेटर दाखवले , ते पाहून तिला त्याची द्विधा मनस्थिती कळली . " नक्की काय हवे तुला?'

" तेच तर नाही ना लक्षात येत. मला ना, बांधून नाही राहायचे. असे काही करायचे कि ज्यात आनंद आणि उत्साह कायम राहील . पैसे येईल ज्याने आईला सगळे सुख देता येईल आणि मला जे समाजातील काही वर्गासाठी करायचे ते पण मी करेन."

" तू जे शिकला आहेस आणि जो तुझा स्वभाव आहे त्यात नक्की काय वरचढ ते माहित नाही पण खूप छान कॉम्बिनेशन आहे"

"म्हणजे?"

"म्हणजे बघ , तू एक वक्ता आहेस हे तुझे जन्मजात कौशल्य , आवाज , रूप आणि तुझे वागणे हे त्याला पूरक आहे . तुझे शिक्षण हे जे तू पुरे केलेस ते एक कॉर्पोरेट ट्रेनर म्हणून तेच का नाही तु तुझे करिअर ठेवत?"

" अग, ह्यासाठी काळ लागेल थोडा. मला आता सुरवात केली तरी लागेल दोन वर्षे आणि बऱ्यापैकी भांडवल पण लागेल "

" माझे ऐक, नीट आराखडा तयार करूयात आपण, काय कसे करायचे आणि नक्की काय द्यायचे. मी मदत करेन तुला.

आज सोशल मीडिया आहे, फ्रेंड्स आहेत , कॉन्टॅक्टस आहेत . बघुयात तर कसे जमते ते. "

थोडा हुरूप आला त्याला तो म्हणाला " बघ आज विचार करूयात , उद्या सकाळी भेट मला , ठरवू काय ते. आणि हो वाढदिवसाच्या हार्दिक शुभेच्छा ."

" नशीब, दिल्यात शुभेच्छा. आभारी आहे" असे म्हणून ती हसत बाहेर गेली.

आज त्याला काहीतरी आशेचे किरण दिसले , काही मार्ग मिळू शकतो हे लक्षात आले . त्याने हा विचार आईशी व्यक्त केला ," तू जेही करशील त्यात बाळा मी आहे तुझ्या पाठीशी, यशस्वी हो, मोठ्ठा हो " भरभरून आशीर्वाद देत आई हसली.

रात्र भर विचार करत होता तो काय करता येईल , पहाटे कधीतरी झोप लागली . आई आली " अरे बघ ९ वाजले, 'प्रेरणा' आलीय तुझी वाट बघते आहे."

तडक उठला तो आणि हॉल मध्ये गेला , "अगं काय घेऊन आलीस हे ?"

तिच्या हातात काही पेपर्स होते , काही मासिक होते , काही प्रिंट्स होत्या.

" हे बघ मी काल रात्री थोडा स्टडी केला, घास छोटा घेऊन सुरवात केली तर काही अवघड नाही बघ. तसाही आपल्या कॉलेज मध्ये तू संचलन करायचा, विविध स्पर्धा तू जिंकला आहेस. अनेक प्राध्यापकांचा तू लाडका आहेस. आपलेच नाही तर किमान १५ तरी कॉलेज आहे जिथे तुला ओळखतात, आपण त्यांना भेटू , सांगू तू काय करतोस ते. म्हणजे कोण कोणत्या विषयांवर मुलांना मार्गदर्शन करू शकतोस . आज प्रत्येक कॉलेज मध्ये ऍक्टिव्हिटी होतात, त्यांना वक्ता हवा असतो . आपण ते करू. हे बघ आधी नाव , मग डिमांड आणि ओघाने यश आणि सगळ्यात शेवटी पैसे हे आलेच . "

त्याला ही कल्पना खूप आवडली .

तिने त्याला विचारून काही लिस्ट बनविली. छान फोटोज घेतले त्याचे, त्याचा CV तयार केला आणि तोवर त्याला त्याच्या विषयांचा अभ्यास करायला सांगितला .

स्वतःच्या कॉलेजपासून सुरवात केली त्यांनी . सगळे त्याला छान ओळखत होतेच. त्याचा पहिलाच सेशन खूप उत्साहात पडला, खूप कौतुक झाले त्याचे. विद्यार्थ्यांनी पुन्हा या असे म्हणून रिस्पॉन्स दिले.

प्रेरणा खुश होती, आपले सुचवणे योग्य होते याची तिला खात्री झाली.

मग काय हि फक्त सुरवात होती, कधी हे कॉलज, कधी हे शहर, कधी हा इव्हेंट असा त्याचा प्रवास सुरु झाला. तो आनंद ही उपभोगत होता, समाजकार्य हि करत होता आणि पैसे हि कमवत होता. आता तो फक्त शिक्षण च नाही तर कंपनी , ऑफिसेस मधेही वर्कशॉप्स घेत होता. त्याला मिळालेला विद्यार्थी बेस हा खूप मोठा ठरला . सोशल मीडिया मध्ये खूप नाव झाले होते त्याचे. आता त्याची ख्याती, त्याचे नाव परदेशात पोहचू लागले होते. तो आता बाहेरच्या देशात ही जायला लागला होता. व्याप खुप मोठा होत होता. त्यातून मिळणारा आनंद हा सगळ्यात मोठा होता.

आज बरोबर २ वर्ष झाली त्याच्या त्या सुरवातीला.

या कारणासाठी छान छोटीशी पार्टी ठरवली होती. आज पण त्याने प्रेरणा ला शुभेच्छया दिल्या नव्हत्या. ती थोडी नाराज होती , पण तसे न दाखवता पार्टी ला आली होती.

जमलेल्या सगळ्यांनी त्याला काही बोलायला सांगितले.

त्याने सुरुवात केली,

" आज मी यशस्वी दिसतो आहे सगळ्यांना, आज माझे नाव पण झाले आहे, लोक मला एक उत्तम वक्ता म्हणून ओळखतात , मी फक्त चांगले देण्याचा प्रयत्न करतो इतकेच. पण माझ्या या यशाची खरी प्रेरणा जी आहे तिला कसे विसरून चालेल. ती, जिने मला हा मार्ग दाखवला, मला या रस्त्यावरून जाण्यासाठी कायम प्रोत्साहित केले, जिने कायमच मला

चांगले काही सुचवले. ती माझी मैत्रीण जिचा आज वाढदिवस सुद्धा आहे.

जोरदार टाळया, 'प्रेरणा' साठी."

लोकांच्या टाळ्यांच्या गजरात ती थोडी गांगरून गेली, तिला असे काही अजिबात अपेक्षित नव्हते .

तेवढ्यात तिथे एका वेटर ने एका छान ट्रॉली मध्ये सुंदरसा केक आणला. त्यावर तिचे चे नाव होते "प्रेरणा" आणि सोबत एक खूप सुंदर गुलाबाचा पुष्पगुच्छ ज्यावर "माझ्या प्रेरणेला मनःपूर्वक अभिवादन " असे लिहिले होते.

" happy birthday प्रेरणा". तू जी खरी माझी मार्गदर्शक आहेस जिच्यामुळे मला माझा मार्ग मिळाला. खूप खूप आभारी आहे मी तुझा. तूझे नाव खूपच सार्थकी आहे कारण तूच माझी प्रेरणा ठरलीस. एक मैत्रीण जिने खऱ्या अर्थाने मैत्रीचे नाते जगा यला शिकविले. तुझ्या नावाप्रमाणेच तू अशीच प्रेरित करत राहा"

आनंदाश्रू होते तिच्या डोळ्यात. केक कापून ती म्हणाली, " मला वाटले आज पण वाढदिवस विसरला "

मोठ्याने हसत त्याने तिला एक सुंदरसे गिफ्ट दिले. यशाचा तो सोहळा लोकांना प्रेरणा देणारा होता हे निश्चित !

54

मृत्यू:-

"जन्म असो वा मृत्यू तो कोणाच्याच हातात नाही. ते सगळे विधिलिखित असते. मी मी म्हणणारे सुद्धा यापुढे काहीच करू शकत नाही . ये ये म्हणून जन्माला कोणी येत नाही आणि जा जा म्हणू न कोणीच मृत्यूला कवटाळू शकत नाही. पण मृत्यू हे अंतिम सत्य , जे माणूस जन्माला येताना सोबत घेऊन येतो.

कोणाचा मृत्यू कधी हे कोणाला माहिती नसते पण जन्म झालेल्या प्रत्येक व्यक्तीला मृत्यू हा असतोच."

हे सगळं ऐकत असताना मालती ची धडधड वाढली होती, जणू ती प्रत्येक त्या क्षणात जगली होती .

आचार्य बोलत गेले , पण आता तिचे कान आणि मन दोन्ही बधिर झाले होते. सगळ्या संवेदना जणू काही थांबून गेल्या होत्या.

ती तिथून उठली स्वतःच्या नादातच चालत चालत कधी त्या तळ्याच्या किनारी आली हे तिचे तिला कळलेच नाही .

तळ्यात दिसणाऱ्या स्वतःच्या प्रतिबिंबाला पाहून ती म्हणाली, "मालती तुझा मृत्यू तुला कधी आहे हे माहिती नाही आहे, पण तो कधीतरी नक्की आहे!"

एका वेगळ्याच विश्वातून ती घरी परतली.

"अग मालती किती उशीर ? केव्हाची वाट बघतोय मी!" हेमंत म्हणाला.

" आचार्यांच्या आश्रमात गेले होते"

"अग आपल्याला जायचे आहे उद्या पहाटे लवकर, विसरली नाहीस ना!

आपले ठरले होते ना आज लवकर झोपून उद्या लवकर निघायचे!"

"हेमंत मला माहितीये चैत्र पौर्णिमेच्या उत्सवाला आपल्या गावी जायचंय उद्या! लवकर उठून जाऊ आपण"

रात्री झोपायला जाताना सुद्धा ती तिच्याच नादात होती.

सकाळी उठून आवरून ती कार मध्ये बसली तर आत छोटी शर्लि तिची वाट बघतच होती.

तिने एक गोड पापी घेतली आणि निघाली.

कधी नव्हे ते आज "अरे मी नको आज तू ड्राईव्ह कर" असं ती हेमंत ला म्हणाली.

प्रवास सुरु झाला. फार नाही 5 तासाचे अंतर होते त्यामुळे सकाळीच 5 ला ते निघाले होते जेणेकरून वेळेत पोहचून दर्शन छान होईल आणि वेळेत परतीच्या मार्गी असू. तसे त्यांचे प्लँनिंग एकदम परफेक्ट होते.

साधारण सकाळचे 7 वाजले आतील जेमतेम , ते एका छोट्याश्या टपरीवर थांबले. गरमागरम पोहे आणि चहा झाला , 4 वर्षाची शर्लि छान गाढ झोपली होती . तिला बघून मालती म्हणाली, " किती रे छान असते हे बालपण , झोपा उठा , खाऊ खा छान झोपा."

हेमंत म्हणाला "मगं उगाच म्हणतात का , बालपण देगा देवा."

ब्रेकफास्ट करून ते निघाले पुढच्या प्रवासाला.

साधारण 10.30 च्या सुमारास देवीच्या मंदिरात पोचले.

उत्सव होता आणि गर्दी पण होती तरी छान दर्शन झाले .

तिने ओटी भरली देवीची , छान प्रसाद भोजन केले , भेटीगाठी झाल्या आणि साधारण 3.30 ला पुन्हा परतीच्या वाटेला ते निघाले.

आता ड्राईव्ह मालती करत होती. शर्लि हसत , खेळत , बोबड्या गप्पा मारत मागे बसली होती आणि तिच्या बरोबर एकीकडे खेळत हेमंत छान गाणी गुणगुणत होता.

तासाभराने, टॉयलेट ला जायचे म्हणून एका ठिकाणी गाडी थांबविली आणि फ्रेश झाले. तिथे कॉफी घेऊन निघाले.

गाडी स्टार्ट करून ती रस्त्यावर आणणार तितक्यात समोरून एक काळी टोयोटा येताना दिसली. ती गेल्यावर आपण निघूया या बेतात मालती ने गाडी स्टार्ट करून थोडीशी रस्त्यावर घेतली आणि दुसऱ्या क्षणाला तिला एक जोराचा झटका जाणवला. मग पुढे काहीच नाही एकदम शांत! काळोख.....अंधार....!

काही तासाने डोळे उघडले तर कुठे आहेत हेच कळेना , कोण बाजूला हे पण कळेना!

" कोण आहात तुम्ही? मी कुठे आहे? " ईतकेच ती बोलू शकली आणि डोळे आपोआप मिटले .

खूप काळानंतर शुद्धीवर आल्यावर तिला जाणवत होत त्या म्हणजे असह्य वेदना डोक्यातून आणि आठवत होती ती फक्त काळी टोयोटा!

तिने घाबरून उठायचा निष्फळ प्रयत्न केला पण ती उठू शकली नाही . तिने मोठ्याने विचारले की "माझी शर्लि कुठेय , हेमंत कुठे आहे?"

डॉक्टर आले म्हणाले " काळजी करू नका , सगळे ठीक आहेत . मार बसलाय इतकेच." थोडी शांत झाली ती . नर्स ने इंजेकशन दिले आणि ती झोपली.

झोप झाली तेव्हा तिची आई आणि भाऊ दिसले आणि कडेवर होते तीचे पिल्लू .

त्यांना पाहून तिला थोडे त बरे वाटले पण "हेमंत कुठे आहे तिने विचारले?"

तितक्यात लंगडत हेमंत आला आणि म्हणाला " अग मी ठिक आहे , तू काळजी करू नकोस."

5 दिवसांनी तिला डिसचार्ज मिळाला आणि ती घरी आली . गाडी ची पार वाट लागली होती पण जीव सुखरूप होतें.

थोड्या वेळाने गाडी toe करणारा वर्कशॉप वाला मेकॅनिक आला " हेमंत साहेब , मला खरच नवल वाटते की खरच सगळे सुखरूप आहेत. आनंद आहे, कारण ज्या स्पीड मध्ये त्या गाडीने धडक दिली त्यात कोणी वाचेल हे खूप कठीण होते."

मालती ने विचारले" अहो त्या गाडीतील लोकांचे काय झाले?"

ते म्हणाले " मॅडम , गाडी चालविणारा पिऊन होता , त्याने स्वतःसोबत 2 जीव आणखी नेले."

ढवळून आले तिला एकदम . ती लगेच हेमंत ला म्हणाली " मला देवघराजवळ ने."

दोन्ही हात जोडून तिने अश्रूंसाहित नमस्कार केला आणि आभार मानले देवाचे की तिचे कुटुंब सही सलामत वाचले.

दुसऱ्या सकाळी तिने आचार्यांच्या फोटोकडे पाहिले आणि तिला आठवले त्यांचे ते शब्द " जन्म आणि मृत्यू हा माणसाच्या हातात नाही , परमेश्वर नावाची जी शक्ती आहे तीच ह्या ब्रह्मांडला चालवते. ये ये म्हणून येत नाही आणि आला की तो टळत नाही , तेच एकमेव आणि अंतिम सत्य म्हणजे मृत्यू."

त्या अग्निदिव्यातून ती सहीसलामत पार पडली होती कारण तिच्या अगदी जवळ आलेला 'मृत्यू' हा त्यावेळेस तरी तिच्यासाठी नक्की नव्हता!

55

निर्धार:-

"अमेय , अरे काय करतो आहेस?" वेड्यासारखा एकटा का बसला आहेस, कधीची शोधते आहे मी तुला!" सोनल म्हणाली .

अमेय ने नुसते च तिच्याकडे पाहिले.

सोनल ने परत त्याला विचारले!

हा आपला ढिम्म!

ती मनाशीच हसली म्हणाली,‘ मी करते याचा मूड बरोबर’

सोनल आणि अमेय , एक अजब रसायन. म्हणायला तर मित्र किंवा त्याहीपेक्षा जास्ती . एकमेकांशी सतत वाद घालायचे , भांडायचे पण कायम एकत्र असायचे.

फक्त आवाज जरी ऐकला, तरी काय फरक हे न बघताही समजेल इतकी घट्ट नाळ जोडलेली .

शून्यात नजर लावून बसलेला अमेय एकदम भानावर आला , पण त्याची ती निर्विकार नजर बघून सोनलने मात्र मनात ओळखले की हा नक्कीच पुन्हा चुकीच्या विचाराच्या गर्तेत अडकला आहे.

गेल्या बऱ्याच दिवसांपासून अमेय चे निरीक्षण करून आता तिला खरी परिस्थिती काय आहे याचा अंदाज यायला लागला होता.

तिने त्याला हळूच एक धपाटा घातला आणि म्हणाली "अमेय, अरे काय हा अवतार तुझा! अरे तुझ्यासारख्या डॅशिंग , गुडलूकिंग मुलाला कसे गोड हसत बघायला छान वाटते. बाहेर बघ, तुझ्या हसण्यावर कित्येक लोक फिदा व्हायला बसलेत"

अमेय ने निर्विकार पणे तिच्याकडे पाहिले. आणि कुत्सितपणे म्हणाला, " मी ? आणि म्हणे डॅशिंग .आज 24 वर्षाचा झालो तरी अजून माझी इंजिनिअर होण्याची चिन्हे नाहीत , मस्तपैकी ATKT घेऊन बसलोय, आणि म्हणे मी हुशार!"

"काय आहे माझ्यात एवढे विशेष?"

त्याचे बोलणे ऐकूल्यावर, काहीही झाले तरी आता याला ताळ्यावर आणायचे , तिने ठरवले.

ती म्हणाली "अरे अमेय , मला ना दहावीत फक्त 67 टक्के मिळाले होते , तुला किती किती?"

अमेय लगेच "काय म्हणतेस? मला 87 टक्के होते तुझ्यापेक्षा चक्क 20 टक्के जास्ती !" आणि बारावी मध्ये तर 90 टक्के मार्क मिळालेत मला ."

" अय्या हो खरंच. मला तर फक्त 76 टक्के होते" ती लगेच म्हणाली.

अमेय खुश झाला, "बघ सोनल! तुझ्यापेक्षा मी लै च हुशार आहे बर का!"

" अरे तेच तर मी म्हणत आहे!

"तुला अजून एक गोष्ट सांगू?"

"हम्मम्म बोल ना"

"काही म्हण यार अमेय , पण मी न कधी मनासारखे केलेच नाही बघ . खूप वाटायचे मित्रांबरोबर मैत्रिणीबरोबर फिरावे , गप्पा माराव्या , हॉस्टेल ला राहावे पण हे कधी जमलेच नाही बघ .

बाबा फार कडक असल्याने मला मोकळीक ही मिळालीच नाही आणि शिवाय छोट्या शहरात असल्याने बंधन ती वेगळीच ".

"मला माहिती आहे सोनल हे"

" तू बघ ना , छान आयुष्य एन्जॉय केले आहेस किंवा करत ही आहेस।

मित्र म्हणू नको की मैत्रिणी, खूप लोक तुझ्या संपर्कात असतात.

हिंडतोस, फिरतोस, हॉटेलिंग, मुव्हीज, यार तू तर सगळी ऐश केलीस."

अमेय किंचित हसला.

"पण या सगळ्यात एक गोष्ट झाली ती म्हणजे तुझ्या चुकीच्या विचारांची संगत . हे बघ , तू मुळात खूप हुशार आहे हे मान्य की नाही?"

त्याने नकळत मान डोलावली , ती पुढे म्हणाली

" अम्या,आयुष्यात कोणतीही जवाबदारी एकट्याची नसते रे. जे तुला जवाबदार म्हणतात ते नाहीत का तुझ्या प्रत्येक कर्मात समभाग वाटेकरी? मग तू का विचार करतोस इतका."

"खरा पुरुष तो असतो तो जवाबदारी घेतो पण योग्य गोष्टींची. जी त्याची स्वतःची आहे ती.

परिस्थिती काय असेल याचा फक्त विचार करायचा आणि आज वाया घालवायचा यात काय तथ्य ?

मला केटी लागली आहे, आता काय , कसे होईल माझे? माझ्या पुढच्या परिस्थिती ला मी सामोरे कसे जायचे या ही पेक्षा हे आठव की तू काय आहेस ते."

"काय आहे मी, सोनल?"

"हे मी तुला सांगायला हवे अम्या?

चल तरी पण आज सांगते, कायमचे लक्षात ठेव!

तू एक खूप हुशार मुलगा आहेस ज्याची अचाट बुद्धी , आकलन शक्ती, वाणीवर प्रभुत्व , शोभणारी शरीरयष्टी ,आणि मुख्य म्हणजे खूप निरागस , सुंदर मन , ज्याने कधी कोणाचे वाईट चिंतले नाही केले नाही , असा माझा हा प्रिय सखा याचे मला कायम कौतुक आणि अभिमान आहे."

हे ऐकून अमेय थोडा सावरला.

सोनल पुढे म्हणाली" चढ आणि उतार प्रत्येकाच्याच आयुष्यात असतात , जो त्याही परिस्थितीत खंबीर राहतो तो जगात तरुन जातो आणि तो तू आहेस .

तुझा हा निरागस चेहरा ,मन ,विचारशक्ती , कल्पक बुद्धी ही ताकत आहे रे तुझी जी तुलाच कळत नाहीये.

अरें जे मागून मिळत नाही ते सगळे देवाने तुला दिले आहे.

रूप , बुद्धी , वाकचतुर्य , तल्लख मेंदू ,विचारशक्ती, संस्कार , तुझ्यावर प्रेम करणारे लोक आणखी काय रे हवं .

आणि बघ परिस्थिती ही कायम स्थिर नसते , आज वाईट तर उद्या नक्कीच छान होईल याची खात्री बाळग."

अमेय चा चेहरा बराच लकाकत होता.

" अरे सोने सुद्धा तापूनच तर मौल्यवान बनते ना , तसाच माणूस सुद्धा रे.

उलट आज ही अशी ही संधी आहे खूप शिकण्याची , उद्या कोणताही प्रसंग आला तरी तू तो पार करशील हा विश्वास आहे मला .

अरे तुझ्या याच तर गुणांवर फिदा आहेंत बघ सगळे , आणि तू खरच असाच आहेस !

त्यामुळे उगाच नको अकलेचे तारे तोडू" आणि ती त्याचाकडे पाहून खूप आश्वासक हसली.

हे सगळे बोलत असताना त्यालाही जाणवलं की, ‘अरे हो मला हे कठीण वाटते पण शक्य आहे सर्व ,अशक्य काहिच नाही.’

एकदम उठला तो आणि म्हणाला" चल मस्त फिरून येऊ, वैशाली ला डोसा आणि कॉफी घेऊयात. मग रात्रीं मला अभ्यास करायचा आहे , 15 दिवस आहेत आणि मला टॉप करायचे आहे जे मी करूनच दाखवणार आहे"

त्याच्या या ‘निर्धाराने’ ती मनातून खूपच आनंदित झाली पण चेहऱ्यावर काहीही न दाखवता चालू लागली त्याच्या सोबत या विश्वासाने की तो इंजिनिअरिंग ची परीक्षा टॉप करणार आणि एक दिवस जग जिंकणार!

56

स्मितहास्य:-

विपुल जबरदस्त घाईत होता आज. कोणाशीही निवांत बोलायला वेळ नव्हता त्याला. खरं तर सारखा फोन वरच होता तो. फुलवाल्याला फोन कर. केटरिंग वाल्याला सांग. लाईट वाल्याला आठवण कर आणि बलून वाल्याला सांग यातच तो बिझी होता. वरदा पण त्यात त्याला मदत करत होती पण विपुल ची लगीन घाई होती. कारण ही तसेच होते.

आज 'माई आबांच्या लग्नाचा 25 वा वाढदिवस' होता आणि तो पार पाडण्याची सर्व जवाबदारी विपुल आणि वरदा यांनी स्वतःवर घेतली होती. ....

माई आणि आबा अतिशय साधे जोडपे. 1 रूम किचनमध्ये त्यांनी जन्मभर भाडे देऊन त्यांचा संसार केला. सरळमार्गी आणि पापभिरू असे हे दोघेही जण खूपच मनमिळाऊ आणि अगत्यशील होते.

लग्नानंतर वर्षभरात च विपुल चा जन्म झाला आणि 2 वर्षाने वरदा चा! हे दोघे ही उत्तम संस्कारात वाढलेले. दोघेही माई आणि आबा यांच्या उत्तम देखरेखीखाली मोठे झाले.

विपुल ला फक्त त्यांची एकच गोष्ट खटकायची. ते दोघेही जण स्वतःच्या पोटाला चिमटा काढून दुनियादारी निभावायचे. विपुल ला वाईट वाटायचे की ही दुनियादारी सांभाळत यांनी स्वतःला मागे ठेवले. घर नाही घेतले. पैसे शिल्लक नाही टाकले. त्यातून ज्यांच्यासाठी एवढे केले त्यांनी माई आबांसाठी काहीच केले नव्हते. एवढी दुनियादारी महत्वाची होती का? पण तो ते कधी बोलावून दाखवायचा नाही. उलट बोलायचे नाही हे पण त्याचे संस्कार होते ना!

विपुल इंजिनियर झाला आणि तेही मेरिट वर.

वरदा कमर्शियल आर्ट्स करत होती. भक्कम पगाराच्या जॉब ला लागल्यावर त्याने सर्वात प्रथम स्वतःचे पैसे शिल्लक ठेवायला सुरुवात केली. आपल्या आईवडीलांनी आपल्यासाठी खुप केले आहे आणि त्याची परतफेड करता येणे शक्य नव्हते हे त्याला पुरेपूर माहिती होते. पण त्यांच्या ऋणाची थोडीफार उतराई होण्यासाठी त्याची काहीही करण्याची तयारी होती.

आणि यातूनच सुचलेला त्याला आई बाबांच्या लग्नाचा वाढदिवस! आणि तो ही सिल्व्हर ज्युबिली वाला!

.....काय करायचे याचे त्याने प्लॅनिंग वरदा बरोबर केले. त्याचे प्लॅनिंग ऐकून वरदा जाम खुश झाली.

सगळ्यात महत्वाचे काम होते याची कल्पना माई आणि आबांना न देता सगळे करायचे. फुल्ल टू सरप्राईज! आणि सगळी तयारी अगदी गुपचुप पणे चालू झाली.

लग्नाच्या वाढदिवसाच्या 1 दिवस आधी विपुल माई आबांकडे गेला आणि म्हणाला,

"तुमचा उद्याचा दिवस आमचा बरं का! तुम्ही फक्त मस्त कपडे घालून तयार राहायचे"

"अरे, काही विशेष करू नको बरं का! आम्ही काय आता म्हातारी माणसं! आता तुमचे दिवस साजरे करायचे "माई म्हणाली.

माई, आम्ही काहीच करणार नाही आहोत. तुम्हाला फक्त आमच्या बरोबर यायचंय!" वरदा म्हणाली.

“अगं पण.....”

“अगं नाही आणि मगं नाही....”

"मुले मोठी झाली आहेत त्यामुळे त्यांच्या म्हणण्यानुसार आपण ऐकावे हेच बरे!" बाबा हसत म्हणाले.

आणि दुसऱ्या दिवशी विपुल आणि वरदा, माई बाबा उठायच्या आधीच गायब झालेले.

विपुल पूर्ण तयारी मध्ये सगळ्यांना फोन करत होता तर वरदा कुठे काय हवे आणि नको ते पाहत होती.

माई बाबा उठले तेव्हा त्यांना एक चिट्ठी मिळाली,

‘आजच्या दिवसाच्या अनेक शुभेच्छा! बरोब्बर 11 वाजता तयार राहा, आम्ही येतोय’

आणि पावणे अकरा वाजता एक फुलांनी सजवलेली आलिशान गाडी दारासमोर उभी राहिली. गाडीतून विपुल उतरला आणि धावतपळत माई आबांकडे आला.

आबांनी ठेवणीतला सिल्क चा झब्बा घातला होता तर माईने जांभळ्या रंगाची आणि हिरव्या मोराने सजलेली सिल्क ची साडी.

दोघांकडे मनापासून बघत असताना त्याला एकदम भरून आले. आपला चेहरा लपवत तो म्हणाला,

"चला लवकर , उशीर होतोय"

"अरे आता तरी सांग, कुठे चाललोय आपण?"

..........तो फक्त हसला!

त्या दोघांचा हात पकडून त्याने त्यांना गाडीत बसवले.

तो पुढे बसला आणि अगदी सफाईने त्याने गाडी ट्रॅफिक मधून चालवायला घेतली.

थोड्याच वेळात त्यांची गाडी शहरातील सर्वोत्तम पंचतारांकित हॉटेल मध्ये पोचली. तिथे पोर्च मध्ये वरदा उभी होती.

गाडीतून उतरून माई बाबा आश्चर्याने बघत असतानाच विपुल आणि वरदा यांनी दोघांचा हात पकडला आणि त्यांना आतमध्ये घेऊन गेले.

आतमध्ये दोन्ही बाजूला हॉटेल चा कर्मचारी वर्ग ते जातील त्या मार्गावरून गुलाबांच्या पाकळ्यांची वृष्टी करत होता.

ते दोघे भारावून जात असतानाच त्यांनी एका भव्य दालनात प्रवेश केला.

अत्यंत उत्कृष्ठ पद्धतीने सजवलेल्या त्या दालनामध्ये माई आणि बाबांचे सर्व नातेवाईक उपस्थित होते. जसा त्यांनी आतमध्ये प्रवेश केला तसे ते सगळे उभे राहिले आणि टाळ्यांच्या जोरदार आवाजात त्यांचे त्यांचे स्वागत केले.

विपुल त्या दोघांना घेऊन मंचा वर आला.

मंच खूपच रचनात्मक परिस्थितीने सजवला होता आणि त्याच्या बरोब्बर मध्यभागी होता एक शानदार 'शामियाना'

शामियान्यात एक यज्ञकुंड होता.

माई आणि आबा अगदीच निःशब्द झाले होते.

विपुल ने माईक हातात घेतला,

"माझ्या प्रिय आप्तेष्टांनो, तुम्हा सर्वांचे स्वागत आणि आभार!

आज माझ्या माई आबांच्या लग्नाला 25 वर्षे झाली. आजचा हा कार्यक्रम खूपच खास आहे कारण इतक्या वर्षात यांनी आपल्या लग्नाचा वाढदिवस कधीच साजरा केला नाही. यांनी कधी मुलांचे कौतुक तर कधी बाहेरची दुनियादारी करत स्वतःच्या ईच्छाना कायमच मागे ठेवले.

एवढे सरळ आयुष्य जगताना त्यांनी कधीच कुठलीही हाव ठेवली नाही का मोह पत्करला नाही. ते केवळ दुसऱ्यांसाठीच जगले.

आणि आज वेळ आली आहे त्यांनी स्वतः करिता थोडेसे जगण्याची. थोडा एकत्र वेळ घालवायची."

"आज माई आणि बाबांचे तुमच्या आमच्या समोर आम्ही परत लग्न लावत आहोत, चालेल ना माई आबा तुम्हाला?"

सगळ्यांनी जोरदार टाळ्या वाजवल्या तर तिथे असलेल्या इतर जणांनी अगदी मस्त शिट्ट्या सुद्धा वाजवल्या.

माई ऐकून खूपच लाजली तर आबा प्रसन्न चेहऱ्याने विपुल कडे बघत होते.

तो पुढे म्हणाला,

" आधी आपण एक छोटीशी फिल्म बघणार आहोत."

तिथल्या स्क्रिन वर एक चलपट अवतरला, तिथे माई बाबांचे एकत्र आधीचे दिवस, मुलांचे जन्म, आबांची सायकल, माईचे स्वयंपाक करतानाचे फोटो असे सगळे दिसले.

सगळ्यात शेवटी तिथे एक पाटी अवतरली,

" लग्नाच्या 25 व्या वाढदिवसाच्या अनेक शुभेच्छा माई आबा"

माईच्या डोळ्यात पाणी होते तर आबा पाणी लपवत होते.

तेवढ्यात तिथे भटजींचे आगमन झाले.

विपुल म्हणाला, बरोबर 25 वर्षांपूर्वी याच तारखेला दुपारी 12 वाजून 31 मिनिटांनी यांचे लग्न झाले होते आज पण त्याच मुहूर्तावर ते दोघे जण परत लग्न करतील"

सगळीकडे नुसता जल्लोष होत असताना

सनई चौघड्यांचे सूर सुरू झाले. विपुल आणि वरदा ने माई आबांना हात धरून शामियानात आणले.

भटजींनी लग्नाचे सूर गायला सुरुवात केल्यावर माई परत एकदा अक्षरशः लाजली.

बरोब्बर 12 वाजून 31 मिनीटांनी आबांनी तिला आणि तिने आबांना हार घातला.

टाळ्या, पुष्पवृष्टी आणि **अभिनंदन**याचा वर्षाव स्वीकारत आज ते जोडपे कृतकृत्य झाले होते.

विपुल ने हातात एक इन्वेलप ठेवले.

आबांनी "आता काय हे" असे विचारले.

वरदा म्हणाली, "25 वर्षांपूर्वी जे करायचे राहिले होते ते"

माईने काढून बघितले तर त्यात, दोघांच्या ‘सिंगापूर’च्या ट्रिप चे तिकीट होते.

आपल्या आप्त-स्वकीयांबरोबर, मुलांच्या साक्षीने, एवढा भव्य दिव्य सोहळा माई आबांनी ‘याची देही याची डोळा’ अनुभवला.

एवढ्या वर्षे केलेली कर्तव्ये आज सुख म्हणून परत त्यांच्याकडे परत आली होती.

या सगळ्या सोहळ्यात सर्वात मौल्यवान जे होते ते म्हणजे,माई आबांच्या चेहऱ्यावरचे "स्मितहास्य"!

57

सदाचार:-

"काय संजीव सर! रिटायरमेंट चे वेध लागले का?"

"हा हा हा....आता लागलेच म्हणायचे."

"अहो एकच महिना उरलाय आता"

"हो ना...."

"किती वर्षे सर्व्हिस हो टोटल?"

"36 पूर्ण"

"बाप रे बाप...अजून माझे वय पण नाही आहे तेवढे..."

"हा हा हा..."

"मग रिटायरमेंट सत्काराची जोरदार तयारी करणार असेल कंपनी"

"बघुयात काय ते....पण मला अपेक्षा नाही बर का रे नितीन..."

"सर तुम्ही बघाच, जंगी सत्कार होणार..."

असे म्हणून नितीन तिथून निघून गेल्यावर संजीव सर परत आपल्या कामाला लागले.

त्यांच्या डोळ्यासमोरून सगळा जीवन पट उभा राहिला.

याच कंपनी मध्ये वयाच्या 21 व्या वर्षी नोकरी मिळाली होती ते सुदधा बिना वशिल्यायची. 1974 साल होते ते. BA करून संजीव या मोठ्या कंपनीत कारकुनीच्या छोट्या पदावर लागला होता

तिथून एका संजीव चा प्रवास हेड अकाऊंटंट संजीव सर पर्यंत पोचला होता आणि आता केवळ एकच महिना राहिला होता त्यांना रिटायर्ड व्हायला. खूपच छान गेली होती त्यांची सर्व्हिस इतके वर्षे!

'टक टक...' कोणीतरी दार वाजवले म्हणून त्यांनी तिकडे पाहिले.

दारात 2 गणवेशधारी पोलीस आणि 2 अजून माणसे उभी होती.

संजीव सरांनी "या ना बसा "म्हणले.

"आम्ही बसायला नाही आलोय, आमच्याकडे तुमच्यासाठी अरेस्ट वॉरंट आहे."

"काय? कशासाठी?"

"कंपनी चे 13 लाख रुपयाचा घोटाळा तुम्ही केला आहे. तुमच्या विरुद्ध तक्रार आहे."

"कोणी केली?"

"चला चौकीत कळेलच"

"अहो पण......"

"अहो नाही आणि काही नाही तुम्हाला आमच्या बरोबर यावे लागेल".

तोपर्यंत इतर सगळा स्टाफ संजीव सरांच्या केबिन पाशी पोचला होता..

"अहो तुम्ही हवे तर आमच्या स्टाफ ला विचारा, मी खूप प्रामाणिक आणि सरळमार्गी माणूस आहे...."

"हो साहेब, आमचे सर खूपच चांगले आहेत...." विशाल म्हणाला.

"तुमचे ऐकायला मी आलो नाही आहे. यांच्या विरोधात तक्रार आहे आणि मला माझे काम पार पाडावे लागेल."

"साहेब, मी यायला तयार आहे चला जाऊयात"

"अहो सर पण...."

"स्नेहल राहू दे, पोलिसांना त्यांचे काम करू देत."

"चला...."

पोलीस संजीव सरांना घेऊन गेल्यावर फटाफट फोन फिरले. चेयरमन, डायरेक्टर आणि VP सगळ्यांना कळवण्यात आले.

कंपनीच्या वकिलाला पण सांगण्यात आले.

पोलीस चौकीवर पोचल्यावर एका केबीन मध्ये सरांना घेऊन गेले.

तिथे अनेक उलट सुलट प्रश्न विचारले गेले. सरांनी उत्तरे योग्य द्यायचा प्रयत्न केला पण तिथे कोणी ऐकण्याच्या मनस्थितीत नव्हते.

"आमचे मोठे साहेब येत आहेत ते आल्यावर त्यांना तुम्हाला उत्तरे द्यावे लागतील."

सरांनी हताशपणे मान हलवली.

तेवढ्यात कंपनी मधील 2 ते 3 अधिकारी तिथे आले...

"संजीव सरांवर काय आरोप आहेत?

त्यांनी 13 लाख रुपयांचा घोटाळा केला आहे?"

"पुरावा काय? कोणी तक्रार केली?"

"हा बघा कागद...तक्रारी चा लेखी अर्ज. तुमच्याच कंपनीतील माणूस आहे. टेक्निकल विंग ला."

"कोण तात्या का?"

"हो "

"अहो साहेब, त्या तात्या वर विश्वास ठेवता का?"

"का आमच्याकडे तक्रार केली आहे त्यांनी, ती चुकीची आहे असे म्हणायचे का तुम्हाला?"

"साफ चुकीची... तो तात्या कायम डुग धरून असतो. सरांना पाण्यात पाहतो..काहीतरी त्रास द्यायचा प्रयत्न करतो!"

"अच्छा ,बघुयात... आमचे साहेब आले की ठरवतील".

अरे साहेब आले की...

साहेबांनी आतमध्ये प्रवेश केल्यावर सगळ्यांनी कडक सॅल्युट ठोकला....

"कसला गोंधळ आहे हा? एवढे लोक का चौकीत?"

"साहेब, आज सकाळी मी बोललो होतो ना त्या कंपनी मधून त्या हेड अकाऊंटंट ला घेऊन आलोय...त्याच्या मागे ही लोक आली आहेत!"

"तो कुठेय?"

"आत तुमच्या केबिन मध्ये बसलाय...

तुमचे काय म्हणणे आहे ते थोडक्यात सांगा."

"साहेब, संजीव सर अतिशय प्रामाणिक आणि कष्टाळू आहेत. कोणीतरी मुद्दामून त्यांच्यावर आरोप ठेवला आहे.

आणि सर त्यांना 1 महिना राहिलाय फक्त रिटायर्ड व्हायला. इतक्या वर्षात नाही केले आणि आता ते असे का करतील?".....

"आमच्याकडे काही केसेस मध्ये लोकांनी रिटायर्ड होण्याच्या वेळेस च काही घोटाळा केल्याच्या घटना आहेत"!

"पण संजीव सर त्यातले नाहीत".

"मी बघतो काय ते".

"साहेब प्लिज".

"मी बघतो म्हणालो ना...",

असे म्हणून मोठे साहेब आतमध्ये गेले....

संजीव सर अत्यंत हतबल होऊन आत एका खुर्चीवर बसले होते....

"संजू काका तुम्ही?"

सरांनी मान वरती केली... चष्म्यातून बघितले... ओळख काही पटकन लागेना...

"काका मी दाम्या ,ओळखले नाही का? तोडकर गल्लीतील दाम्या!"

"अरे दाम्या तू कसा काय इथे?"

"पोलीस झालो ना मी म्हणून.".....साहेब मोठयाने हसत म्हणाले.

"दाम्या, माफ कर दामोदर साहेब! "

"अहो काका दाम्या च बरंय!"

"दाम्या काही कळत नाही बघ एकदम कोणी तक्रार दिली आणि काय झाले ते"

"काका, हे अंतर्गत कलहामुळे आहे, तुम्ही काळजी करू नका मी पाहतो काय ते, चला बाहेर"

साहेब संजीव सरांना घेऊन बाहेर आले.

घसा खाकरत म्हणाले, "तुमचे संजीव सर म्हणजे माझे संजू काका. तोडकर गल्लीत आम्ही राहायचो तेव्हा पासून मी काकांना ओळखतो."

"अतिशय सदवर्तनी, सदाचारी सद्‌गृहस्थ. नाकासमोरुन चालणारा हा माणूस."

"मी एकदा समोरच्या दुकानातून बिस्कीट पुडा घेतलेला पैसे न देता तर त्या दुकानदाराने माझ्या बापा कडे कम्प्लेंट केली तर संजू काका धावून आला होता......."

"लहान असताना मी बस ने गावाला जात असताना माझे पाकीट स्टॅन्ड वर हरवले तर काकाने स्वतःच्या खिशातून मला तिकिटाचे पैसे दिले होते....."

"रिक्षा वाल्याचे 2 रुपये परत देण्यासाठी दुसरी रिक्षा करून आधीच्या रिक्षावाल्याला गाठून त्याला पैसे परत देताना मी पाहिले आहे....."

"एकदा आमच्या गल्लीतल्या कचराकुंडीत सोन्याची चेन सापडली तर ज्याची कोणाची असेल त्याला परत मिळावी म्हणून काकाने पोलीस ठाण्यात जाऊन रीतसर चेन परत देताना मी पाहिले आहे"....

"असा हा माझा काका, ज्याला चौकशी साठी पोलीस चौकीत बोलावणे हा सुद्‌धा गुन्हा आहे"

साहेबांच्या या मनोगतामुळे ईतर पोलीस एकदम वरमले. सगळा स्टाफ एकदम थक्क होऊन ऐकत होता.

"काका, हे कोणी केलं आहे ते मी शोधून काढेन, तूम्ही काळजी करू नका. तुमची रिटायरमेंट ही एकदम छान होईल बघा. तुम्हाला कलंकित करायचा कोणीही प्रयत्न केला तरी तुमचा हा पुतण्या आहे बघा तुमच्या आधी, डाग स्वतःवर घेईल पण तुम्हाला निष्कलंक ठेवेन."

जमलेल्या सगळ्या लोकांनी जोरदार टाळ्या वाजवत साहेबांच्या बोलण्याचे स्वागत केले.

"आपल्या दमलेल्या डोळ्यात आणि थकलेल्या शरीरात एक दमदार उत्साहाचे आणि खंबीर पाठिंब्याचे प्रतीक संजीव सर त्या "दाम्यात" बघत होते.

रिटायरमेंट च्या आधीच त्यांना आपण वागलेल्या आणि केलेल्या "सदाचाराचे" प्रशस्तीपत्र आज एका पोलीस स्टेशनमध्ये मिळत होते.

58

मुक्ती:-

आज सकाळी जरा निवांत कॉफी पित असताना अचानक सगळा इतिहास जणू एका चित्रपटासारखा तिच्या डोळ्यासमोरून तरळून गेला . अनुजा एक अल्लड , तापट पण खेळकर मुलगी जी अत्यंत स्वाभिमानाने जगत होती. शाळेत असतांना स्पोर्ट्स म्हणजे तिचा जीव की प्राणच जणू! कायम खेळ आणि खेळ.

सकाळी ६ ला ग्राउंडवर जायचे प्रॅक्टिस ला मग क्लास आणि नंतर शाळा. शाळा सुटली की पुन्हा संध्याकाळी 5 वाजले कि प्रॅक्टिस हाच तिचा दिनक्रम असायचा.

तिच्या या दिनक्रमात कधीच कुठलाही व्यत्यय आला नाही किंवा कोणी नको म्हणाले नाही याचे कारण ती अभ्यासात कायम पहिला क्रमांक. सगळ्या शालेय स्पर्धेत पहिला क्रमांक.

नाटकात प्रथम क्रमांक. या सगळ्यामुळे ती सर्वच शिक्षकांची लाडकी विद्यार्थिनी होती. सगळ्यांचा एवढा पाठिंबा असल्यामुळे तिचा अटीट्युड कायमच, "मला काय कोणाची भीती" असा होता.

हे सगळे चालले दहावी पर्यंत. पण दहावीत असताना स्टेट लेव्हल ला खेळली आणि म्हणूनच तिचे मार्क कमी झाले

तसा फर्स्ट क्लास आला पण अपेक्षित नाही त्यामुळे तिचे वडील घाबरले. त्यांच्या दृष्टीने शिक्षण प्रथम होते खेळ नंतर.

तिची ईच्छा नसताना सुद्धा तिला science ला टाकले. अभ्यास तिच्या मागे लावून दिला आणि मग खेळ मागे पडला.

इंजिनियर होण्या पेक्षा तिला लोकांसाठी काही करायचे असे कायम वाटायचे पण बाबांच्या इच्छेपुढे तिचे काहीच चालले नाही.

इंजिनियर झाल्यावर एकुलती एक मुलगी म्हणून आता लग्न लवकरच करून द्यावे हा विचार आई बाबांना सतत सतवायला लागला. शेवटी कुणीतरी स्थळ सुचविले आणि अनुजाचे तेही झाले.

आई बाबांच्या दृष्टीने एकुलत्या एक मुलीच्या बाबतीतले सगळे कर्तव्य संपले.

तिचे लग्न झाले आणि मग मात्र आयुष्याची उतरती कला सुरु झाली.

घरातले सगळे करायचे त्याबरोबर नवरा, 2 छोटे दीर सासूसासरे यांचे सगळे करायचे. सुरुवातीला तिला वाटायचे की लग्नानंतर तिच्या सगळ्या आवडीने केलेल्या गोष्टींना खूप छान कौतुक मिळेल पण हळूहळू तिला कळायला लागले की तिला फक्त अपेक्षा पूर्ण करायच्या आहेत, बाकी काहीच नाही.

नाती ही फक्त कृत्रिम होती, व्यवहारा पूर्ती . बाकी नात्यांमधून काही मिळनार नाही हे तिला पूर्णपणे समजले.

तिला हे आयुष्य बिलकुल मान्य नव्हते पण नशिबी आले म्हणून स्वीकारले. सगळ्यांना सांभाळून घेतले. सगळ्यांच्या ईच्छा पूर्ण केल्या. खूप सोसले. हे सगळे करत असताना तू काय विशेष केले हे तर सगळेच करतात असा हा ठप्पा मारला.

अश्यातच ती आयुष्य घालवत होती.

आज सकाळी उठल्यावर तिच्या नवऱ्याने तिला खूप बोलले होते आणि आज पहिल्यांदा तिला जाणवले की बस आता , मी नाही पळपुटी जी घाबरून पळून जाईल किंवा मारून जाईल . मलाही मनाप्रमाणे जगावे असा हक्क आहे आणि मी स्वतः स्वाभिमानाने जगू शकेन इतकी खंबीर पण आहे . कोण काय म्हणेल याची कधी पर्वा तिने केलीच नव्हती मग आज तरी का करावी?

एक कारण जगायला खूप असते. ते तिला मिळाले, तेही खूप होते. लगेच तिने घेतला निर्णय आणि ती पडली बाहेर.

तिला कायम जी हवी होती ती फक्त मनःशांती. तिच्या दृष्टीने पैसे कधीच महत्वाचे नव्हते. मग निघाली ती आपल्या दिशेने आणि गाठले सरळ तिचे लाडके ठिकाण जिथे कायम तिला भेट म्हणून जायचे होते पण आज तिने ते स्वतःचे अस्तित्व आणि आनंद याचे ठिकाण ठरवून पाऊल ठेवले.

तिथे तिने ऑफिस मध्ये जाऊन सांगितले कि का तिचे यायचे प्रयोजन आणि आज तिला हे तिचे कर्मस्थान म्हणून करायचे होते.

तिच्या या प्रयोजनाने त्या ऑफिस मधील व्यक्ती आनंदित झाली.

ती होती एक अंधशाळा जिथे तिला काहीच मोबदला न घेता निवासी कार्यकर्ता म्हणून स्वतःचे आयुष्य व्यतीत करायचे होते .

तिला मिळाला होता तिचा मार्ग ज्यात दडला होता तिचा खरा आनंद .

ती लवकरच तिथे रूळली. तिथल्या लोकांनाही तिला भेटून तिच्यावर कुठेतरी विश्वास वाटला. तिला दिलेल्या संधीचे तिने सोने केले आणि सगळयांना आपलेसे केले.

तिला जे हवे ते मिळाले , प्रेम, विश्वास , आदर .

तिचा मोबाइल वाजला आणि एकदम अनुजा भानावर आली. गेल्या काही क्षणात तिने आपल्या जीवनाचा चित्रपट पूर्ण रिवाइंड करून पाहिला होता. ती स्वतःशीच हसली.

फोनवर ऑफिस बॉय तिला सांगता होता की तिला भेटायला एक मोठे उद्योगपती आले होते ज्यांना अंध शाळेचा परिसर बघायचा होता आणि माहिती घेऊन देणगी द्यायची होती.

पटकन आवरून ती निघाली तिच्या कामाच्या दिशेने पुन्हा हसत , कधीही मागे ना वळून बघण्यासाठी.

या कामातच तिची खरी 'मुक्ती' दडली होती.

59

विश्वास:-

चारही बाजूंनी आलेली संकट पाहून तिला वाटले, आपण मरून जावे, काय ठेवलं आहे जगण्यात?

काहीच चांगले होत नव्हते तिच्या आयुष्यात!

चार महिन्या पूर्वी तिचा बिझिनेस मध्ये अफाट लॉस झाला होता. देणेकरांची देणी देता देता तिच्या नाकी नऊ आले होते. त्यातून ती कुठे सावरतेय तर तिची 19 वर्षाची मुलगी कोणा मुलाबरोबर पळून गेली होती.

हा धक्का ती पचवत असताना तिचे वडील जे तिचे सगळ्यात मोठे श्रद्धास्थान होते ते अचानक कार्डिएक अरेस्ट ने कायमचे निघून गेले होते.

या सगळ्यात ती अतिशय त्रासली असतानाच काल रस्ता क्रॉस करताना एक मोटर सायकल वाला तिला उडवून गेला होता आणि तिच्या गळ्यात तिचा हात पुढच्या 3 आठवड्या साठी बांधला गेला होता.

प्लॅस्टर नावाचा दागिना तयार झाला होता ना तिच्यासाठी!

अश्या चारही बाजूने अडचणी आलेल्या पाहून तिच्या खंबीर मनाने कच खाल्ली.

असे आयुष्य जगायचे कशाला त्यापेक्षा जीव देऊन मोकळे व्हावे या विचारांनी ती आज कुणालाही न सांगता बाहेर निघाली होती.

टॅक्सी करुन शहराच्या दुसऱ्या बाजूला जी ओसाड टेकडी होती तिथे ती आली होती. ओसाड टेकडी वर एकच मंदिर होते जिथे कोणीच यायचे नाही हे तिला माहिती होते.

ओसाड टेकडी च्या पुढे मोठी दरी होती तिथेच तिचा जीव द्यायचा विचार नक्की झाला होता.

चालत चालत ती दरीकडे निघाली होती.

"पोरी अडचणीत दिसतीये"

तिने मागे वळून पाहिले तर एक जटाधारी साधू तिला दिसला.

चेहऱ्यावर तेज, गळ्यात रुद्राक्षा च्या माळा आणि कपाळाला लावलेले भस्म असा तो साधू तिला एवढा वेळ दिसलाच नव्हता.

"का हो तुम्हाला असे वाटले?"

"तुझा चेहरा सांगतो आहे ते"

"तुम्ही चेहरा वाचता का"

"हाहाहा....असे म्हणले तर चालेल पोरी"

"अनोळखी लोकांना काही सांगणे मला योग्य नाही वाटत"

"कधी कधी अनोळखी लोकं योग्य सल्ला देऊ शकतात पोरी"

"नको साधू बाबा, माझी संकटे मलाच दूर करायची आहेत."

"संकटे दूर करायची म्हणतेस आणि मग जीव द्यायला का चालली आहे"

आता मात्र अनघा चपापली.

"जीव कोण देतंय बाबा, मी आपली सहज दरी किती खोल आहे हे बघायला चालली होते"

"पोरी माणूस सगळ्यांना फसवू शकतो स्वतःच्या मनाला नाही"

साधू ने असे म्हणाल्यावर, अनघा च्या डोळ्यात झटकन पाणी आले.

"चल तिथे, मंदिरा पाशी. आपण सावलीत जाऊन बोलू"

ती त्या साधूला नाही म्हणू शकली नाही. मंदिराच्या अलिकडे एका पडवीवर साधूचे एक पांघरूण ठेवले होते. ते त्याने उलगडले आणि अनघा ला बसायला दिले.

तिला पाणी दिल्यावर तो म्हणाला,"माझ्या कडे फक्त पाणीच आहे तुला द्यायला बर का!"

ती थोडीशी हसली आणि तिने पाणी प्यायले.

पाणी थंडगार होते आणि त्याची चव पण वेगळीच होती.

थोडे बरं वाटलं तिला.

"काय, कंटाळलीस का जगण्याला?"

"हो बाबा, खरंच कंटाळले. नको वाटते हे जीवन. एका पाठोपाठ एक संकटे येत आहेत जी मला कमकुवत बनवत आहेत. असे वाटतंय मी नाही झेलू शकणार. खरंच हरले मी "

साधू मोठ्याने हसला आणि म्हणाला,

"मला एक सांग, तुला तुझ्या आई वडिलांनी जन्म दिला. त्यानंतर त्यांनी बालपणी तुझे लाड केले असतील तेव्हा तुला मरावसे वाटले का ग?"

"नाही"

" जेव्हा तुझ्या आयुष्यात चांगले घडत होते, तेव्हा तुला मरावसे वाटले का?

"नाही"

"तुझ्या लग्नाच्या दिवशी? तुला मूल झाले त्या दिवशी?"

"नाही"

"तुझा बिझनेस जेव्हा उत्तम चालत होता तेव्हा का नाही मरायचा विचार केला?"

"बाबा, चांगल्या क्षणी माणूस हा आनंदाचा विचार करतो, मरायचा नाही"

"आणि मग मला सांग, जेव्हा त्याची वाईट वेळ येते, तेव्हा तो त्याला चांगल्या वेळे प्रमाणे का नाही स्वीकारत? तेव्हा का त्याला जगायचे नसते?"

"..........."

"जसे सुख माणसाला हवे असते तसे त्याला दुःख स्वीकारता येत नाही पोरी, आणि हेच माणसाला त्रास देते.

जो भक्कम आहे तो त्यातून बाहेर पडू शकतो, कमकुवत माणूस मरणाला शरण जातो. तू आत्ता कमकुवत झाली आहेस म्हणून हे टोकाचे पाऊल उचलत आहेस"

" बाबा, मी काय करू? मी थकलेय! खरोखरच थकलेय! एकटीच लढत आहे, झुंजत आहे आणि त्यातून मार्ग काढायचा प्रयत्न करीत आहे. आणि आता तो ही दिसत नाही म्हणून वैतागली आहे!"

"मार्ग तुला दिसत नाही कारण तू मार्ग शोधत नाही आहेस!

“............”

तू संकटांना एवढे मोठे आणि स्वतःला एवढे छोटे केले आहेस की तुला फक्त त्रास दिसत आहे"

"..........."

" मला सांग, तुझा बिझिनेस मधला तोटा कधीच भरून निघणार नाही असे होईल का?"

"नाही, असे नाही. प्रयत्न केला तर एका वर्षात मी परत पूर्वीच्याच स्थानावर येऊ शकते"

"छान, मला सांग! तुझ्या मुलीने तिच्या आवडीच्या मुलाला पसंत केले तर यात तुझा अहंकार का दुखावला? तुझ्या मर्जीने तिने लग्न केले असते तर तुला आनंद झाला असता आणि ती पळून गेली तर तुला त्रास होतोय. पण पोरी मला सांग ती तिच्या आयुष्यात जर स्वतःच्या निर्णयाने सुखी राहणार असेल तर तुला तिच्या आनंदात स्वतःचा आनंद शोधणे अवघड आहे का?"

"नाही बाबा, मी असा विचार करून आनंदी राहू शकते"

"तुझे वडील हे तुझे श्रद्धास्थान होते. पण त्यांचे वय आता 78 झाले होते.पिकलेले पान कधीतरी गळणार हे तुला माहिती नाही का पोरी?"

"नाही बाबा, पण आपला माणूस गेला की वाईट वाटते ना!"

"वाटते, पण तुझे जग तर चालू होतेच ना! तुझा बिझिनेस, तुझा दिनक्रम हे थांबले नाही, हो ना"

"मान्य आहे बाबा"

" आणि काल जर तुला एका बाईक वाल्या च्या ऐवजी एका गाडी वाल्याने उडवले असते तर काय काय तुटले असते?"

अनघा हसत म्हणाली, "हात पाय गुडघे अजून काय काय, नाही माहिती"

"म्हणजेच तू हा विश्वास ठेवला पाहिजे की ‘जे होते ते चांगल्या करिता च! जर हा विश्वास असेल तर तुला घडणाऱ्या नकारात्मक गोष्टींचा कधीच त्रास होणार नाही"

अनघा खूपच प्रभावित झाली होती.

इथल्या वातावरणात आणि साधूच्या सानिध्यात ती स्वतःला खूपच नॉर्मल फील करून देत होती.

" बाबा, माझे विचार तुम्ही पूर्णपणे बदलले आहेत. मी अजून जोमाने सगळ्या कामाला लागेन"

"शाब्बास मुली...जा आता सुखी राहा! आणि लक्षात ठेव "स्वतःवरचा विश्वास कधीच कमी होऊन द्यायचा नाही, सगळे चांगले होईल"

ती साधूला नमस्कार करायला गेली तर तो म्हणाला, "आम्हाला नाही आत जो देव आहे त्याला नमस्कार कर"

ती बरं म्हणून उठली.

मंदिरात प्रवेश केला आणि तिथली घंटी वाजवली.

घंटी वाजवल्या वर तिथे बाजूला पुजारी झोपला होता तो उठला. त्याने गाभाऱ्यात जाऊन अनघा ला तीर्थ आणि प्रसाद दिले.

तिने पुजाऱ्याला विचारले, "हे बाहेरील साधू बाबा जे आहेत, यांचे नाव काय आहे हो?"

"कोण साधू बाबा?"

" ते बाहेरील पडवी ला जे बसलेत ना ते"

"बाळा, इथे कोणीच साधू नाही आहे"

"अहो असे काय करता, चला मी दाखवते"

ती पुजाऱ्याला घेऊन तिथे आली तर तिथे कोणीच नव्हते.

ना साधू-ना ते पांघरूण!

ती इकडे तिकडे बघायला लागली तर तिथे कोणीच दिसले नाही

पुजारी तिच्याकडेच बघत होता.

तो म्हणाला, "इथे कोणी साधू वगैरे येत नाही बाळा. मीच पूर्णवेळ इथेच असतो"

अनघा ला लक्षात आले की त्या साधू ने आपण न सांगता आपल्या सगळ्या प्रॉब्लेम्स ला ओळखले होते आणि त्याची उत्तरे सुध्दा दिली होती.

तिला कळले, की साक्षात 'भगवंत' साधूच्या रुपात येऊन तिला सांगून गेला होता.

ती धावतपळत आत गाभाऱ्यात गेली,

"देवा, तुझी महिमा अपरंपार आहे. तू कधी कुठल्या रुपात येऊन काय आशीर्वाद देऊन जाशील काहीच सांगता येत नाही.

मी आत्महत्या करायला निघाले तर देवा तू मला साक्षात येऊन वाचविलेस! देवा तूच मार्ग दाखवतो हे खरंच आहे ! खरंच सगळी तुझी महिमा!"

तिला साधूचे शेवटचे वाक्य आठवले, " पोरी स्वतःवर विश्वास ठेव ,सगळे चांगले होईल"

ती पुढे म्हणाली, " देवा, आजपासून मी माझ्यावरचा माझा विश्वास कधीच कमी होऊन देणार नाही"

तिच्या या वाक्याने तिला त्या मूर्तीचा चेहरा क्षणभर हसरा वाटला.
त्याच क्षणाला तिचा देवा वरचा आणि स्वतःवर चा 'विश्वास' अनेक पटींनी वाढला होता.

60

“तो सगळे ठीक करेल......”

"तुला काय झालंय तोंड वर करून बोलायला, जॉब माझा गेलाय"

"जॉब जाऊन 6 महिने झाले, काही कमी पडले का आपल्याला, तो आहे ना! त्याला काळजी..."

"त्याला काळजी असती तर माझा जॉब नसता गेला..."

"तुमच्या एकट्याचा गेला का जॉब? ही परिस्थिती अशी आहे की आपण काहीच करू शकत नाही...थोडा काळ धीर धरला पाहिजे"

"तुला व्यवहार कळले असते तर काय ग! घरात खर्च लागतो... किराणा, दूध, फळे-भाजी, गॅस, TV चा रिचार्ज, मोबाइल रिचार्ज, लाईट बिल, गाडीचा हफ्ता, घराचा हफ्ता, पेट्रोल, औषधे, इन्श्युरन्स, मेडिक्लेम एवढा पैसा आणायचा कुठून गं?" त्याच्या चेहऱ्यावर काळजी स्पष्ट दिसत होती.

ती त्याच्या जवळ गेली आणि म्हणाली, " गेल्या सहा महिन्यांपासून तुम्ही इन्कम नसताना पण हे सगळे बघत आहात ना, मग काळजी कशाला?"

"ते मी पैसे साठवले होते त्यातूनच करतो गं! पैसे आपण ऋचा आणि ऋषि च्या शिक्षणासाठी साठवतोय, विसरलीस का?"

"मी काहीच विसरले नाही, पण तुम्ही बरंच काही विसरत आहात"

"मी? मी नाही विसरलो काही..."

"अच्छा! मला सांगा, एवढ्या 6 महिन्यात तुम्हाला कोणापुढे हात पसरायची वेळ आली का?"

"डोके फिरलं आहे का तुझे? मी किती स्वाभिमानी आहे हे माहिती नाही का तुला...स्वतःला विकेन पण कोणापुढे हात पसरणार नाही..."

"तशी वेळच येणार नाही..तो विधाता आहे ना काळजी घ्यायला, तो सगळे ठीक करेल"

"तुझ्या त्या विधात्यानेच असे दिवस आणले आहेत आपल्यावर...."

"नाही हो...तो विधाता आहे म्हणूनच आपल्याला काही कमी पडत नाही... त्यानेच अजून आपल्याला काही कमी पडून दिले नाही, बघा तुमच्या हातात लवकर पैसा येईल"

"तुला समजावणे हा निव्वळ मूर्खपणा आहे स्मिता"

असे म्हणून अजय तावातावाने तिथून निघून गेला...

अजय हा एका मोठ्या कंपनी मध्ये मोठ्या हुद्द्यावर जॉब ला होता..पण कोविड आला आणि त्याच्या कंपनीने 500 लोकांना जॉब वरून काढले...यात त्याचाही नंबर होता.

6 महिने झाले होते ही घटना घडून..!

पहिला महिना तर अजय ला केवळ हे ऍक्सेप्ट करण्यात गेला की आपल्या बाबतीत असे होऊ शकते? 2ऱ्या महिन्यापासून त्याने टाईम्स जॉब्स, इंडिड, नोकरी, शाईन, मॉस्टर अश्या वेगवेगळ्या जॉब्स साईट वर रेझ्युमे अपडेट करून जॉब शोधायला सुरुवात केली होती..पण कुठूनच कॉल येईना...त्याचा धरलेला धीर आता जायला लागला होता...चिडचिड जास्त व्हायची त्याची. सगळी चिडचिड स्मिता वर निघायची..

स्मिता खूपच शांत स्वभावाची...अजय चे सगळे वागणे मान्य करून ती खूप समजून घ्यायची..त्याचे सगळे रुसवे फुगवे काढायची...त्याच्यावर उलट उत्तरे द्यायची नाही..फक्त सगळे ठीक होईल एवढेच म्हणायची..तिचा तिच्या देवावर पूर्ण विश्वास होता...जर त्याने ही परिस्थिती आणली आहे तर तो यातून नक्की बाहेर काढेल ही पक्की खात्री तिला होती..

जॉब गेल्यापासून अजयने खर्च एकदम कमी करून टाकले होते..दूध, किराणा, भाजी यात पण जेवढी काट छाट करता येईल तेवढी तो करायचा..

पार्सल आणणे टाळायचा..हिंडणे, फिरणे बाहेर खाणे एक्स्ट्रा असा खर्च जो होता तो पूर्णपणे शून्यावर आणून ठेवला होता..एरवी सुपर मार्केट मध्ये जाऊन हवी तो शॉपिंग करणारा तो आता स्वस्तातले एखादे तेल घे असा आग्रह स्मिताला करायचा..

स्मिता त्याच्यातील बदल फक्त अनुभवायची आणि काही न बोलता त्याला जे हवे ते करायची.

सहा महिन्यात ऋचा आणि ऋषी दोघांनाही कळले होते की बाबा थोडा विचित्र वागत आहे पण ते दोघेही मुळातच समजूतदार असल्याने काही बोलायचे नाही..

हसत असणारा अजय आता अति काळजी करून चिंताग्रस्त झाला होता..त्याला हायपर टेन्शन चा त्रास सुरू झाला होता...डॉक्टर ने सांगितले की गोळी कम्पलसरी घ्यावी लागेल नाहीतर स्ट्रोक येऊ शकतो...

कॉलेज झाल्यापासून ते आत्तापर्यंत कधी जॉब नाही अशी वेळच आली नव्हती..सगळे उत्तम चालले होते आणि अचानक असे घडले आणि सगळे तंत्र बिघडले आता जॉब मिळेस्तोवर त्याला चैन पडणार नव्हते...

आज सकाळी सकाळी दारावर आलेल्या खव्यावाल्याकडून ताजा खवा स्मिता ने विकत घेतला..1 किलो खवा कशासाठी असा हजार किलो वजनाचा प्रश्न त्याला पडला आणि त्याने स्मिताला जाब विचारायला सुरवात केली...त्यावरून हे संभाषण झाले होते...

दुपारी जेवणामध्ये खव्याच्या पोळ्या खात असताना, अजय चा फोन वाजला.

एका जुन्या फ्रेंड चा फोन होता,

"अजय, एका ऑफिशियल पर्पज साठी तुझ्या अनुभवाचे कन्सलटेशन हवे आहे. 2 दिवस झूम वर मिटिंग घेऊन तुझी एक्सपर्ट मते सांगायची आहेत..2 दिवसांचे 20000 रुपये मिळतील...इंटरेस्टेड आहेस का?"

क्षणाचाही विचार न करता त्याने हो सांगितले..6 महिन्यानंतर त्याला काही पैसे मिळणार होते..

त्याचे बोलणं ऐकून, स्मिता ने हसत हसत त्याच्याकडे पाहिले तर हा काही न बोलता खवा पोळी खायला लागला..

तो आठवडा त्याचा खूप बिझी गेला..रिसर्च, प्रेझेंटेशन तयारी, PPT बनवणे यात तो त्याच्या काळज्या तात्पुरत्या विसरला...2 दिवस झूम वर मिटिंग घेऊन तो फुल्ल रिफ्रेश झाला...फीडबॅक मस्त आले..सगळ्यात महत्वाचे म्हणजे 20000 लगेच अकाऊंट ला क्रेडिट झाले...आपण पैसे कमवू शकतो हे विश्वास त्याला निर्माण झाला...

आनंदाच्या भरात त्याने पिझ्झा हट मधून 2लार्ज पिझ्झा, गार्लिक ब्रेड आणि पेप्सी मागवले... आज बाबा खुश म्हणून मुले पण खुश होती..

वीस हजार रुपयांत सगळे काही भागणार होते असे नाही ,पण बुडत्याला काडीचा आधार प्रमाणे आज पैस्यांची किंमत जास्त होती...

आठ दिवस तो शांत होता परत त्याला पुढे काय हि चिंता भेडसायला लागली..परत त्याचे वागणे चेंज व्हायला लागले..शाळेतून मुलांच्या फी साठी रिमायंडर कॉल यायचे..तो फक्त 'हो भरतो' एवढे म्हणायचा आणि स्वतःला त्रास करून घ्यायचा..

स्मिता फक्त त्याला ऑब्झर्व करायची..त्याची अस्वस्थता तिला कळायची... एकवेळ देवाच्या तसबिरी कडे पाहायची, हात जोडायची आणि म्हणायची, "देवा, सगळे ठीक कर रे" आणि आपले बोलणे देव ऐकत आहे या विश्वासाने कामाला लागायची.

ज्या दिवशी शाळेतून फी साठी कॉल आला, त्या दिवशी दुपारी 4 वाजता घराची बेल वाजली.

कोण आलंय आता कडमडायला हा विचार करून अजय ने दरवाजा उघडला..

दारात एक माणूस रजिस्टर ए. डी. घेऊन उभे होता...त्याने सही करून इन्वेलप घेतले..फोडून बघितले तर आत एक चेक होता..त्याची एक इन्शुरन्स पॉलिसी काही महिन्यांपूर्वी मॅच्युअर्ड झाली होती त्याचा चेक होता. चेक ची अमाउंट एवढी होती की त्या दोघांच्या शाळेची वर्षाची फी, वह्या पुस्तके, क्लासेस हे सगळे सहज पूर्ण झाले असते...

या वेळेस हा चेक अनपेक्षितपणे येणे म्हणजे त्याच्यासाठी पर्वणी होती..

स्मिता त्याच्या कडे हसून बघत उभी होती...

असेच काही दिवस गेले...शाळेची वर्षभराची फी भरून तो रिलॅक्स झाला होता पण बाकीचे खर्च आणि महिन्याचे फिक्स एक्सपेन्सेस त्याच्याकडे डोळे वटारून बघत होते...

त्यादिवशी तो स्मिता ला म्हणाला, "स्मिता, मला वाटते की मी आता काही तरी असे काम करावे जेणे करून आपल्याला रोजच्या रोज पैसे मिळतील.."

"म्हणजे कुठले काम?" तिने चकित नजरेने विचारले..

"कुठलेही काम चालेल, अगदी कुठलेही...जॉब मिळेस्तोवर मी काही करायला तयार आहे..आता 8 महिने झालेत मी घरी बसलोय तर काय हरकत आहे?"

ती हसली आणि म्हणाली, "तो विधाता आहे ना, तो सगळे ठीक करेल"

तिच्या या नेहमीच्या उत्तराला त्याने काहीच उत्तर दिले नाही...

ही देवापाशी गेली आणि त्या तसबिरी कडे पाहून म्हणाली, "देवा, सगळे ठीक कर रे" आणि तो करेल या विश्वासाने कामाला लागली..

त्या दिवशी संध्याकाळी त्याच्या काकांचा फोन आला,

"अरे अजय, ती गावाकडची जमीन आज फायनली विकली गेली बरं का...2 दिवसात सगळे पैसे येतील आले की आपल्या दोघांमध्ये समान वाटून घेऊ"

काकांच्या फोन मुळे अजय एकदमच रिलॅक्स झाला..जमीन विकायचा प्रयत्न त्याचे वडील गेल्यानंतर, गेले 3 वर्षे चालला होता आणि आज तो मुहूर्त सापडला...

"स्मिता, ऐकतेस का? आपली जमीन विकली गेली...2 दिवसात पैसे येतील.."

स्मिता हसली आणि म्हणाली, "तो विधाता आहे ना, तो सगळे ठीक करेल"

तिच्या या बोलण्यावर तो काहीच बोलला नाही पण आज तो खूपच खुश होता..त्याने आज मुलांसाठी मॅकडोनाल्ड मधून बर्गर्स, फ्रेंच फ्राईज आणि कोक मागवले...बाबा खुश असला की बाहेरून पार्सल येते हे ऋषी आणि ऋचा ला आत्तापर्यंत कळले होते...

आता त्याचा जॉब जाऊन जवळपास 9 महिने झाले होते..9महिन्यात काहीच कमी पडले नव्हते..तो फायनान्शियल स्ट्रेस मधून बराच रिकव्हर झाला होता, पण नवीन जॉब अजूनही मिळत नव्हता..

सकाळी ब्रेकफास्ट टेबल वर तो म्हणाला,"स्मिता, मला जॉब का नाही मिळत आहे ग अजून?" इतका अनुभव, इतके नॉलेज असूनही....का असे होत आहे?"

"तो विधाता आहे ना काळजी घ्यायला, तो सगळे ठीक करेल"

स्मिता, प्लिज...मी तुझ्याशी बोलायचा प्रयत्न केला कि तु एकच वाक्य बोलतेस...तुला तुझ्या नवऱ्याच्या भावना दिसत नाही का?" तो काकुळतीला येऊन म्हणाला

"मला सगळे दिसते आणि कळते...तुम्हाला पण एक गोष्ट कळणे गरजेचे आहे...आपण फक्त निमित्तमात्र आहोत...करणारा, घडवणारा तोच आहे...त्याला आपली काळजी आहे म्हणूनच प्रत्येक वेळेला तो आपल्या बाबतीत धावून आलेला आहे..तुम्ही आठवून पहा..जेव्हा जेव्हा तुम्ही खूप जास्त काळजी करायला लागला तेव्हा त्याने काहीतरी मार्ग आपल्याला दाखवला....तुम्ही फक्त कर्म करा...तो विधाताच फळ देईल आणि आपले सगळे ठीक करेल"

"तुझ्या विधात्याला तू सांगितले नाही का, की मला जॉब ची किती गरज आहे?"

"मी सांगितले आहे आणि त्याला ही माहिती आहे...योग्य वेळेला तुम्हाला सगळ्या गोष्टी मिळतील ..काळजी नसावी..."

तो काही न बोलता कॉफी प्यायला लागला तेवढ्यात त्याचा कॉल वाजला....

तो कॉल वर बोलत होता आणि बोलताना उत्तेजित होत होता...

फोन ठेवल्यावर तो अति आनंदाने म्हणाला, "स्मिते, मला MNC मधून फोन आला आहे...माझी प्रोफाइल त्यांना आवडली आहे...एक skype इंटरव्ह्यू होईल आणि त्यानंतर मला ह्या कंपनी मध्ये जॉब मिळेल..."

स्मिता त्याचा आनंद सोहळा डोळे भरून अनुभवत होती. ती देवघरात गेली आणि तिच्या देवाला तिने मनोमन हात जोडले. ती प्रार्थना करत असताना तिच्या दोन्ही हातांवर अजून दोन हात जोडले गेले....

तिने डोळे उघडून बघितले तर अजय तिच्या बरोबर प्रार्थना करत होता...

"स्मिता, खरं आहे तुझे...त्याला काळजी आहे...आणि त्याने आपल्याला काहीच कमी पडून नाही दिले...9 महिने जॉब नाही हे खरं... पण हा जॉब मिळाला की 9 महिन्याचा बॅकलॉग पुढच्या 3 महिन्यात भरून निघेल...

काळजी करणे, नको त्या चिंता करणे यात काहीच अर्थ नाही कारण मला आज पटले आहे, जे होते ते चांगल्या साठीच!"

तिने हसून त्याच्याकडे पाहिले आणि म्हणाली, "हा विधाता आहे ना काळजी घ्यायला ....." त्याने तिच्या तोंडावर हात ठेवून पुढचे वाक्य त्याने पूर्ण केले...."तो सगळे ठीक करेल"

www.ingramcontent.com/pod-product-compliance
Ingram Content Group UK Ltd.
Pitfield, Milton Keynes, MK11 3LW, UK
UKHW042110021026
15589UKWH00001B/310

9 781685 548124